கள்வனின் காதலி

கல்கி

PEN BIRD™
PUBILCATIONS

+91 8220063246 | penbirdpublications@gmail.com | www.penbird.in

கள்வனின் காதலி
கல்கி ரா.கிருஷ்ணமூர்த்தி

Kalvanin Kadhali
Kalki R.Krishnamoorthy

முதல் பதிப்பு	- பிப்ரவரி 2025	
PB #21	- நாவல்	
அட்டை ஓவியம்	- கோ.பாலாஜி MFA.,	ISBN: 978-81-972856-5-3
வடிவமைப்பு	- நா.கௌசிகன்	Rs. 150

Printed by: Real Impact Solutions, Chennai – 600 004.

இந்நூலின் எந்தவொரு பகுதியையும் ஆசிரியர் மற்றும் பதிப்பாளரின் எழுத்து பூர்வ அனுமதியின்றி அச்சு மற்றும் மின்னணு வழியே நகல் எடுப்பது, ஒலிப்பதிவு செய்து வெளியிடுவது, துண்டுப் பிரசுரமாக அச்சிட்டு வெளியிடுவது போன்ற செயல்கள் பதிப்புரிமைச் சட்டத்தின்படி தடை செய்யப்பட்டுள்ளது.

> உலகத்திலுள்ள ஜீவராசிகள் எல்லாம் தனக்காவே படைக்கப்பட்டன என்று மனிதன் கருதுகிறான்.

பொருளடக்கம்

1.	பறித்த தாமரை	7
2.	அண்ணனும் தங்கையும்	11
3.	பாழடைந்த கோயில்	14
4.	விம்மலின் எதிரொலி	18
5.	பல்லி சொல்கிறது!	22
6.	இடிந்த கோட்டை	27
7.	செல்வப் பெண் கல்யாணி	30
8.	மணப்பந்தலில் அமளி	34
9.	வெயிலும் மழையும்	36
10.	கார்வார் பிள்ளை	39
11.	போலீஸ் ஸ்டேஷன்	42
12.	ஓட்டமும் வேட்டையும்	45
13.	பயம் அறியாப் பேதை	49
14.	அபிராமியின் பிரார்த்தனை	51
15.	பசியும் புகையும்	54
16.	"திருடன்! திருடன்!"	58
17.	தண்ணீர்க் கரையில்	61
18.	அபிராமியின் பிரயாணம்	64
19.	கச்சேரியில் கள்ளன்	68
20.	சங்குப்பிள்ளை சரணாகதி	71
21.	சுமைதாங்கி	74
22.	நிலவும் இருளும்	78
23.	பண்ணையாரின் தவறு	81
24.	கைம்பெண் கல்யாணி	85
25.	புலிப்பட்டி பிள்ளைவாள்	88
26.	"சூ! பிடி!"	91
27.	பிள்ளைவாளின் பழி	94

28.	சந்திப்பு	98
29.	ராவ்சாகிப் உடையார்	102
30.	வசந்த காலம்	107
31.	காதலர் ஒப்பந்தம்	110
32.	கவிழ்ந்த மோட்டார்	115
33.	முத்தையன் எங்கே?	118
34.	சங்கீத சதாரம்	121
35.	சகோதரி சாரதாமணி	126
36.	குயில் பாட்டு	130
37.	கமலபதி	133
38.	"ஐயோ! என் அண்ணன்!"	137
39.	திருப்பதி யாத்திரை	140
40.	ராயவரம் ஜங்ஷன்	142
41.	மறைந்த சுழல்	147
42.	தண்டோரா	150
43.	"எங்கே பார்த்தேன்?"	153
44.	கோஷா ஸ்திரீ	157
45.	சாஸ்திரியின் வியப்பு!	160
46.	குடம் உருண்டது!	163
47.	பூமி சிவந்தது	167
48.	நெஞ்சு பிளந்தது!	171
49.	பட்டணப் பிரவேசம்	175
50.	நள்ளிரவு	177
51.	காலைப்பிறை	182
52.	பொழுது புலர்ந்தது	186
53.	கல்யாணியின் கல்யாணம்	189
54.	கடவுளின் காதலி	194

1
பறித்த தாமரை

பூங்குளம் என்று அந்தக் கிராமத்துக்குப் பொருத்தமாய்த் தான் பெயர் அமைந்திருந்தது. நீர்வளம் நிறைந்த ஊருக்கு உதாரணம் வேண்டுமானால், பூங்குளத்தைத்தான் சொல்ல வேண்டும். ஆடி, ஆவணி மாதத்தில் ஊருக்கு வெளியே சென்று பார்த்தால் குளங்களிலும் ஓடைகளிலும் வாய்க்கால்களிலும், வயல்களிலும் தண்ணீர் நிறைந்து ததும்பி அலைமோதிக் கொண்டிருக்கும். எங்கெங்கும் ஜலமயமாகவே காணப்படும்.

இந்த ஊருக்கென்று அவ்வளவு புஷ்பங்களும் எங்கிருந்து வந்து சேர்ந்தனவோ தெரியாது; குளத்தைத் தாண்டி அப்பால் போனோமோ இல்லையோ, கொன்றை மரங்களிலிருந்து சரம்சரமாய்த் தொங்கும் பொன்னிறப் புஷ்பங்கள் கண்ணைக் கவர்கின்றன. அந்த மங்களகரமான மஞ்சள் நிறப் பூக்களிடம் சிவபெருமான் அவ்வளவு காதல் கொண்டிருப்பதில் ஆச்சரியம் என்ன? அப்புறம் இந்தப் பக்கம் பார்த்தோமானால், வேலி ஓரத்தில் வளர்ந்திருக்கும் பொன்னரளிச் செடிகளில், பொன்னரளிப் பூக்கள் கொத்துக் கொத்தாய்ப் பூத்திருப்பதைக் காண்கிறோம். அத்தகைய பத்தரை மாற்றுப் பசும்பொன்னின் நிறம் அந்தப் பூவுக்கு எப்படித்தான் ஏற்பட்டதோ என்று அதிசயிக்கிறோம். வேலிக்கு அப்பால் நெடிது வளர்ந்திருக்கும் கல்யாண முருங்கை மரத்தைப் பார்த்தாலோ, அதிலே இரத்தச் சிவப்பு நிறமுள்ள புஷ்பங்கள் குலுங்குவதைக் காண்கிறோம்.

சமீபத்திலுள்ள அந்தச் சிவன் கோயிலைத்தான் பாருங்கள். கோயில் பிராகாரத்தில் மதிலை அடுத்தாற்போல் வளர்ந்திருக்கும் பன்னீர் மரங்களிலே

அந்தப் பன்னீர்ப் புஷ்பங்கள் எவ்வளவு அழகாயிருக்கின்றன? பச்சைப் பசேலென்ற இலைகளுக்கு மத்தியில், இந்த வெண்ணிற மலர்கள் எப்படி சோபிக்கின்றன? அடுத்தாற்போலிருக்கும் பவளமல்லி மரத்தையும் அதன் அடியில் புஷ்பப் பாவாடை விரித்தாற்போல் உதிர்ந்து கிடக்கும் பவளமல்லிப் பூக்களையும் பார்த்துவிட்டாலோ ஏன், அப்பால் போவதற்கே நமக்கு மனம் வருவதில்லை.

ஆனாலும் மனத்தைத் திடப்படுத்திக்கொண்டு அதோ சற்றுத் தூரத்தில் தெரியும் குளக்கரையை நோக்கிச் செல்வோம். ஒற்றையடிப் பாதை வழியாகச் செல்லும்போது கம்மென்ற வாசனை வருவதைக் கண்டு அண்ணாந்து பார்க்கிறோம். அது ஒரு நுணா மரந்தான். பார்ப்பதற்கு ஒன்றும் அவ்வளவு பிரமாதமாயில்லை. எனினும் அந்த மரத்தின் சின்னஞ்சிறு பூக்களிலிருந்து அவ்வளவு நறுமணம் எப்படித்தான் வீசுகின்றதோ?

இதோ தடாகத்துக்கு வந்துவிட்டோம். குளத்தின் கரையிலே உள்ள நந்தவனத்திலே மட்டும் பிரவேசித்து விட்டோமானால் திரும்ப வெளியே வருவதே பிரயாசையாகிவிடும். ஆகையால், வெளியிலிருந்தே அதை எட்டிப் பார்த்துவிட்டுப் போகலாம். அதோ நந்தியாவட்டைச் செடிகளில் கொத்துக்கொத்தாகப் பூத்திருக்கும் வெண்ணிறப் பூக்கள் கண்ணைப் பறிக்கின்றன. அந்தப் புறத்தில் செம்பருத்திச் செடிகளும், வேலி ஓரம் நெடுக கொக்கு மந்தாரையும் இந்தண்டைப் பக்கம் முழுதும் மல்லிகையும் முல்லையும் பூத்துக் குலுங்குகின்றன. அதோ அந்தப் பந்தலில் ஒருபுறம் ஜாதி முல்லையும், இன்னொருபுறம் சம்பங்கியும் பூத்து, நந்தவனம் முழுவதிலும் நறுமணத்தைப் பரப்புகின்றன. அந்த ஈசான்ய மூலையில் ஒரேயொரு ரோஜா செடி, வீட்டுக்குப் புதிதாய் வந்த விருந்தாளியைப்போல் சங்கோஜத்துடன் தனித்து நிற்கிறது. அதிலே ஒரு கிளையில் கொத்தாகப் பூத்த இரண்டு அழகிய ரோஜாப் புஷ்பங்கள்.

'ரோஜாப் பூவாம் ரோஜாப்பூ! பிரமாத அதிசயந்தான்!' என்று சொல்வதுபோல், குளத்தின் கரையில் அடர்ந்து வளர்ந்திருக்கும் அரளிச்செடிகளிலே அரளிப் புஷ்பங்கள் மண்டிக்கிடக்கின்றன. செண்டு கட்டுகிறார்களே, செண்டு! இயற்கைத் தேவி கட்டியிருக்கும் இந்த இலைகளுக்கிடையில் கொத்துக்கொத்தாய்ப் பூத்திருக்கும் இந்த செவ்வரளிப் பூக்களின் அழகை என்னவென்று சொல்வது? ஆகா! அந்தப் பூங்கொத்தின் மேலே இதோ ஒரு பச்சைக்கிளி வந்து

உட்காருகிறது. கிளியும் அந்த இயற்கைப் பூச்செண்டும் சேர்ந்து ஊசலாடுகின்றன. ஏதோ தெய்வலோகம் என்று உயர்வாய்ச் சொல்கிறார்களே, அந்தத் தெய்வலோகத்தில் இதைவிடச் சிறந்த சௌந்தரியக் காட்சி இருக்க முடியுமா?

கடைசியாக, அந்தக் குளத்தையும் பார்த்துவிடுவோம். அது குளமா அல்லது புஷ்பக் காடா? மலர்க்குலத்துக்கு ஒரு சக்கரவர்த்தி உண்டு என்றால் அது செந்தாமரைதான் என்பதில் சந்தேகமில்லை. எத்தனை பெரிய பூ! அதுவும் ஒன்றிரண்டு, பத்து இருபது அல்ல; ஆயிரம் பதினாயிரம்! அவை தலைதூக்கி நிற்கும் கம்பீரந்தான் என்ன? சௌந்தரிய தேவதை செந்தாமரைப் பூவைத் தன் இருப்பிடமாகக் கொண்டதில் வியப்பும் உண்டோ?

புஷ்பராஜா கொலுவீற்றிருக்கும் இடத்தில் தாங்களும் இருக்கிறோமே என்று வெட்கப்பட்டுக்கொண்டு, அந்த மூலையில் சில அல்லிப் பூக்கள் ஒளிந்து நிற்கின்றன. இன்னும் சிறிது கூர்ந்து பார்த்தால், சில நீலோத்பலங்கள் இதழ் விரிந்தும் விரியாமலும் தலையைக் காட்டிக்கொண்டிருப்பதும் தெரிய வருகின்றது.

ஆமாம், அங்கங்கே வெள்ளை வெளேரென்று தோன்றுகின்றவை கொக்குகள்தான். ஆனால் அவை மீனுக்காகத் தவம் செய்கின்றனவா அல்லது அந்த அழகுக் காட்சியிலே மதிமயங்கிப் போய்த்தான் அப்படிச் சலனமற்று நிற்கின்றனவா, நாம் சொல்ல முடியாது.

இந்த அற்புத சௌந்தரியக் காட்சியிலிருந்து நமது பார்வையைச் சிறிது வேறுபக்கம் திருப்புவோம். குளத்தின் கரையில் படித்துறைக்குச் சமீபத்திலுள்ள ஒரு சிறு மண்டபத்தைப் பார்ப்போம். அந்த மண்டபத்தில் இப்போது விபூதி ருத்ராக்ஷதாரிகளான இரண்டு பெரியவர்கள் உட்கார்ந்து அனுஷ்டானம் செய்து கொண்டிருக்கிறார்கள். அவர்களில் ஒருவர் தர்மகர்த்தாப்பிள்ளை; இன்னொருவர் அவருடைய சிநேகிதர் சோமசுந்தரம் பிள்ளை.

"சிவாய நம! சிவாய நம! சிவாய நம..! உமக்குத் தெரியுமோ, இல்லையோ! நமது திருச்சிற்றம்பலத்தின் மகளுக்குக் கல்யாணம் நிச்சயமாகிவிட்டது" என்கிறார் தர்மகர்த்தாப் பிள்ளை.

"தெரியும், ஆனால், அந்தப் பையன் முத்தையன்தான் ஏமாந்து போகிறான். அவனுக்கு முறைப்பெண் அல்லவா கல்யாணி?"

"முறைப்பெண்ணாவது ஒண்ணாவது; சுத்தத் தறிதலைப் பையன்! ஒரு காலணா சம்பாதிக்க யோக்யதை இல்லை. அவனுக்கு யார் பெண்ணைக் கொடுப்பார்கள்?"

"இருந்தாலும் அவன் ரொம்ப ஆசை வைத்திருந்தான். காத்திருந்தவன் பெண்ணை நேற்று வந்தவன் கொண்டுபோன கதைதான்."

இப்படி இவர்கள் பேசிக்கொண்டிருக்கையில் அந்த மண்டபத்தினருகே ஓர் இளைஞன் வருகிறான். அவன் காதில் மேற்படி பேச்சின் பின்பகுதி விழுகிறது. அவர்கள் பாராதபடி அந்த மண்டபத்தின் மேல் ஏறி உச்சியை அடைகிறான். அந்த இளைஞனுக்கு, வயது இருபது, இருபத்திரண்டு இருக்கும். வாகான தேகமும் களையான முகமும் உடையவன், அவனுடைய தலைமயிரைக் கத்தரித்துக் கொஞ்சநாள் ஆகியிருக்க வேண்டும். நெற்றியின் மேலெல்லாம் மயிர் விழுந்து ஊசலாடிக் கொண்டிருக்கிறது. தலையை ஒரு குலுக்குக்குலுக்கிக் கண்களை மறைத்த மயிர்ச்சுருளை விலக்கிக் கொள்கிறான். உடனே 'தொபீர்' என்று நின்ற வாக்கிலேயே குளத்தில் குதிக்கிறான். அவன் குதித்த இடத்திலிருந்து ஜலம் வெகு உயரம் எழும்பி, நாலா பக்கமும் சிதறி விழுகிறது. சில திவலைகள் மண்டபத்தின் அடியில் அனுஷ்டானம் செய்துகொண்டிருந்த பெரியோர்கள் மேலும் விழுகின்றன.

"நல்ல பிள்ளை! நல்ல பிள்ளை! வால் ஒன்றுதான் வைக்கவில்லை" என்கிறார் தர்மகர்த்தாப் பிள்ளை.

"முரட்டு முத்தையன் என்று பெயர் சரியாய்த்தான் வந்திருக்கிறது" என்கிறார் சோமசுந்தரம் பிள்ளை.

இருக்கட்டும்; குளத்தில் குதித்தவன் என்ன ஆனான், பார்ப்போம், ஆசாமியைக் காணவே காணோம்? ஒரு நிமிஷம், இரண்டு நிமிஷம், மூன்று நிமிஷம்... ஐயோ முழுகியே போய்விட்டானா, என்ன? ஒரு கணம் நமது நெஞ்சு துணுக்குறுகிறது இல்லை, அதோ ஜலத்தில் குமிழி வருகிறதே! கொஞ்சதூரத்தில், நாலைந்து எருமை மாடுகள் சுகமாய்ப் படுத்துக்கொண்டிருந்த இடத்தில் முத்தையன் ஜலத்துக்கு வெளியே தலையைத் தூக்குகிறான். அந்த எருமைகளின் வாலைப் பிடித்து முறுக்கி விரட்டுகிறான். அவை கரையேறி நாலாபக்கமும் ஓடுகின்றன. மண்டபத்திலிருந்த இரண்டு பெரிய மனுஷர்களும் 'அடேடே!' 'அடேடே!' என்று கூவிக்கொண்டு எழுந்து அந்த மாடுகளை நோக்கி ஓடுகிறார்கள்.

முத்தையன் அங்கிருந்து நீந்திச்சென்று குளத்தில் தாமரைகள் பூத்திருக்கும் இடத்தை அடைகிறான். ஒரு தாமரைப் பூவைப் பறிப்பதற்காக அதனிடம் அணுகுகிறான். என்ன பிரமை இது? பூ இருந்த இடத்திலே ஓரிளம் பெண்ணின் சிரித்த முகம்

காணப்படுகிறதே! முத்தையன் தலையை ஒரு தடவை குலுக்கியதும் முகம் மறைந்து மறுபடி பூ ஆகிறது. முத்தையன் அந்தப் பூவை அடிக்காம்போடு பலமாகப் பிடித்து இழுத்துப் பறிக்கிறான். அப்பா! என்ன கோபம்! என்ன ஆத்திரம்! கோபத்தையும் ஆத்திரத்தையும் அந்தப் பூவினிடமா காட்ட வேண்டும்? பூவைத்தான் பறிக்கலாம்! மனத்திலுள்ள ஞாபகத்தை அந்த மாதிரி பறித்து எறிந்துவிட முடியுமா? முத்தையன் பூவுடனே இரண்டு தாமரை இலைகளையும் பறித்துச் சுருட்டிக்கொண்டு கரையேறுகிறான். கிராமத்தை நோக்கி நடக்கிறான். அவனைப் பின்தொடர்ந்து நாமும் செல்வோம்.

2

அண்ணனும் தங்கையும்

இடுப்பிலே ஈரத்துணி, கையிலே சுருட்டிய தாமரை இலை, தோள்மேல் காம்புடன் கூடிய தாமரைப் பூ – இந்த விதமாக முத்தையன் பூங்குளம் கிராமத்து வேளாளர் வீதி வழியாகச் சென்றான். இயற்கையாகவே வேகமான அவனுடைய நடை, வீதி நடுவிற்கு வந்ததும் இன்னும் சிறிது விரைவாயிற்று. அப்போது அவன் முகம் சிவந்து, கண் கலங்கிற்று. பெருமூச்சு வந்தது நேரே எதிர்ப்புறமே பார்த்துக்கொண்டு சென்றவன் சட்டென்று இடதுபுறம் நோக்கினான். ஏதோ அவனால் தடுக்கமுடியாத ஒரு காந்தசக்தி அவனுடைய கண்களை அப்படி வலிந்து இழுத்ததாகவே தோன்றியது. அவன் பார்த்த இடத்துக்கு நேரே வாசலில் பந்தல்போட்ட ஒரு வீட்டின் காமரா உள் தெரிந்தது. அதன் ஜன்னலுக்குப் பின்னால் ஒரு பெண்ணின் முகம் காணப்பட்டது. அந்த முகத்தின் கருவிழிகளில் ததும்பி நின்ற ஜலத்துளியை ஊடுருவிக்கொண்டு ஒரு பார்வை கார்காலத்து மின்னலைப்போல் கிளம்பி வந்தது. அதன் வேகத்தைச் சகிக்க முடியாமல் முத்தையன் உடனே தன் கண்களைத் திருப்பிக்கொண்டான். முன்னைவிட விரைவாக நடந்துசென்று வீதியின் கோடியிலிருந்த தன் வீட்டை அடைந்தான்.

அவன் வீட்டுக்குள் நுழைந்தபோது சமையலறை உள்ளிருந்து இனிய பெண் குரலில், பாபநாசம் சிவன் பாடிய குந்தலவராளி கீர்த்தனம் பாடப்படுவது கேட்டது.

'உன்னைத் துதிக்க அருள்தா - இன்னிசையுடன்
உன்னைத் துதிக்க அருள்தா!'

பாட்டைக் கேட்ட முத்தையன் தன்னையறியாமல் உற்சாகத்துடன் தலையை ஆட்டினான். மேற்படி பல்லவியை அடுத்து அநுபல்லவியைத் தானே பாடத்தொடங்கினான்.

'பொன்னைத் துதித்து மடப் பூவையரைத் துதித்து
சின்னத்தன மடைந்து சித்தமுங் கலங்கிடாமல்'
(உன்னைத்)

முத்தையன் இந்த அனுபல்லவியைப் பாடிக்கொண்டே ஈர வேஷ்டியைக் கொடியில் உலர்த்திக்கொண்டிருந்தான். அப்போது சமையலறையின் கதவைச் சற்றே திறந்துகொண்டு ஒரு பெண் நிலைப்படியில் நின்றாள். அவளுக்கு வயது பதினாலு பதினைந்து இருக்கும். முகத்தில் குறுகுறுப்பு. கண்ணிலே விஷமம். அவளைப் பார்த்ததும் முத்தையனின் உடன்பிறந்தவளாயிருக்க வேண்டுமெனத் தெரிந்துகொள்ளலாம்.

முத்தையன் அநுபல்லவியை நிறுத்தியதும் அவள், "அண்ணா! இந்த பாபநாசம் சிவன் ரொம்பப் பொல்லாதவராயிருக்க வேண்டும் அவர் என்ன, எங்களை அப்படித் திட்டுகிறார்? 'மடப்பூவையர்' என்கிறாரே! ஸ்திரீகள் எல்லாருமே மடத்தனமுள்ளவர்களா?" என்று கேட்டாள்.

முத்தையன் கலகலவென்று நகைத்தான். "இல்லை, அபிராமி! அதற்கு அப்படி அர்த்தமில்லை. 'மடப்பூவையர்,' என்றால் 'மடம் உள்ள ஸ்திரீகள்' என்று அர்த்தம். 'மடம்' என்பது ஸ்திரீகளுக்கு வேண்டிய நாலு குணங்களில் ஒன்று. நாணம், அச்சம், மடம், பயிர்ப்பு. அதாவது, முக்கியமாக உன்னைப்போல் வாயாடியாய் இருக்கக்கூடாது" என்றான்.

"போ, அண்ணா! நான் வாயாடிதான். நீ வாயேயில்லாத ஊமைப் பெண் ஒருத்தியைக் கட்டிக்கொள்... அது இருக்கட்டும்! ஸ்திரீகள் பேசத்தான்படாதே தவிர, பாடலாமோ கூடாதோ? அதையாவது சொல்லிவிடு" என்றாள் அபிராமி. அதற்கு அவன் பதிலை எதிர்பாராமலே சடக்கென்று சமையலறை உள்ளே போய் மேற்படி கீர்த்தனத்தின் சரணத்தைப் பாடத் தொடங்கினாள்.

முத்தையன் உலர்ந்த வேஷ்டி கட்டிக்கொண்டு, நெற்றியில் சந்தனப்பொட்டு வைத்துக்கொண்டு, கூடத்தில் போட்டிருந்த ஊஞ்சலில் உட்கார்ந்து ஆடலானான். அபிராமியுடன் சேர்ந்து சரணத்தின் பிற்பகுதியை அவனும் பாடினான். ஆனால், அவன்

வாய் பாடிற்றே தவிர மனம் சிந்தனையில் ஆழ்ந்திருந்ததென்பதை அவன் முகம் காட்டிற்று.

பாட்டு முடிந்ததும் அபிராமி மறுபடியும் நிலைப்படியண்டை வந்தாள்.

“அண்ணா! ஒரு சமாசாரம் கேட்டாயா?” என்றாள்.

“என்ன சமாசாரம்? எதிர்வீட்டுப் பூனைக்கு நாய்க்குட்டி பிறந்திருக்கிறதே, அந்தச் சமாசாரந்தானே?”

“இல்லை அண்ணா! கல்யாணிக்குக் கல்யாணம் நிச்சயமாகி விட்டதாமே; உனக்குத் தெரியுமா என்றுதான் கேட்டேன்!”

முத்தையனுடைய முகத்தில் வேதனையின் அறிகுறி காணப்பட்டது. அவன் சற்றுக் கடுகடுப்போடு, “ஆமாம் அதுதான் இப்போது எனக்குத் தூக்கம் வராமல் கவலையாயிருந்தது. நீ போய் உன் காரியத்தைப் பார்!” என்றான்.

“மாப்பிள்ளை அப்படி ஒன்றும் கிழடு இல்லையாம், அண்ணா! நாற்பத்தெட்டு வயசுதான் ஆச்சாம்!” என்று சொல்லிவிட்டு, குதித்துக்கொண்டு உள்ளே சென்றாள் அபிராமி.

ஒரு நிமிஷத்துக்கெல்லாம் மறுபடி அவள் கதவண்டை முகத்தைக் காட்டி, “அண்ணா! மாப்பிள்ளை தலையிலே எண்ணிப் பத்துக் கறுப்புமயிர் இருக்காம். வெள்ளெழுத்து இப்போதுதான் வந்திருக்காம். பத்து அடி தூரத்திற்குள் இருந்தால், தடவிப் பார்த்து எருமை மாடா, மனுஷ்யாளா என்று கண்டுபிடிச்சுடுவாராம்” என்று கூறிவிட்டு மறைந்தாள்.

மறுபடியும் திரும்பி நிலைப்படிக்கு வந்து “ரொம்பப் பணக்கார மாப்பிள்ளையாம், அண்ணா! அவர்கள் வீட்டிலே மரக்காலைப் போட்டுத்தான் பணத்தை அளப்பார்களாம்! மூத்த தாரத்தின் நகைகள் மட்டும் முப்பதினாயிரம் பெறுமாம். அவ்வளவு நகையையும் கல்யாணிக்குத்தான் போடப்போகிறாராம். அடே அப்பா! கல்யாணியின் அழகுக்கு அவ்வளவு நகைகளையும் பூட்டிவிட்டால், தூக்கிக்கொண்டே போய்விடாதா..?” என்று அடுக்கிக்கொண்டே போனாள்.

முத்தையனுக்கு நிமிஷத்துக்கு நிமிஷம் எரிச்சல் அதிகமாகிக் கொண்டு வந்தது. அவன், “இந்தா அபிராமி! உன்னை யார் இந்தக் கதையெல்லாம் கேட்டார்கள்? உள்ளே போய் அடுப்புக் காரியத்தைப் பார்! நீ இங்கே வம்பு வளர்த்துக்கொண்டு நிற்பாய்! அங்கே சாதம் கூழாய்ப் போய்விடும்” என்றான்.

"இல்லை. அண்ணா! என்னதான் சொன்னாலும் இந்தக் காலத்திலே பணம்தான் பெரிதாயிருக்கிறது. அவர்கள் மேலே நாம் கோபித்துக்கொண்டு என்ன பண்ணுவது! கல்யாணியை இப்போது உனக்குக் கட்டிக்கொடுத்தால், நம்மால் ஒரு பொன் சரடாவது பண்ணிப் போடமுடியுமா? பணக்காரன் பேச்சு பந்தியிலே, ஏழைப்பேச்சு சந்தியிலேதான்..."

இப்படிப் பேசிக்கொண்டே அபிராமி ஊஞ்சலின் அருகில் வந்துவிட்டாள். முத்தையனால் அதற்குமேல் பொறுக்க முடியவில்லை. சட்டென்று எழுந்திருந்து அபிராமியின் கையைப் பிடித்துக் கரகரவென்று இழுத்துக் கொண்டுபோய்ச் சமையலறைக்குள் தள்ளினான். கதவைத் தடாலென்று சாத்தி நாதாங்கியைப் போட்டுவிட்டுத் திரும்பினான்.

3

பாழடைந்த கோயில்

பூங்குளம் கொள்ளிடத்தின் தென்கரையிலுள்ள கிராமம். ஊருக்கு வடக்கே போகும் குறுகலான வண்டிப்பாதை வழியாகக் கொஞ்சதூரம் போனோமானால் ராஜன் வாய்க்கால் எதிர்ப்படும். சாகுபடி காலத்தில் இந்த வாய்க்காலில் ஒரு ஆள் மட்டத்திற்குமேல் ஜலம் அதிக விரைவாகப் போய்க்கொண்டிருக்கும். மூங்கில் பாலத்தின் வழியாக ராஜன் வாய்க்காலைத் தாண்டி அப்பால் சென்றால், கொள்ளிடத்தின் லயன் கரையை அடையலாம். லயன் கரையிலிருந்து வடக்கே பார்த்தால், வெகுதூரத்துக்கு நாலா பக்கமும் அடர்ந்த காடுகள் தென்படும். தண்ணீர்த்துறைக்குப் போக ஒரு குறுகலான ஒற்றையடிப் பாதை மட்டுந்தான், இந்தக் காட்டைப் பிளந்து கொண்டு போகின்றது. நீரோட்டத்துக்கு அருகே போகப்போக, மரம் செடி கொடிகளின் நெருக்கம் குறைந்துவந்து நீர்க்கரையில் ஒரே நாணல் காடாயிருப்பதைக் காண்போம்.

அந்தப் பிரதேசத்தில் லயன் கரைக்கும் நதியில் நீரோடும் இடத்துக்கும் வெகுதூரம் இருக்கிறது. சில இடங்களில் இரண்டு பர்லாங்கு தூரம்கூட இருக்கும். கிழக்கேயும் மேற்கேயும் பல மைல் தூரத்துக்கு அடர்த்தியான காடுதான். பல்வேறு காட்டுமரங்களும் முட்செடிகளும் கொடிகளும் செறிந்து வளர்ந்து, மனிதர்கள் அந்தக் காட்டிற்குள் நுழைவது அசாத்தியமென்றே தோன்றும். ஆனால்

கொள்ளிடக்கரையிலே பிறந்து வளர்ந்தவர்களுக்கு அந்தக் காட்டுக்குள் பிரவேசிப்பது மிகவும் சகஜமான காரியமாயிருக்க வேண்டும். இல்லாவிட்டால், அதோ அந்த இளநங்கை அவ்வளவு லாவகமாக அந்தச் செடி கொடிகளை விலக்கிக்கொண்டு செல்கிறாளே, அது எப்படி சாத்தியம்?

ஆமாம்! நேற்று முத்தையன் வீதி வழியே வந்தபோது, பந்தல் போட்ட வீட்டின் காமரா உள் ஜன்னலுக்குப் பின்னால் கண்ணுங் கண்ணீருமாய் நின்றாளே, அந்தப் பெண்தான் இவள். முன் அத்தியாயத்தில் நடந்த சம்பாஷணையைக் கொண்டு இவள்தான் கல்யாணி என்று நாம் ஊகிக்கலாம். அவளுக்குப் பதினேழு, பதினெட்டுப் பிராயம் இருக்கும். அவளுடைய முகத்திலே எழிலுடன் கம்பீரமும் கலந்திருந்தது. அவள் நடையிலே அழகுடன் மிடுக்கும் காணப்பட்டது. நீண்டு பரந்த அவள் கண்களிலோ, தண்டையுடன் தணலின் ஜூவாலையும் வீசிற்று.

அடர்ந்த காட்டிற்குள் அலட்சியமாய் நுழைந்து செல்லும் கல்யாணியைப் பின்தொடர்ந்து நாமும் போகலாம். அதோ, அது என்ன யாரோ பாடுங்குரல் கேட்கிறதே! அந்தக் குரலில்தான் எவ்வளவு தீனம்; எவ்வளவு துயரம்? பாட்டின் ராகமும் விஷயமும் அந்தச் சோகமானக் குரலுக்குப் பொருத்தமாகவே இருந்தன.

"உண்டானபோது கோடி உறன் முறையோர்கள் வந்து
கொண்டாடி தொண்டாகிக் கொள்வார் தனங்குறைந்தால்
கண்டாலும் பேசாரிந்தக் கை தவமான பொல்லாச்
சண்டாள உலகத்தில் சத்குருக்களைத்தேட
என்றைக்குச் சிவகிருபை வருமோ – ஏழை
என் மனச்சஞ்சலம் அறுமோ

(என்றைக்கு)

பாட்டின் குரல் வந்த வழியே கல்யாணி சென்றாள். கொஞ்சதூரம் போனதும் காட்டிலே கொஞ்சம் இடைவெளி தென்பட்டது, என்ன ஆச்சரியம்! இங்கே ஒரு பாழடைந்த கோயில் அல்லவா இருக்கிறது? இந்த மாதிரி கோயில் ஒன்று இங்கே இருப்பது அதற்கு சமீபத்தில் வரும் வரைக்கும் தெரியவே இல்லையே?

ஒரு காலத்தில் அது ஏதோ கிராம தேவதையின் ஆலயமாய் இருந்திருக்க வேண்டும். இடிந்துபோன சுவர்களில் செடிகள் முளைத்து மண்டிக் கிடந்தன. ஒரு பக்கத்தில் வேண்டுதல் செய்து கொண்டவர்கள் கொண்டுவைத்த மண் குதிரைகளும், யானைகளும் உடைந்து கிடந்தன. இன்னொரு பக்கம் பெரிய கறையான்

புற்றுக்கள் காணப்பட்டன. ஏதோ ஒரு சமயம் கொள்ளிடத்தில் பெருவெள்ளம் வந்தபோது அந்தக் கோயில் இடிந்துபோக, அதற்கு அப்புறம் அதை ஒருவரும் கவனிக்காமல் நாலாபுறமும் காடுமண்டி அது அங்கிருப்பதே தெரியாமல் போயிருக்க வேண்டும்.

இந்தக் கோயிலின் வாசலில் ஒரு சிறு திண்ணை பாதி இடிந்து கிடந்தது. அதன் பக்கத்தில் ஒரு பெரிய நாவல் மரம் கிளம்பி நிழல் தந்துகொண்டிருந்தது. அந்த இடிந்த திண்ணையின் மேல் உட்கார்ந்து மேற்சொன்னவாறு பாடிக்கொண்டிருந்தான் முத்தையன்.

கல்யாணி அடிமேல் அடிவைத்து ஓசைக் கேட்காதபடி நடந்து வந்தாள். முத்தையனுக்குப் பின்புறமாய் வந்து நின்று அவன் தலையில் கட்டியிருந்த முண்டாசின் பின்குச்சைப் பிடித்து இழுத்துவிட்டு நாவல் மரத்துக்குப் பின்னால் மறைந்துகொண்டாள். முத்தையன் திரும்பிப் பார்க்கவில்லை. அவன் தன்னுடைய உதடுகளை மடித்துக்கொண்டு ஏதோ பிடிவாதமான தீர்மானத்துக்கு வருபவன்போல் காணப்பட்டான். அடுத்த தடவை அவள் அம்மாதிரி முண்டாசைப் பிடித்து இழுத்தபோது, முத்தையன் சட்டென்று அவள் கையைப் பிடித்துக்கொண்டான்.

கல்யாணி கலகலவென்று சிரித்தாள். ஆனால் முன்புறமாக வந்து, முத்தையனுடைய முகத்தைப் பார்த்ததும், அவளுடைய சிரிப்பு அப்படியே பாதியில் நின்று போயிற்று.

"கல்யாணி! இது என்ன பைத்தியம்? இங்கு ஏன் வந்தாய்?" என்றான் முத்தையன்.

கல்யாணிக்குத் துக்கம் பொங்கிக்கொண்டு வந்தது.

"ஏன் வந்தேனென்றா கேட்கிறாய்! வேறு எதற்காக வருவேன்? உன்னைத் தேடிக்கொண்டுதான் வந்தேன்!" என்றாள்.

"என்னைத் தேடிக்கொண்டா? ஆச்சரியமாயிருக்கிறதே! எதற்காக இந்த ஏழையைத் தேடி வரவேணும்? தாங்கள் இனிமேல் ரொம்பப் பெரிய மனுஷாள் அல்லவா? எஜமானியின் வீட்டு வாசலில் என்னைப்போல் நூறுபேர் கையைக் கட்டிக்கொண்டு நிற்பார்களே! – அடடா! இத்தனை நேரம் நான் பார்க்கவில்லையே! கழுத்திலே காசுமாலை; காதிலே வைரக் கம்மல். என்ன ஜொலிப்பு! என்ன ஜொலிப்பு! கண் கூசுகிறதே..."

கல்யாணி அந்தத் திண்ணையின்மேல் உட்கார்ந்து தீனமான குரலில், "அத்தான்..!" என்றாள்.

"அத்தானா? – அசட்டு அம்மாஞ்சி என்று வேண்டுமானால் சொல்!" என்றான் முத்தையன்.

“என் மனது ஏற்கெனவே புண்ணாயிருக்கிறது. அதிலே நீ முள்ளை எடுத்துக் குத்துவதுபோல் பேசுகிறாய்” என்று கூறியபோது கல்யாணியின் கண்களில் நீர்த் ததும்பிற்று.

முத்தையன் பதில் ஒன்றும் கூறவில்லை. தரையைப் பார்த்துக்கொண்டு மௌனமாயிருந்தான்.

கல்யாணி தொடர்ந்து கூறினாள்: “என்மேல் குற்றம் இருப்பதுபோல் நீ பேசுகிறாய். நான் செய்த குற்றம் என்ன? உன்னை நானாகத் தேடிக்கொண்டு வந்தது இதுதானா முதல் தடவை? இந்த ஊரைவிட்டு எங்கேயாவது கண்காணாத தேசத்துக்கு இரண்டுபேரும் போய்விடுவோமென்று எத்தனை நாளாக நான் சொல்லிக் கொண்டிருக்கிறேன்? அதற்கு வேண்டிய தைரியம் உனக்கு இல்லாவிட்டால், அதற்கு நானா பொறுப்பாளி? இப்போதுதான் என்ன-? நீ உன் மனத்தைத் திடப்படுத்திக்கொள்ள வேண்டியதுதான். உன்னைவிடப் பெரியது. எனக்கு இந்த உலகத்தில் ஒன்றுமில்லை. நீ கிளம்பத் தயாரா, சொல்லு! ஏன் பேசாமலிருக்கிறாய்?”

முத்தையன் கடுகடுப்பான குரலில், “ரொம்ப பேஷான யோசனைதான். நாம் இரண்டுபேரும் போய்விடலாம். ஆனால் அபிராமியை என்ன பண்ணுவது? அவளைக் கிணற்றில் பிடித்துத் தள்ளிவிட்டுப் போய்விடுவோமா?” என்றான்.

“கிணற்றில் பிடித்துத் தள்ளுவானேன்? காலம் வரும்போது அவளை யாராவது வந்து கட்டிக்கொண்டு போகிறான். அவரவர்கள் தலையெழுத்துப்போல் நடக்கிறது. ஒருவருக்காக இன்னொருவர் ஏன் கஷ்டப்படவேண்டும்!”

“ஆமாம்! ஒருவருக்காக இன்னொருவர் கஷ்டப்படத்தான் வேண்டும். அம்மா செத்துப் போகும்போது, அபிராமிக்குத் தாயும் தகப்பனும் இல்லாத குறை தெரியாதபடி காப்பாற்ற வேணுமென்று சொன்னாள். அவ்விதமே வாக்களித்தேன். அந்த வாக்கை மறக்கமாட்டேன். அபிராமியை விட்டுவிட்டு என்னால் வரமுடியாது. நீ மகராஜியாய்க் கிழவனைக் கல்யாணம் செய்துகொண்டு சௌக்கியமாயிரு!”

கல்யாணியின் கண்களில் தீப்பொறிப் பறந்தது. அவள் எழுந்து நின்று, “இந்த வார்த்தை சத்தியந்தானா?” என்று கேட்டாள்.

“சத்தியந்தான்!”

“அப்படியே ஆகட்டும்; நான் கிழவனையே கல்யாணம் செய்து கொள்கிறேன். உன்னைப் போன்ற கோழையைக் காட்டிலும் தலை

நரைத்த கிழவன் எவ்வளவோ மேல்" என்று சொல்லிவிட்டுக் கல்யாணி விரைந்து நடந்தாள். அளவற்ற ஆத்திரத்தாலும் துக்கத்தினாலும் அவளுடைய கண்களிலிருந்து ஜலம் பெருகி வழிந்தது. அதைக் காட்டிக்கொள்ள விரும்பாததினால்தானோ என்னமோ, அவள் திரும்பியே பார்க்கவில்லை.

முத்தையன் கல்யாணியைப் பின்பற்றி ஐந்தாறு அடி சென்றான். மறுபடி பல்லைக் கடித்துக்கொண்டு திரும்பிவந்து அந்த இடிந்த கோயிலின் திண்ணையில் தொப்பென்று உட்கார்ந்தான்.

மனிதர்களுடைய இதயந்தான் என்ன ஆச்சரியமான இயல்பு உடையது? யாரிடத்திலே நம்முடைய அன்புக்குக்கங்கு கரையில்லையோ, அவர் மேலேதான் நமக்குக் கோபமும் அளவு கடந்து பொங்குகிறது. யாருடைய பெயரைக் கேட்ட மாத்திரத்தில் இதயம் கனிந்து உருகுகிறதோ, அவர் எதிரே வரும்போது வாயானது கடும் மொழிகளைச் சொல்கிறது. யாரைப் பார்க்கவேண்டும், பார்க்கவேண்டும் என்று உடம்பின் ஒவ்வொரு நரம்பும் துடித்துக் கொண்டிருக்கிறதோ, அப்படிப்பட்டவர் வந்த உடனே "ஏன் வந்தாய்?" என்று கேட்பதுபோல் நடந்துகொள்ளச் சொல்கின்றது. யாருடைய பிரிவினால் உயிரே பிரிந்துபோவது போன்ற வேதனை உண்டாகிறதோ, அத்தகையவரை உடனே போகச் செய்யும்படியான வார்த்தைகளையும் சொல்லத் தூண்டுகிறது! மனித இருதயம் உண்மையிலே மிகவும் ஆச்சரியமான இயல்பு உடையதுதான்.

4

விம்மலின் எதிரொலி

முத்தையன் அபிராமியுடனும் துரதிர்ஷ்டத்துடனும் கூடப் பிறந்தவன். அவனுடைய தகப்பனாருக்குப் பூர்வீகம் பூங்குளந்தான். ஆனால் அவர் இங்கிலீஷ் படித்து உத்தியோக வாழ்க்கையில் ஈடுபட்டவர். ரெவினியூ இலாகாவில் தாலுகா ஆபீஸ் குமாஸ்தாவாக ஆரம்பித்து, படிப்படியாக மேல் ஏறி, டிபுடி கலெக்டர் ஆபீஸில் தலைமைக் குமாஸ்தாவாக வேலைப் பார்த்துக்கொண்டிருந்த சமயம், யாரும் எதிர்பாராதபடி அவருக்கு மரணம் சம்பவித்தது. அப்போது முத்தையன் ஹைஸ்கூலில் மூன்றாவது பாரத்தில் படித்துக் கொண்டிருந்தான். அபிராமி ஏழு வயது குழந்தை.

அவர்களுடைய தாயார் தன் கணவன் இறந்ததும் குழந்தைகளை அழைத்துக்கொண்டு பூங்குளத்துக்கு வந்து சேர்ந்தாள்.

பூங்குளத்தில் அவர்களுக்குப் பிதிரார்ஜிதமாகப் பத்து ஏக்கரா நன்செய் நிலம் இருந்தது. ஆகையால் இந்தச் சின்னக் குடும்பம் சாப்பாட்டுக்குத் துணிக்குக் கஷ்டப்படாமல் சௌக்கியமாக வாழ்க்கை நடத்தியிருக்கலாம். ஆனால் முத்தையனுடன் கூடப் பிறந்த துரதிர்ஷ்டம் இங்கேயும் அவர்களை விடவில்லை. அவர்கள் ஊருக்கு வந்த மறு வருஷம் கொள்ளிடத்தில் பெருவெள்ளம் வந்து உடைப்பு எடுத்தது. அந்த உடைப்பினால் பூங்குளத்தின் சுற்றுவட்டத்தில் பலருடைய நிலங்களில் வண்டல் தங்கி அவை மிகவும் செழிப்பாகிவிட்டன. வேறு சிலருடைய நிலங்களில் மணல் அடித்து அவை சாகுபடிக்கு லாயக்கற்றுப் போயின. முத்தையனுடைய நிலங்களுக்கு, பின்சொன்ன கதிதான் நேர்ந்தது. இரண்டு போகம் சாகுபடியாகி, மாவுக்கு இருபது கலம் கண்டு, முதல் ஆகிக்கொண்டிருந்த முதல்தரமான அவனுடைய நிலம் முழுவதும் மண்மேடிட்டுப் போயிற்று!

ஆகவே, அந்தக் குடும்பம் நிராதரவான நிலைமையடைந்தது. ஏற்கெனவே முத்தையனுடைய தகப்பனார் உத்தியோகம் பார்த்த காலத்தில், பூங்குளத்தில் இருந்த அவனுடைய தாயாதிகளுக்கும் மற்றவர்களுக்கும் அவர்மேல் அசூயை இருந்தது. முத்தையன் கொஞ்சம் துடுக்கான சுபாவம் உள்ளவனாயிருந்தபடியால், அவன் பேரிலும் அந்த ஊர்க்காரரர்களுக்கு நல்ல அபிப்பிராயம் இல்லை. எனவே, அவனுக்குக் கஷ்டம் வந்த காலத்தில் யாரும் அவன்மேல் அனுதாபப்படவில்லை. “அவனுடைய திமிருக்கு நன்றாய் வேண்டும்” என்றுதான் நினைத்தார்கள். மேலும், கிராமாந்தரங்களில் யாருக்கு யார் ஒத்தாசை செய்ய முடியும்? அப்போதோ நெல் விலை மளமளவென்று இறங்கிக்கொண்டிருந்த காலம். ஆகவே, அவரவர்கள் காலட்சேபம் நடத்துவதே கஷ்டமாயிருந்தபோது மற்றவர்களுக்கு எப்படி உதவி செய்வது?

சுமார் இரண்டு வருஷ காலம் மணலடித்த பூமியைக் கட்டிக்கொண்டு மாரடித்தான் முத்தையன். அது ஒன்றும் பிரயோஜனப்படாமல் போகவே, மறுபடியும் பள்ளிக்கூடத்தில் சேர்ந்து படித்துப் பாஸ் பண்ணி உத்தியோகம் பார்க்க வேண்டுமென்ற ஆசை அவனுக்கு உண்டாயிற்று. அவனுடைய தாயார் வைத்திருந்த இரண்டொரு நகைகளுக்கு இதனால் சனியன் பிடித்தது. அவற்றை விற்று வந்த பணத்தை எடுத்துக் கொண்டுபோய் ஹைஸ்கூலில் பழையபடி மூன்றவாது பாரத்தில் சேர்ந்தான். வருஷக் கடைசியில் அவனுக்குப் பரீட்சை தேறவில்லை.

இதில் வியப்பும் கிடையாது. வாழ்க்கையில் அடிபட்டு முதிர்ச்சியடைந்த அவனுடைய மனது, கேவலம் பள்ளிக்கூடத்துப் பாடங்களில் கவனம் செலுத்த மறுத்துவிட்டது!

அவ்வருஷம் பள்ளிக்கூடத்தில் படித்தபோது, பெரிய மனுஷர்களின் பிள்ளைகள் சிலருடன் அவனுக்குச் சிநேகம் ஆகியிருந்தது. இதன் பலனாக, அவன் மோட்டார் வண்டி விடுவதற்குக் கற்றுக்கொண்டிருந்தான். பரீட்சை தேறாமற்போகவே அவன் படிப்பை விட்டுவிட்டு ஒரு பெரிய மிராசுதாரரிடம் மோட்டார் டிரைவராக அமர்ந்தான். அந்தக் காலத்தில் மிராசுதாரர்கள் வாங்கிய மோட்டார்களை எப்படிக் கையைவிட்டுக் கழிப்பது என்று கவலைப்பட்டுக் கொண்டிருந்தார்கள். எனவே, அவன் டிரைவராகப் போய் ஆறு மாதத்துக்குமேல் யாரும் வண்டி வைத்துக் கொண்டிருக்கவில்லை. கடைசியாக அவன் டிரைவராக இருந்த பெரிய மனுஷரிடம் பலத்த சண்டை போட்டுக்கொண்டு "இனிமேல் ஒருவரிடமும் சம்பளத்துக்கு டிரைவராயிருப்பதில்லை" என்று சபதம் செய்து கொண்டு, கிராமத்துக்குத் திரும்பினான்.

ஒன்றுக்குப் பின் ஒன்றாக வந்த துன்பங்களால் மனம் இடிந்து போயிருந்த முத்தையனுடைய தாயார், அவன் ஊருக்குத் திரும்பிவந்த சில நாளைக்கெல்லாம் பிள்ளையையும் பெண்ணையும் உலகில் தன்னந்தனியாக விட்டுவிட்டுக் காலஞ் சென்றாள்.

இரண்டாவது தடவை முத்தையன் ஹைஸ்கூலில் சேர்ந்து படிக்கப் போனான் என்று சொன்னோமல்லவா? அதற்கு அவனுக்குத் தூண்டுகோலாயிருந்த மற்றொரு காரணமும் உண்டு, அந்தக் காரணம் கல்யாணிதான்.

கொள்ளிடத்தில் உடைப்பு எடுத்த வருஷத்தில் அவன் ஒருநாள் வண்டி மாட்டுக்கு நல்ல தார்க்குச்சி சம்பாதிப்பதற்காகப் படுகைக் காட்டில் புகுந்து போய்க்கொண்டிருந்தான். அப்போது திடீரென்று, "ஐயோ! ஐயோ!" என்று ஒரு சிறு பெண்ணின் குரல் கேட்கவே, அந்தத் திசையை நோக்கி விரைந்து ஓடினான். முன் அத்தியாயத்தில் நாம் பார்த்த பாழடைந்த கோயிலை அடைந்தான். அங்கே ஆச்சரியத்தையும் திகிலையும் ஒருங்கேயளித்த ஒரு காட்சியைக் கண்டான். நாவல் மரத்தின் கிளைகளில் ஒன்றில் கல்யாணி உட்கார்ந்திருந்தாள். அந்தக் கிளைக்கு நேர் கீழே பாழும் கோயில் மண்டபத்தின் மீது ஒரு பெரிய குரங்கு உட்கார்ந்திருந்தது. அது கல்யாணி இருந்த கிளையின்மேல் தாவுவதற்கு யத்தனம் செய்து கொண்டிருந்தது.

முத்தையன் ஒரு பெரிய அதட்டல் போட்டான். குரங்கு அவனைப் பார்த்து 'உர்' என்று பல்லைக் காட்டி உறுமிவிட்டுக் காட்டில் ஓடி மறைந்தது.

மரக்கிளையின் மேலிருந்த கல்யாணியைப் பார்த்து மிகவும் கடுமையான குரலில் "இங்கே இறங்கி வா" என்றான் முத்தையன்.

கல்யாணி கலகலவென்று ஒரு சிரிப்புச் சிரித்துவிட்டு, சாவதானமாய், நாவல் பழம் பறிக்கத் தொடங்கினாள். அப்போது அவளுக்குப் பதின்மூன்று, பதினாலு வயதுதான் இருக்கும்.

முத்தையன், கோபத்துடன், ரொம்பவும் அதட்டி மிரட்டிய பிறகுதான் கல்யாணி இறங்கி வந்தாள். அவன் அவளுடைய மென்மையான காதைப் பிடித்து இலேசாக நிமிண்டிக் கொண்டே, "இனிமேல் இங்கெல்லாம் வராதே! வராதே!" என்றான்.

"இந்தக் காடு என்ன, உங்கள் பாட்டனார் சொத்தா? இங்கே வராதே என்று சொல்ல நீ யார்?" என்றாள் கல்யாணி.

"அதெல்லாம் சரிப்படாது; இனிமேல் இங்கெல்லாம் வருவதில்லையென்று சொன்னால்தான் விடுவேன்" என்று முத்தையன் கூறி, காதை நிமிண்டிக்கொண்டேயிருந்தான்.

"அடாடா! ஒரு குரங்கினிடமிருந்து தப்பி, இன்னொரு குரங்கினிடம் அல்லவா அகப்பட்டுக் கொண்டேன்?" என்றாள் கல்யாணி.

அவ்வளவுதான்; முத்தையன் குபீரென்று சிரித்துவிட்டான். கல்யாணியும் சேர்ந்து சிரித்தாள். இரண்டு பேருடைய சிரிப்பும் சேர்ந்து அந்த நிசப்தமான காட்டில் எதிரொலி செய்தன!

இதற்கு முன்னால் முத்தையன் கல்யாணியைப் பார்த்தது உண்டு; பேசியதும் உண்டு. ஆனால் இன்று அவளுடைய தோற்றத்திலும், பேச்சிலும் அவன் என்னமோ புதுமையைக் கண்டான். அவனுடைய இருதயத்தைப் பறிகொடுத்தான்.

நாளுக்குநாள் அவர்களுடைய சிநேகம் வளர்ந்து வந்தது. கல்யாணியைக் கல்யாணம் செய்து கொண்டாலன்றி வாழ்க்கையில் தனக்கு நிம்மதியிராது என்பதை அவன் உணர்ந்தான். ஆனால், அவள் சொத்துக்காரி; தானோ ஒன்றுமில்லாதவன். இதையெல்லாம் உத்தேசித்து அவளைக் கல்யாணம் செய்துகொள்ளத் தகுதிபெறும் பொருட்டே அவன் மறுபடியும் படிக்கச் சென்றது.

நன்றாய்ப் படித்துப் பெரிய உத்தியோகத்துக்கு வந்துவிட்டால் கல்யாணியைத் தனக்குக் கொடுக்க மறுக்கமாட்டார்களல்லவா!

ஆனால், அதிர்ஷ்டம் அவன் பக்கத்தில் இருக்கவில்லை. ஐயோ! அந்த நாசமாய்ப்போன இங்கிலீஷ் பரீட்சையில் நாலு மார்க்கு மட்டும் குறைந்து போகாமலிருந்தால்?

கல்யாணி கோபமாய்த் திரும்பிக்கூடப் பார்க்காமல் சென்ற பிறகு, திரும்பி வந்து அந்தக் கோயில் திண்ணையில் உட்கார்ந்த முத்தையனுக்கு அதே இடத்தில் முதன்முதலில், தான் கல்யாணியைச் சந்தித்தபோது நடந்ததெல்லாம் ஞாபகத்துக்கு வந்தது. முகத்தைக் கையால் மறைத்துக்கொண்டு விம்மிவிம்மி அழுதான். அந்த விம்மலுக்கு எதிரொலியைப் போல், காட்டிலே போய்க்கொண்டிருந்த கல்யாணியின் தேம்பும் குரலும் கேட்டது!

5

பல்லி சொல்கிறது!

அபிராமியின் குழந்தை உள்ளமாகிய மகாராஜ்யத்தில் முத்தையன் ஏக சக்ராதிபதியாக அரசு புரிந்துவந்தான்.

பால் மனம் மாறாத ஒரு பெண் குழந்தை, தன்னுடைய தாயார், தகப்பனார், பாட்டன், பாட்டி, மாமன், மாமி, சித்தி, அத்தை முதலிய உறவினர் எல்லாரிடத்தும் செலுத்துவதற்குரிய அவ்வளவு நேசத்தையும் அவள் தன்னுடைய அண்ணன் மீதே செலுத்தி வந்தாள்.

தட்டுத்தடுமாறி நடக்கும் சின்னஞ்சிறு வயதிலே அண்ணன் பள்ளிக்கூடம் போகும்போது இவள் தானும் போவேனென்று அழுவாள். அவன் பள்ளிக்கூடத்திலிருந்து திரும்பி வரும்போது, இவள்தான் வாசல் கதவைத் திறக்க வேணும். வேறு யாராவது திறந்துவிட்டால் அன்று வீடு ரகளைப்பட்டுப் போகும்.

வீட்டில் தனக்குப் பட்சணம் கொடுத்தால், அதைத் தின்னமாட்டாள். பத்திரமாய் வைத்திருந்து, அண்ணன் பள்ளிக்கூடத்திலிருந்து வந்த பிறகு, அவனுக்குக் கொடுத்து விட்டுத்தான் தின்பாள். இராத்திரியில் அவன் கையால் பால் கொடுத்தால்தான் குடிப்பாள்.

அவன் வைதாலும் அடித்தாலுங்கூட அவளுக்குச் சந்தோஷமே. அவள் பொறுக்காத விஷயம் ஒன்றே ஒன்றுதான். முத்தையன் தன்னுடன் 'காய்' விட்டுவிட்டால், அதாவது பேசமாட்டேனென்று

சொன்னால் அதை மட்டும் அவளால் சகிக்க முடியாது! தாங்க முடியாத துக்கம் வந்துவிடும்; அழுது கண் சிவந்து போய்விடும்.

ஏற்கெனவே இவ்வாறு இரத்த பாசத்தினால் பிணைக்கப்பட்ட இந்தக் குழந்தைகள், உலகத்திலே அநாதைகளாக விடப்பட்டதனால், அவர்களுடைய பரஸ்பர வாத்ஸல்யம் ஆயிரம் மடங்கு அதிகமாயிருந்தது.

※

இப்படியாகத் தன்னுடைய குழந்தை இருதயத்தின் அன்பு முழுவதையும் உரிமைகொண்ட அண்ணன் இப்போது கொஞ்சநாளாக ஏதோ ஒரு மாதிரியாயிருந்து வருவதை அபிராமி உணர்ந்தாள். அவனுக்கும் தனக்கும் இடையில் ஏதோ ஒருவிதமான மானஸீகத் தடை ஏற்பட்டு வருவதாக அவளுக்குத் தோன்றிற்று.

அடிக்கடி முத்தையன் சிந்தனையில் ஆழ்ந்துவிடுவான். அபிராமி சொல்வது அவனுடைய காதில் விழாது. "என்ன அண்ணா யோசிக்கிறாய்?" என்று கேட்டால், "உனக்கு ஒன்றும் இல்லை போ!" என்பான். இவள் ஏதாவது விளையாட்டாய்ப் பேசினால், "என்ன விளையாட்டு? சும்மா இரு!" என்பான். சிரித்தால், கூடச் சிரிக்க மாட்டான்.

அபிராமிக்கு உலகம் கொஞ்சம் தெரிய ஆரம்பித்திருந்த சமயம், தங்களுடைய குடும்ப நிலை சரியில்லை, அண்ணனுக்கு உத்தியோகம் கிடைக்கவில்லை என்பது அவளுக்குத் தெரிந்திருந்தது. ஆனால், அதனாலெல்லாம் தன்னிடம் அவன் இப்படி இருக்க வேண்டிய அவசியம் என்ன?

இளம்வயதிலே அவள் காதில் விழுந்த சில வார்த்தைகள் அவளுக்கு ஞாபகம் வந்தன. "இந்தத் துக்கிரி அபிராமி பிறந்தது முதல் குடும்பத்துக்குக் கஷ்ட காலந்தான்." ஒரு வேளை இது உண்மையாயிருக்குமா? அண்ணன்கூட அப்படி நினைக்கிறானோ?

புத்தியிலும் யுக்தியிலும், சாமர்த்தியத்திலும் தன்னுடைய அண்ணனுக்கு நிகர் இந்த உலகத்தில் எங்குமே கிடையாதென்பது அபிராமியின் எண்ணம். ஆகவே, அவனுக்கு உத்தியோகம் கிடைக்காததற்குக் காரணம் தன்னுடைய துரதிர்ஷ்டம் என்ற தீர்மானத்துக்கே அவள் வந்துவிட்டாள்.

ஒருநாள், இதைப்பற்றி முத்தையனிடம் பேசத் தொடங்கினாள். ஐயோ! அதனுடைய விபரீதமான விளைவை இப்போது நினைத்தாலும், அபிராமிக்கு உடம்பு நடுங்கிற்று. "அண்ணா!

முன்னையே எல்லாரும் சொல்லியிருக்கா, நான் பிறந்ததினாலேதானே உனக்கு எல்லாக் கஷ்டமும்? நான்தானே உன் துரதிர்ஷ்டத்துக்கு எல்லாம் காரணம்..?" என்று அவள் சொல்ல ஆரம்பிக்கவும், முத்தையன் தன் சாவிக்கொத்தில் தொங்கிய போனாக்கத்தியைச் சட்டென்று பிரித்துக்கொண்டு "அபிராமி! இதோ பார்! இந்த மாதிரி வார்த்தை இன்னும் ஒரு தடவை சொன்னாயோ, உன்னையும் கொன்றுவிட்டு நானும் செத்துப்போவேன்!" என்றான்.

அதற்குப் பிறகு அபிராமி அந்தப் பேச்சை எடுப்பதில்லை. ஆனாலும் அண்ணன் 'ஒரு மாதிரி'யாயிருப்பது மட்டும் அவளுக்கு அளவிலாத மனவேதனையை அளித்துக்கொண்டிருந்தது. முக்கியமாக இப்போது சில நாளாய் அவனுடன் ஒரு விஷயத்தைப் பற்றிப் பேச அவள் துடிதுடித்துக் கொண்டிருந்தாள். கல்யாணியை முறைப்பிரகாரம் முத்தையனுக்குக் கட்டிக்கொடுத்திருக்க வேண்டுமென்று அவளுக்குத் தெரிந்திருந்தது. ஆகவே, கல்யாணிக்கு வேறு இடத்தில் கல்யாணம் நிச்சயமான செய்தி அபிராமிக்கு அளவில்லாத ஆத்திரத்தை மூட்டிற்று. அதைப்பற்றி முத்தையனிடம் பேசவேண்டுமென்றும், கல்யாணியையும் கல்யாணியின் தாயார் தகப்பனாரையும் அவளைக் கல்யாணம் செய்துகொள்ளப் போகிறவனையும் வாயார, மனமாரத் திட்டவேண்டுமென்றும் அவளுக்கு ஆத்திரமாயிருந்தது. ஆனால், முத்தையன்தான் இப்போதெல்லாம் அருகில் நெருங்கினாலே எரிந்து விழுகிறானே?

முன் அத்தியாயத்தில் சொன்ன சம்பவம் நடந்து இரண்டு நாள் முத்தையன் வீட்டிற்குள்ளேயே உடம்பு சரிப்படவில்லையென்று படுத்துக்கொண்டிருந்தான். மூன்றாம் நாள் காலை எழுந்து வெளியே போய், வெகுநேரம் ஆறு, குளம், வயல் எல்லாம் சுற்றிவிட்டு வீடு திரும்பினான்.

அவன் வீட்டுக்குள் நுழைந்ததும், அபிராமி அவன் எதிரில் வந்து, "அண்ணா! என்னுடைய கையில் என்ன வைத்துக் கொண்டிருக்கிறேன்? சொல், பார்க்கலாம்" என்றாள். அவளுடைய கைகளை முதுகுக்குப் பின்புறத்தில் கோத்துக்கொண்டிருந்தாள்.

"சொன்னால் எனக்கு என்ன தருகிறாய்?" என்றான் முத்தையன்.

"சொன்னால் என் கையில் உள்ளதை உனக்குத் தந்துவிடுகிறேன். சொல்லாவிட்டால், நீ எனக்கு ஒரு கிராம போன் வாங்கித் தரவேணும்; சரிதானா?"

"ரொம்ப சரி!"

"அப்படியானால் சொல்லு, என் கையிலே என்ன இருக்கு?"

“நிச்சயமாகச் சொல்லிவிடுவேன்.’

“சொல்லிவிடேன், பார்க்கலாம்.”

“உன் கையிலே விரல் இருக்கு! – கொண்டா, விரலைத் தனியாய் எடுத்துக் கொடு.”

அபிராமி, கொஞ்சுகின்ற குரலில், “போ அண்ணா! உனக்கு எப்போதும் விளையாட்டுத்தான். எனக்கு ஒரு கிராமபோன் பெட்டி வாங்கித் தரேன், வாங்கித் தரேன் என்று எத்தனை நாளாய் ஏமாற்றிக்கொண்டு வருகிறாய்?” என்று சொல்லி, தன் கையிலிருந்த இரண்டு கடிதங்களையும் அவன் கையில் வைத்துவிட்டுச் சமையலறைக்குள் சென்றாள்.

முத்தையன் ஊஞ்சல் பலகையில் உட்கார்ந்து கடிதங்களில் ஒன்றைப் பிரித்தான். அதன் உறையில் தபால் முத்திரை எதுவும் போட்டிருக்கவில்லை. அதற்குள் ஒரு கல்யாணக் கடிதம் இருந்தது. அதைப் பார்த்ததும் முத்தையனின் முகத்தில் கோபம் பொங்கிற்று. அந்தக் கடிதத்தைத் துண்டுத்துண்டாய் ஆயிரத்தெட்டு சுக்கலாகக் கிழித்துப் போட்டான். பிறகு, இன்னொரு கடிதத்தைப் பிரித்துப் படித்தான். அதைப் படித்தபோது அவனுடைய முகம் மலர்ந்தது.

இச்சமயத்தில் வாசற்புறத்தில் மோட்டார் வண்டிகளின் குழல் ஊதும் சப்தமும், இன்னும் கட்டை வண்டிகள் பூட்டப்படும் சப்தமும் ஆரவாரமாய்க் கேட்கவே, அபிராமி உள்ளேயிருந்து வந்தாள். கூடத்தில் சற்று நின்று, முத்தையன் கல்யாணக் கடிதத்தைச் சுக்கல் சுக்கலாய்க் கிழித்துப் போட்டிருப்பதை வியப்புடன் கவனித்தாள். தலையை ஒரு ஆட்டு ஆட்டிவிட்டு வாசற்புறம் சென்றாள். ஒரு நிமிஷத்துக்கெல்லாம், “அண்ணா! இங்கே ஓடி வாயேன்! வந்து பாரேன்! கல்யாணப் பெண்ணுக்கு மோட்டார் வண்டி வந்திருக்கிறது. எல்லாரும் கல்யாணத்துக்குக் கிளம்புகிறார்கள் போலிருக்கிறது. வாயேன் வந்து பாரேன்!” என்று கத்தினாள்.

அதைக்கேட்ட முத்தையன் பரபரப்புடன் எழுந்துபோய், வாசற்படிக்கு அப்பால் நின்ற அபிராமியைப் பிடித்து இழுத்து உள்ளே தள்ளினான். வாசல் கதவைப் படீரென்று தாழ்ப்பாள் போட்டுவிட்டு அவளைக் கரகரவென்று இழுத்துக்கொண்டு வந்து ஊஞ்சலில் உட்காரவைத்தான். அபிராமி கண்ணைக் கசக்கிக்கொண்டு அழத்தொடங்கினாள்.

“சீ! அசடே! என்னத்திற்காக அழுகிறாய்?” என்றான் முத்தையன்.

"நீதான் வெறுமனே வெறுமனே என்னிடம் கோபித்துக் கொள்கிறாயே? நான் என்ன தப்பு செய்துவிட்டேன்..."

"அடடே, இதற்காகத்தானா? உன் பேரில் எனக்கு ஒரு கோபமும் இல்லை, அபிராமி! நீ வாசலில் போய் நின்றால், அந்தத் தரித்திரங்கள் ஏதாவது நினைத்துக்கொள்ளும். அந்தப் பீடைகளின் முகத்தில் நீ விழிக்க வேண்டாமென்றுதான் அழைத்து வந்தேன்."

அபிராமி கண்ணைத் துடைத்துக்கொண்டு சிரித்த முகத்துடன், "இல்லை அண்ணா, நம்ம கல்யாணி அக்காவுக்குத்தானே கல்யாணம்? பார்த்தால் என்ன என்றுதான்..." என்பதற்குள், முத்தையன் மிகவும் கடுகடுப்புடன் "கல்யாணி, கல்யாணி, கல்யாணி... உனக்கு வேறே பேச்சே கிடையாதா? அது கிடக்கட்டும், அபிராமி! நாம் இந்த ஊரைவிட்டே போகப்போகிறோம், தெரியுமா? எனக்கு வேலை கிடைத்துவிட்டது!" என்றான்.

"வேலையா? என்ன வேலை. அண்ணா! கலெக்டர் வேலையா?"

"கலெக்டர் வேலைக்குத் திருடப்போகணும். நான் கலெக்டர் வேலை பார்ப்பதாயிருந்தால் அப்பா ஏன் செத்துப்போகிறார்? உன்னை நாளைக்குக் கட்டிக்கொள்ள வருகிறவன் கலெக்டர் வேலைப் பார்ப்பான். எனக்குக் கணக்குப்பிள்ளை வேலைதான் கிடைத்திருக்கிறது. திருப்பரங்கோயில் மடத்தில். இதோ பார், உடனே புறப்பட்டு வரும்படி கடிதம் வந்திருக்கிறது" என்று சொல்லிக் கடிதத்தை அபிராமியிடம் கொடுத்தான்.

அபிராமி கடிதத்தைப் படித்துவிட்டு, "எந்தத் திருப்பரங்கோயில் அண்ணா? முன்னே அப்பா இருக்கிறபோது தெப்ப உத்சவத்துக்குப் போனோமே, அதுதானே? ராட்டினத்திலே ஏறிச் சுத்திவிட்டு, மருக்கொழுந்து மிட்டாய் எல்லாம் வாங்கிக்கொண்டு வந்தோமே, அந்த ஊர்தானே?" என்றாள்.

"ஆமாம்! அந்த ஊரேதான். இந்தச் சனியன் பிடித்த பூங்குளத்தைவிட்டு நாம் நாளைக்கே கிளம்பிப் போய்விடலாம். இங்கே திரும்பியே வரவேண்டாம்; இந்த ஊர் முகத்திலேயே விழிக்க வேண்டாம்!" என்றான் முத்தையன்.

'டுக் டுக் டுக்' என்று அப்போது சுவரிலிருந்து பல்லி சப்தித்தது.

"பல்லி சொல்கிறது, அண்ணா! நல்ல சகுனம்" என்றாள் அபிராமி.

உலகத்திலுள்ள ஜீவராசிகள் எல்லாம் தனக்காவே படைக்கப்பட்டன என்று மனிதன் கருதுகிறான். உண்மையில்,

அந்தப் பல்லி அப்போது முத்தையனுடைய வருங்காலத்தை அறிந்து சொல்லிற்று என்று ஒப்புக்கொள்வோமானால், அது அவனைப் பரிகசித்துச் சிரித்தது என்றல்லவா வைத்துக் கொள்ளுதல் பொருந்தும்?

6

இடிந்த கோட்டை

கொள்ளிடத்து 'லயன் கரைச் சாலை' இருபுறத்திலும் செழிப்பான புளியமரங்கள் வானை அளாவி வளர்ந்து, கிளைகள் ஒன்றோடொன்று அடர்த்தியாய்ப் பின்னி, கொட்டாரப் பந்தல் போட்டதுபோல் நிழல் தந்து கொண்டிருந்தன. சாலையின் ஒருபுறத்தில் கண்ணுக்கெட்டிய தூரம் வயல்களும் வாய்க்கால்களுமான மருதநிலக் காட்சி. சில வயல்களில் உழவர்கள் உழுதுகொண்டிருந்தார்கள். சிலவற்றில் நடவு நட்டாகிக் கொண்டிருந்தது. வேறு சில வயல்களில் பயிர் வளர்ந்து பசேலென்றிருந்தது. இடையிடையே குளிர்ந்த தென்னந்தோப்புக்கள். ரமணீயமான அந்தச் சாலையில் உச்சிவேளையில் ஒரு கட்டை வண்டி மெதுவாய்ப் போய்க் கொண்டிருந்தது. அதில் குடும்பத்துக்கு அவசியமான தட்டுமுட்டுச் சாமான்கள் ஏற்றப்பட்டிருந்தன. பின்னால் காலைத் தொங்கப் போட்டுக்கொண்டு அபிராமி உட்கார்ந்திருந்தாள்.

அந்த வேளையில் அந்தக் குளிர்ந்த சாலையில் பிரயாணம் செய்வதே ஒரு ஆனந்தம். அதிலும் குழந்தை உள்ளத்தின் குதூகலத்துக்குக் கேட்கவேண்டுமா? அபிராமி, 'ராதே கிருஷ்ண போல முகஸே' என்ற ஹிந்துஸ்தானிப் பாட்டு மெட்டில், தானே இட்டுக்கட்டிய பாட்டு ஒன்றை வெகுஜோராகப் பாடிக் கொண்டிருந்தாள்.

> **'ஆலிலையின் மேல் துயிலுவான்**
> **ஆழிவண்ணனென் அமுதனே**
> **சாலையோரமே திரிவான்**
> **ஜாடையாகவே – வருவான்'**

அண்ணன், தங்கை இரண்டுபேரும் குழந்தைகளாய்ப் பட்டணத்தில் வளர்ந்த காலத்தில் அவர்களுக்கு பாட்டிலே பிரேமையும் பயிற்சியும் ஏற்பட்டிருந்தன. பின்னால், கிராமத்துக்கு

வந்த பிறகு, அபிராமிக்குச் சங்கீதப் பயிற்சியை விருத்தி செய்துகொள்ளச் சௌகரியம் இல்லையென்றாலும், அங்கே இங்கே கேட்டும், கிராம போன் பிளேட் மூலமும், ஏதாவது புதுசுபுதுசாய்ப் பாட்டுக் கற்றுக்கொண்டுதானிருந்தாள்.

சங்கீதத்தின் சக்திதான் எவ்வளவு அதிசயமானது! குதூகலத்தை அனுபவிப்பதற்கு எப்படிக் கானம் சிறந்த சாதனமாயிருக்கின்றதோ, அதுபோலவே துக்கத்தில் ஆறுதல் பெறுவதற்கும் சங்கீதமே இணையற்ற சாதனமாயிருக்கிறது.

வண்டிக்குக் கொஞ்சதூரத்துக்குப் பின்னால் நடந்து வந்து கொண்டிருந்த முத்தையனும் பாடிக்கொண்டுதானிருந்தான்.

'எண்ணாத எண்ணமெல்லாம் எண்ணி எண்ணி
எட்டாத பேராசை கோட்டை கட்டி'

என்னும் வரிகளை அவனுடைய வாய் பாடிக்கொண்டிருந்தது. அவனது உள்ளத்திலோ ஒன்றின் மேலொன்றாக எத்தனை எத்தனையோ எண்ணங்கள் தோன்றிக் குமுறிக்கொண்டிருந்தன. எந்த ஊரிலே உள்ள ஒவ்வொரு மரமும், செடியும், கொடியும் அவனுடைய உற்ற துணைவர்களைப்போல் அவ்வளவு தூரம் அவனுடைய அன்பைக் கவர்ந்திருந்தனவோ, அந்த ஊரினுடைய மண்ணை உதறிவிட்டு அவன் இப்போது போகிறான். அதை நினைத்தபோது அவனுடைய கண்களில் ஜலம் துளித்தது. ஆனால், ஏதோ ஒரு வேலையென்று ஆகி, இனிமேல் பிற்கால வாழ்க்கையைப் பற்றிக் கவலையில்லாமல் இருக்கலாம் என்பதை எண்ணியபோது, ஒருவாறு ஆறுதல் ஏற்பட்டது. ஆனால், அந்தப் பிற்கால வாழ்க்கையைப் பற்றி அவன் கட்டிய ஆகாயக்கோட்டை எல்லாம் என்ன ஆயிற்று? பொலபொலவென்று உதிர்ந்து மண்ணோடு மண்ணாக அல்லவா போய்விட்டது? கல்யாணியின் வாழ்க்கையும் இவனுடைய வாழ்க்கையும் திட்டமாகப் பிரிக்கப்பட்டுப் போயின அல்லவா? இனிமேல் அவை ஒன்று சேர்வதைப் பற்றி நினைக்க வேண்டியதே இல்லை!

இந்த எண்ணத்தைச் சகிக்க முடியாதவனாய் முத்தையன் விரைந்து நடந்து வண்டியின் முன்புறமாக வந்து வண்டிக்காரனைப் பார்த்து, "சுப்பராயா! நான் கொஞ்சம் வண்டி ஓட்டுகிறேன்; நீ இறங்கி நடந்து வருகிறாயா?" என்றான். வண்டிக்காரன் இறங்கியதும், தான் மூக்கணையில் உட்கார்ந்து மாடுகளை விரட்டு விரட்டென்று விரட்டினான்.

வண்டிக்காரனுக்குத் திகில் உண்டாகிவிட்டது. அந்தச் சாலையோ ஆபத்தான சாலை. இரண்டு பக்கமும் கிடுகிடு பள்ளம்.

ஒருபுறம் நதிப்படுகை; மற்றொருபுறம் வாய்க்கால். மாடு கொஞ்சம் மிரண்டாலும் வண்டிக்கு ஆபத்துதான். இப்படிப்பட்ட நிலையில் இந்த முரட்டுப் பிள்ளையிடம் மூக்கணாங்கயிற்றைக் கொடுத்து விட்டோமே என்று கதிகலங்கினான் வண்டிக்காரன். "ஐயா! ஐயா! நிறுத்துங்க ஐயா! கொஞ்சம் நிறுத்துங்க பிள்ளை! உங்களுக்குப் புண்ணியமாய்ப் போகும்" என்று கூவிக்கொண்டே லொங்கு லொங்கு என்று ஓடிவந்தான்.

ஆனால், வண்டி இப்படி வேகமாக ஓடியதில் அபிராமியின் குதூகலம் அதிகமாயிற்று. பின்னால் சுப்பராயன் குடல் தெறிக்க ஓடிவருவதைப் பார்த்து அவள் கலகலவென்று சிரித்தாள். அப்படிச் சிரித்துக்கொண்டிருக்கும்போதே அவளுக்கு என்ன ஞாபகம் வந்ததோ, என்னமோ, தெரியாது. திடீரென்று அவளுடைய சிரிப்பு பத்துமடங்கு அதிகமாயிற்று, குலுங்க குலுங்க வயிறு வலிக்கும்படி சிரித்தாள். முத்தையன் திரும்பி அவளைப் பார்த்து "ஏ பைத்தியம்! எதற்காகச் சிரிக்கிறாய்?" என்றான்.

"அண்ணா! அண்ணா! சுப்பராயன் தொந்தியைப் பார்த்ததும் எனக்கு ஒன்று ஞாபகம் வந்தது. அதை நினைத்தால் சிரிப்பை அடக்கவே முடியவில்லை" என்றாள் அபிராமி.

"போதும், போதும்! பல்லைச் சுளுக்கிக்கொள்ளப் போகிறது. அது என்னவென்று சொல்லிவிடு" என்றான் முத்தையன்.

"சொல்லிவிடட்டுமா? கல்யாணி அக்காவைக் கல்யாணம் பண்ணிக்கப் போகிறார், பாரு! அவருக்குப் பெரிய தொந்தி போட்டிருக்குமாம். இன்னிக்குத்தானே கல்யாணம், அண்ணா! இத்தனை நேரம் தாலிகட்டியாகிக் கொண்டிருக்கும்" என்றாள்.

அடுத்த நிமிஷத்தில் சம்பவங்கள் வெகு துரிதமாக நடந்தன.

முத்தையனுடைய மனக்காட்சியிலே ஐம்பது வயதுக் கிழவர் ஒருவர் கல்யாணியின் கழுத்தில் தாலியைக் கட்டிக்கொண்டிருந்தார். அக்காட்சி அவனை வெறிகொள்ளச் செய்தது. கையிலிருந்த தார்க்கழியினால் சுளீர் சுளீர் என்று மாடுகளை இரண்டு அடிஅடித்தான். அடுத்த கணத்தில் தாலி கட்டுவதைத் தடுக்க யத்தனித்தவன்போல் மூக்கணையிலிருந்து குதித்தான்.

வண்டிக்கார சுப்பராயன் "ஐயோ! குடியைக் கெடுத்தீங்களே?" என்று ஒரு கூச்சல் போட்டான்.

அபிராமிக்கு வானம் இடிந்து திடீரென்று தன் தலையில் விழுந்துவிட்டதுபோல் தோன்றிற்று.

வண்டி குடை சாய்ந்தது!

7

செல்வப் பெண் கல்யாணி

பூங்குளத்தையடுத்த கொள்ளிடக்கரைக் காட்டில் ஒரு வனதேவதை இருக்கிறதென்று அந்தப் பிரதேசத்திலெல்லாம் ஒரு வதந்தி பரவியிருந்தது.

நதியில் வெள்ளம் சுமாராய்ப் போகும் காலத்தில் ஜில்லா கலெக்டர், எக்ஸிகியூடிவ் என்ஜினியர் முதலிய உத்தியோகஸ்தர்கள் அந்தப் பக்கம் 'காம்ப்' வரும்போது, நதிக்கரையோரமாய்ப் படகில் பிரயாணம் செய்வார்கள். அப்போது அவர்கள் சில சமயம் மேற்படி வனதேவதையைப் பார்த்து வியப்புறுவதுண்டு.

சில வேளைகளில் அந்தத் தேவதை ஜலக்கரையிலே ஓடுகிற தண்ணீரில் கால்களைத் தொங்கவிட்டுக்கொண்டு உட்கார்ந்து கொண்டிருக்கும். படகைக் கண்டதும் எழுந்து நாணற் காட்டிற்குள் ஓடி மறைந்துவிடும். வேறு சில சமயம் அந்தத் தேவதை நாணற் காட்டிற்குள் ஒளிந்த வண்ணம் புன்னகை பூத்த தனது முகத்தை மட்டும் காட்டிக்கொண்டிருக்கும். இன்னும் சில சமயம் தூரத்தில் மரத்தின் மேல் ஏறி உட்கார்ந்து கொண்டு, படகில் போகிறவர்களுக்கு அழகு காட்டும்!

ஆனால், பூங்குளம் கிராமவாசிகளிடம் இந்த வனதேவதையைப் பற்றிக் கேட்டால் மட்டும் அவர்கள் குப்பென்று சிரித்துவிட்டு, "வனதேவதையாவது ஒன்றாவது! நம்ம நடுப்பண்ணை வீட்டுப்பெண் கல்யாணிதான் ஆற்றோரம் திரிந்து கொண்டிருப்பாள்" என்று சொல்வார்கள்.

கல்யாணியின் குழந்தைப் பிராயத்திலேயே அவளுடைய தாயார் இறந்துபோனாள். அதற்குப் பிறகு, அவளுடைய தாயாரின் ஸ்தானத்தில் இருந்து அவளை வளர்த்தது அந்த நதிப் பிரதேசந்தான்.

பகலில் பெரும்பொழுதைக் கல்யாணி நதிக்கரையிலும் நதிக்கரைக் காட்டிலுமே கழிப்பது வழக்கம். உயர்குலத்தைச் சேர்ந்த ஒரு பெண்ணுக்கு இவ்வளவு சுதந்திரம் கிடைத்திருந்தது அந்தப் பிரதேசத்தில் சற்று ஆச்சரியமான விஷயமே, ஆனால் அதற்குத் தக்க காரணம் இருந்தது.

கல்யாணியின் தாயார் இறந்த பிறகு அவளுடைய தகப்பனார் திருச்சிற்றம்பலம் பிள்ளை இரண்டாந்தாரம் கல்யாணம் செய்து கொண்டார். மூத்த மனைவியின் சந்ததி கல்யாணி ஒருத்திதான்; அவள்மேல் அவளுடைய தகப்பனார் உயிரையே வைத்திருந்தார் என்று சொல்லவேண்டும். "இம்மாதிரி, தகப்பனார் பெண்ணுக்குச் செல்லம் கொடுத்து வளர்ப்பதைக் கண்டதுமில்லை, கேட்டதுமில்லை" என்று ஊரார் பேசிக்கொண்டார்கள்.

மூத்த தாரத்தின் பெண்ணை மாற்றாந்தாய் படுத்துவதென்னும் உலக வழக்கம் அந்த வீட்டில் கிடையாது. உண்மையில், நிலைமை அதற்கு நேர்மாறாக இருந்து வந்தது. வீட்டில் கல்யாணி வைத்ததுதான் சட்டம்; அவள் பேச்சுக்கு எதிர்ப்பேச்சு இல்லை. அவளுக்குப் பயந்துதான் அவளுடைய சிறிய தாயார் நடந்துகொள்ள வேண்டும்.

இந்த நிலைமைக்கு முக்கியக் காரணம், திருச்சிற்றம்பலம் பிள்ளை தம் மூத்த மகளிடம் வைத்திருந்த அபிமானமேயாயினும், கல்யாணி சொந்தத்தில் சொத்துடையவளாய் இருந்ததும் ஒரு காரணம் என்பதைச் சொல்லவேண்டும்.

கல்யாணியின் தாயார் கொண்டுவந்த மஞ்சள் காணி ஆறு ஏக்கரா முதல்தர நன்செய் நிலமும், அவளுடைய 5,000 ரூபாய் பெறுமான நகைகளும், கல்யாணிக்குச் சொந்தமாயிருந்தன. வீட்டிலும் சரி, வெளியிலும் சரி, இது அவளுக்குக் கௌரவம் அளித்தது. ஒருவாறு சுதந்திரத்துடன் நடந்து கொள்ளவும் இடங்கொடுத்தது.

திருச்சிற்றம்பலம்பிள்ளை இரண்டாந்தாரம் கல்யாணம் செய்து கொண்டதிலிருந்து பெரிய குடும்பஸ்தர் ஆனார். கிட்டத்தட்ட வருஷத்துக்கு ஒரு குழந்தை வீதம் வீட்டில் ஜனத்தொகை அதிகரித்து வந்தது. அதே சமயத்தில் அவருடைய பொருளாதார நிலைமை நாளுக்குநாள் சுருங்கி வந்தது. நெல் விலையும் நிலத்தின் விலையும் மளமளவென்று இறங்கிவர, கடனும் வட்டியும் அதிவேகமாய் ஏறிவந்தன.

போதாததற்குக் கொள்ளிடத்து உடைப்பில் அவருடைய நிலத்தில் ஒரு பகுதி நாசமாயிற்று. அதைச் சீர்த்திருத்துவதில் கடன் மேலும் வளர்ந்தது. கடைசியில் நிலைமை ரொம்ப நெருக்கடியான போது, கல்யாணியின் தாயார் அவளுக்கு வைத்துவிட்டுப்போன நகைகளை விற்பதைத் தவிர வேறு வழியில்லாமல் போயிற்று.

விற்ற நகைகளுக்குப் பதில் நகை கல்யாணிக்குப் பண்ணிப்போட வேண்டும் என்றுதான் திருச்சிற்றம்பலம் பிள்ளை

எண்ணியிருந்தார். முடிந்தால், செய்துமிருப்பார். ஆனால், மேலும் மேலும் தரித்திரம் அதிகமாகி வருகையில், அந்தந்த வருஷத்து வரிப்பணம் கட்டிக் காலட்சேபம் செய்வதே கஷ்டமாயிருக்கையில், புது நகை எப்படி பண்ணிப் போடுவது?

கடைசியில், கல்யாணிக்குக் கல்யாண வயது வந்தபோது, திருச்சிற்றம்பலம் பிள்ளையின் 'உள்ள நிறைவில் ஒரு கள்ளம் புகுந்தது' என்று சொல்லத்தான் வேண்டியிருக்கிறது. அவளை ரொம்பப் பணக்கார இடத்தில் கல்யாணம் செய்து கொடுத்துவிட வேண்டும். அவளுக்கு அவள் தாயார் வைத்துப்போன மஞ்சள் காணி நிலத்தையும் நகைகளையும் பொருட்படுத்திக் கேட்காத மாப்பிள்ளையாய் இருக்கவேண்டும் என்று அவர் விரும்பினார்.

இந்த நோக்கத்துடனேதான், வாலிபப் பிள்ளைகளுக்குப் பெண் கேட்க வந்த அநேகம் பேரை அவர் தட்டிக் கழித்துக்கொண்டிருந்தார்.

கடைசியாக, தாமரை ஓடைப் பெரிய பண்ணையிலிருந்து மனுஷ்யாள் வந்து பெண் கேட்டபோது, இந்த இடந்தான் நாம் சம்பந்தம் பண்ணவேண்டிய இடம் என்று திருச்சிற்றம்பலம் பிள்ளை உடனே தீர்மானித்துவிட்டார்.

கல்யாணியிடம் அவளுடைய தகப்பனார் அளவிலாத பிரியம் வைத்திருந்தார் அல்லவா?

ஏறக்குறைய ஐம்பது வயதான தாமரை ஓடைப் பண்ணையாருக்கு அவளைக் கல்யாணம் செய்து கொடுக்கத் தீர்மானித்தபோது பெண்ணைக் கொடுத்துத் தாம் சௌக்கியமாய் இருக்கவேண்டுமென்னும் எண்ணம் அவருக்குச் சிஞ்சித்தும் இல்லை. அவ்வளவு பெரிய இடத்தில் வாழ்க்கைப்படுவதில் அவளுக்கு ஏற்படக்கூடிய நன்மைகளைப் பற்றியே அவர் அதிகமாய் எண்ணி, அதிலுள்ள பிரதிகூலத்தை அலட்சியம் செய்தார்.

கல்யாணியின் விவாகம் சம்பந்தமாகக் கேவலம் முத்தையனைப்பற்றி அவர் ஒரு கணமும் சிந்திக்கவில்லை. ஊரிலே சிலர் பிரஸ்தாபித்தார்கள். ஆனால், அவர், அந்தப் பேச்சை ஒரேயடியாய் அடித்துப் போட்டுவிட்டார். "நன்றாயிருக்கிறது! தாமரை ஓடைப் பண்ணைக்கு வாழ்க்கைப்பட்டால், முத்தையனைப் போல் நூறுபேர் 'ஏவல் கூவல் பணி' செய்யக் காத்திருப்பார்களே!"

வயதைப் பற்றி அவர் அவ்வளவாகப் பொருட்படுத்தவில்லை. என்ன பிரமாதம்? தாமே நாற்பது வயதுக்குமேல் இரண்டாந்தாரம் கல்யாணம் செய்துகொள்ளவில்லையா? தமது இரண்டாவது

மனைவியிடத்தில் தாம் உயிருக்குயிராய் இல்லையா? வாலிப வயதுள்ளவர்களுக்கு வாழ்க்கைப் பட்டவர்கள்தான் சுகப்படுகிறார்கள் என்று எந்தச் சட்டத்தில் எழுதி வைத்திருக்கிறது?

இப்படியெல்லாம் அவர் தம்முடைய மனத்தைச் சமாதானப் படுத்திக்கொண்டிருந்தாலும், "கல்யாணி பிடிவாதக்காரப் பெண் ஆயிற்றே! அவள் என்ன சொல்வாளோ?" என்று மட்டும் அவருக்கு திக்குதிக்கென்று அடித்துக்கொண்டிருந்தது. ஏற்பாடுகள் என்னவோ நடந்துகொண்டிருந்தன. கல்யாணிக்கு எல்லாம் தெரிந்துதானே இருக்கும். அப்படி ஆட்சேபிக்கிறதாயிருந்தால் அவளே வந்து சொல்லட்டுமே என்று அவர் முதலிலெல்லாம் சும்மா இருந்தார். அவள் அதைப்பற்றிப் பிரஸ்தாபிக்காமல் இருக்கவே, சமயத்தில் ஏதாவது முரட்டுத்தனம் செய்துவிடப் போகிறாளோ என்ற பயம் உண்டாயிற்று. ஆகவே, கல்யாணத்துக்கு நாலு நாளைக்கு முன்பு அவளைத் தனியாகக் கூப்பிட்டு, விஷயத்தைப் பிரஸ்தாபித்தார். அப்போது கல்யாணி, அவர் சற்றும் எதிர்பாராத உற்சாகத்துடனே, "பூரண சம்மதம், அப்பா! இவ்வளவு பெரிய இடமாகப் பார்த்து நீங்கள் எனக்குக் கல்யாணம் நிச்சயம் செய்கிறபோது எனக்கென்ன குறை வந்திருக்கிறது! நான் நன்றாயிருக்க வேண்டுமென்பதில் உங்களுக்குக் கவலையில்லையா? நீங்கள் பார்த்துச் செய்வதற்கு நான் மறுவார்த்தைச் சொல்வேனா?" என்று கூறவும், திருச்சிற்றம்பலம் பிள்ளை உண்மையில் திடுக்கிட்டே போனார். அச்சமயம் அவருடைய மனச்சாட்சி சற்று உறுத்தியபோதிலும், உடனே அதை மறந்துவிட்டு, கல்யாணத்துக்குரிய ஏற்பாடுகளைப் பலமாக செய்யத் தொடங்கினார்.

அவர் அப்பால் போனவுடனே, கல்யாணி காமரா உள்ளுக்குள்ளே போய்க் கதவைத் தாழ்ப்பாள் போட்டுக்கொண்டு தரையில் புரண்டு விசித்து விசித்து அழுதாள் என்பது அவருக்கு எப்படித் தெரியும்? நேற்று வரையில் அவள், முத்தையனைத் தவிர வேறொருவருக்கு வாழ்க்கைப் படுவதைக் காட்டிலும் கொள்ளிடத்து மடுவில் விழுந்து உயிரைவிடத் தீர்மானித்திருந்தாள் என்பதும், இன்று மத்தியானம் முத்தையனுக்கு முன்னால் செய்துவிட்டு வந்த சபதத்தின் காரணமாகவே அவள் இந்தக் கல்யாணத்துக்குச் சம்மதித்தாள் என்பதும் அவருக்கு என்ன தெரியும்? முத்தையனுடைய ஆத்திரமான மொழிகளால் தானும் ஆத்திரங்கொண்டு கல்யாணத்துக்குச் சம்மதம் கொடுத்துவிட்ட பின்னர், இப்பொழுது அவள் நெஞ்சு பிளந்துவிடும் போன்ற கொடிய வேதனையினால் துடித்துக்கொண்டிருந்தாள் என்பதைத்தான் திருச்சிற்றம்பலம் பிள்ளை எவ்வாறு அறிவார்?

8
மணப்பந்தலில் அமளி

தாமரை ஓடை கிராமத்தில் வீதியை அடைத்துக் கொட்டாரப் பந்தல் போட்டிருந்தது. பந்தல் அலங்காரத்துக்கு மட்டும் குறைந்தது ஆயிரம் ரூபாய் செலவாகியிருக்கும்.

அந்தப் பெரிய பந்தல் இடங்கொள்ளாதபடி ஜனங்கள் நெருக்கிக்கொண்டு உட்கார்ந்திருந்தார்கள். பந்தலுக்கு வெளியே குடியானவர்களும், குடியானவ ஸ்திரீகளும் தெருவை அடைத்துக்கொண்டு நின்றார்கள்.

இரண்டு கோஷ்டி தங்க நாயனமும் இரண்டு கோஷ்டி வெள்ளி நாயனமும் சிலசமயம் தனித்தனியாகவும் சில சமயம் சேர்ந்தும் ஊதிக் காதைத் துளைத்துக்கொண்டிருந்தன. தவுல்காரர்கள் தங்கள் கையில் பலங்கொண்ட மட்டும் அடித்து காது செவிடுபடச் செய்தார்கள். சிலசமயம் பாண்டு வாத்தியங்களும் நடுவில் கிளம்பி அலறின.

பந்தலுக்குள்ளே, சந்தன மழையும் பன்னீர் மழையும் பூமாரியும் மாறிமாறிப் பொழிந்து கொண்டிருந்தன.

புரோகிதர் மந்திரங்களைப் பொழிந்தார்.

திருமாங்கல்ய தாரணம் செய்ய வேண்டிய சமயம் வந்தது.

"ஊது, ஊது" என்று புரோகிதர் கூவினார். உடனே ஏக காலத்தில் நாலு நாயனக்காரர்கள் வாயில் வைத்த வாத்தியத்தை எடுக்காமல் ஊதினார்கள்; நாலு தவுல்காரர்கள் அடிஅடியென்று அடித்தார்கள்.

மாப்பிள்ளை தாலியை எடுத்து மணப்பெண்ணின் கழுத்தில் கட்டினார்.

தாலி கட்டிய அடுத்த நிமிஷத்தில், ஸ்திரீகள் கோஷ்டியிலிருந்து, "ஐயோ! கல்யாணிக்கு என்ன!" என்று ஒரு குரல் எழுந்தது. அப்படிச் சொன்ன ஸ்திரீயின் வாயை இன்னொருத்தி பொத்தி "அசடே! அபசகுனம்போல் என்ன சொல்கிறாய்?" என்றாள்.

ஆனால் வாஸ்தவத்திலேயே கல்யாணிக்கு என்ன?

அவளுடைய கண்ணைக் கொண்டுபோய் அப்படிச் சொருகுகிறதே! ஐயோ! அவளுடைய தலை அப்படிச் சாய்கிறதே!

"கொண்டுபோங்கள்! உள்ளே கொண்டுபோங்கள்!"

நாலு பேராகப் பிடித்து மெதுவாய் அவளை ஓர் அறைக்குள்ளே கொண்டுபோனார்கள். பாயில் படுக்க வைத்தார்கள்.

"கல்யாணிக்கு என்ன?" "கல்யாணிக்கு என்ன?" என்றே கேள்வி எங்கும் பரவியிருந்தது. பந்தலிலும் வீட்டுக்குள்ளும் புருஷர்களிடையிலும் ஸ்திரீகளிடையிலும் இதே கேள்வியைத்தான் கேட்டுக்கொண்டிருந்தார்கள்.

"கிளம்பும்போது சகுனம் சரியாக ஆகவில்லை!" என்றார்கள் சிலர்.

"இந்தப் பெண்தான் உச்சிவேளையிலே கொள்ளிடக்கரை அரசமரத்தடியிலே போய் நிற்குமே! எந்தப் பேயோ, பிசாசோ, என்ன கண்றாவியோ?" என்றார்கள் வேறு சிலர்.

"அதெல்லாம் ஒன்றுமில்லை. இராத்திரியிலிருந்து பெண் சாப்பிடவில்லையாம்! பசி மயக்கம்!" என்றார்கள் சிலர்.

கல்யாணி நினைவற்றுக் கிடந்தாள்.

டாக்டர் வந்து எல்லாரையும் விலகச்சொல்லிக் கொஞ்சம் காற்றோட்டம் உண்டு பண்ணினார்.

"ஒன்றும் அபாயமில்லை" என்று உறுதி சொல்லி, முகத்திலே கொஞ்சம் ஜலம் தெளித்து, மூக்கில் மருந்துப் புட்டியைக் காட்டினார்.

கல்யாணிக்கு ஸ்மரணை வரத்தொடங்கியது. அவளுடைய இதழ்கள் அசைந்தன. அவை ஏதோ முணுமுணுத்தன.

அந்த முணுமுணுப்பு யார் காதிலும் விழவில்லை; விழுந்திருந்தாலும் அவர்களுக்குப் புரிந்திராது.

ஆமாம்; கல்யாணியின் இதழ்கள் முணுமுணுத்த வார்த்தைகள் இவைதான்; "வண்டி குடை சாய்ந்துவிட்டது! வண்டி குடை சாய்ந்துவிட்டது! வண்டி குடை சாய்ந்துவிட்டது!"

9

வெயிலும் மழையும்

சென்ற அத்தியாயங்களில் கூறிய சம்பவங்கள் நடந்து இரண்டு வருஷங்கள் ஆகிவிட்டன.

அபிராமி இப்போது இன்னும் ஒரு நாலு விரற்கடை உயரமாகியிருக்கிறாள். அத்துடன், நெற்றியிலே ஒரு வடு, வண்டி குடைசாய்ந்த ஞாபகார்த்தமாக இலேசாய்த் தெரிகின்றது. மற்றபடி அதே குழந்தை முகம்தான்; கண்களில் அதே குறுகுறுப்புத்தான்.

திருப்பரங்கோயில் கிராமத்து வீதி ஒன்றில், ஒரு பழைய ஓட்டுவீட்டின் கொல்லைப்புறத்துக் கிணற்றங்கரையில் அவளை இப்போது நாம் பார்க்கிறோம். கிணற்றைச் சுற்றி ஒரு வரிசை கமுகு மரங்களும் அவற்றுக்கப்பால் சில தென்னைமரங்களும் வளர்ந்து அந்த இடத்தைக் குளரிச்சியாகச் செய்துகொண்டிருக்கின்றன. சூரிய கிரணம் ஒவ்வொன்று அங்கங்கே எட்டிப் பார்க்கின்றது. சில நாரத்தை மரங்களும் இருக்கின்றன. செழித்து வளர்ந்த ஒரு பம்பளிமாஸ் மரத்தில் பெரிய பெரிய பம்பளிமாஸ் பழங்கள் தொங்குகின்றன. கிணற்றில் ஏற்றம் போட்டு இருக்கிறது. கிணற்றின் கைப்பிடிச் சுவரிலே அபிராமி உட்கார்ந்திருக்கிறாள். அவளுடைய வாய் ஏதோ முணுமுணுத்துக் கொண்டிருப்பதையும், தலை அசைவதையும் பார்த்தால், ஏதோ பாட்டு ‘கவனம்’ செய்யும் முயற்சியில் இருக்கின்றாள் என்று ஊகிக்கலாம்.

கமுகு மரத்தில் எங்கேயோ ஒளிந்துகொண்டிருக்கும் குயில் ஒன்று விட்டுவிட்டுப் பாடுகிறது. இடையிடையே அபிராமி நிமிர்ந்து பார்க்கிறாள். குயில் இருக்கும் இடம் தெரியவில்லை.

‘சட சட சட சட’வென்ற சப்தத்துடன் திடீரென்று பெருந்தூறல்கள் விழுகின்றன. “அடாடா! முற்றத்தில் அப்பளம் காய்கிறதே?” என்று கூவிக்கொண்டு, அபிராமி எழுந்து உள்ளே ஓடுகிறாள். முற்றத்தில் உலர்த்தியிருந்த அப்பளங்களை அவசர அவசரமாக எடுத்துக்கொண்டுபோய்க் கூடத்தில் இருந்த கிராமபோன் பெட்டிக்கு அருகில் வைக்கிறாள். எல்லா அப்பளங்களையும் எடுத்து வைத்தாளோ இல்லையோ உடனே தூறல் நின்று பளீரென்று வெயில் காய்கிறது. அபிராமி தனக்குள் சிரித்துக்கொண்டு. “அட நாசமாய்ப் போகிற வெயிலே!” என்று உரத்து வைகிறாள்.

அப்போது "அது யார் நாசமாய்ப் போகிற பயல்!" என்று சொல்லிக்கொண்டே முத்தையன் உள்ளே வந்தான். அபிராமி அவனைப் பார்த்து மறுபடியும் சிரித்துவிட்டு, "பயல் இல்லை, அண்ணா! வெயில் – வெயிலை வைதேன்!" என்று கூறினாள். அவனுடைய கையைப் பிடித்து இழுத்துக் கொண்டுபோய்க் கூடத்தில் கிராமபோனுக்குப் பக்கத்தில் கிடந்த பலகையில் உட்காரவைத்து, "அண்ணா இந்தப் பாட்டைக் கேளு!" என்று சொல்லிப் பாடத்தொடங்கினாள்.

அவள் பாடி முடித்ததும், முத்தையன், "அடாடா! நேற்றுத்தானே பிலஹரி பிளேட் வாங்கி வந்தேன். அதற்குள்ளே அந்த மெட்டை அவ்வளவு நன்றாய்ப் படம் பிடித்ததுபோல் பாடுகிறாயே? 'கவனம்' கூடத்தான் எவ்வளவு நன்றாயிருக்கிறது! நம்முடைய வீட்டுக் கொல்லை இவ்வளவு அழகாயிருப்பது எனக்கு இதுவரையில் தெரியாது. நான் சொல்கிறேன், கேள், அபிராமி! ஒரு நாளைக்கு நான் நாடகத்தில் சேர்ந்துவிடப் போகிறேன். அப்போது நீயே எனக்கு எல்லாப் பாட்டுக்களும் இட்டுக் கட்டித் தரலாம்..." என்றான்.

அபிராமி வெட்கத்துடன் முகத்தைத் கையினால் மறைத்துக் கொண்டு "போ, அண்ணா!" என்றாள்.

"என்னைப் 'போ' 'போ' என்று சொல்லிக்கொண்டிருந்தாயோ, ஒரு நாளைக்கு நான் போயே போய்விடுவேன். அப்புறம் திரும்பி வரவே மாட்டேன்" என்றான் முத்தையன்.

என்ன ஆச்சர்யம்! அபிராமியின் கண் முனைகளில் அந்த நீர்த்துளிகள் அதற்குள் எங்கிருந்துதான் வந்தனவோ?

மேலாடையினால் அவள் கண்ணைத் துடைத்துக்கொண்டு "ஆமாம்; என்னால் உனக்குக் கஷ்டந்தான். நானொருத்தி இல்லாவிட்டால்..." என்பதற்குள் முத்தையன், "சரி, சரி, பல்லவி பாடியதே போதும்; அநுபல்லவி, சரணம் எல்லாம் இப்போது வேண்டாம்" என்று கூறிவிட்டு எழுந்தான்.

பிறகு, "வேலை தலைக்குமேல் கிடக்கிறது. சீக்கிரம் போகவேண்டும். சமையல் ஆகிவிட்டதா? அல்லது பாட்டு இட்டுக் கட்டிக்கொண்டே உட்கார்ந்திருந்து விட்டாயா?" என்று கேட்டான்.

"இலை போட்டுத் தயாராய் வைத்திக்கிறேன்" என்றாள் அபிராமி.

முத்தையன் சமையலறைக்குச் சென்று இலையில் உட்கார்ந்து சாப்பிடத் தொடங்கினான்.

“நிஜமாகவே என்னை விட்டுவிட்டுப் போய்விடுவாயா அண்ணா!” என்று அபிராமி கேட்டாள்.

முத்தையன் சிரித்தான். ஆனால் அந்தச் சிரிப்பிலே சந்தோஷமில்லை. இருதயத்தைப் பாதிக்கும் துக்கம் இருந்தது.

“அபிராமி! உன்னை விட்டுவிட்டுப் போகிறவனாயிருந்தால் இரண்டு வருஷத்துக்கு முன்பே போயிருப்பேன்” என்றான்.

கொஞ்சநேரம் கழித்து அபிராமி சொன்னாள்: “ஒரு சமாசாரம் அண்ணா! அந்தக் கார்வார் பிள்ளையை இங்கே அழைத்துக்கொண்டு வராதே! அவன் மூஞ்சியைக் கண்டாலே எனக்குப் பிடிக்கவில்லை. நீ அந்தண்டை போகும் சமயம் அவன் என்னைப் பார்த்து வெறிக்க வெறிக்க முழிக்கிறான்...”

முத்தையன் நிமிர்ந்து பார்த்து, “என்ன சொல்கிறாய்? நிஜமாகவா?” என்று கேட்டான்.

“ஆமாம். நேற்றைக்கு நீ இல்லாதபோது அவன் இங்கே வந்து கதவை இடித்தான். நான் ஜன்னல் வழியாகப் பார்த்து, ‘அண்ணன் இல்லை’ என்றேன். ‘அண்ணன் இல்லாவிட்டால் கதவைத் திறக்கக்கூடாதா?’ என்று சொல்லிவிட்டுப் போனான். அவனுடைய நடவடிக்கை ஒன்றும் எனக்குக் கட்டோடே பிடிக்கவில்லை.”

அபிராமியின் முகத்தையே பார்த்துக்கொண்டிருந்த முத்தையன் திடீரென்று கலகலவென்னச் சிரிக்கத் தொடங்கினான். அபிராமியின் கண்கள் மறுபடியும் ‘இதோ ஜலத்தைப் பெருக்கிவிடுவோம்’ என்று எச்சரிக்கை செய்தன.

முத்தையன் சிரித்துக்கொண்டே “ரொம்ப சரி, பேஷான யோசனை! அபிராமி, நான் சொல்வதைக் கேள். அந்தக் கார்வார் பிள்ளை அப்படியா பண்ணுகிறான்? பேசாமலிரு, அவனுக்கு உன்னைக் கட்டிக்கொடுத்து விடுகிறேன். அதுதான் அவனுக்குச் சரியான தண்டனை!” என்றான்.

இதைக்கேட்ட அபிராமி, அவன் சற்றும் எதிர்பாராத வண்ணம், தேம்பித்தேம்பி அழத்தொடங்கினாள். முத்தைனுக்கோ கோபம் அசாத்தியமாய் வந்தது. “சீச்சீ! வரவர நீ மகா அழுமூஞ்சியாய்ப் போய்விட்டாய்! என்ன சொன்னாலும் அழுகைதானா? நான் தொலைந்து போகிறேன்...” என்று சொல்லிவிட்டுப் பாதி சாப்பாடு அப்படியே இலையில் இருக்க, எழுந்து போனான்.

10

கார்வார் பிள்ளை

திருப்பரங்கோயில் மடம் மிகவும் புராதனமானது; மிக்கச் செல்வாக்குள்ளது. மடத்துக்குச் சொந்தமாக ஆயிரம் வேலி நிலமும், மடத்தின் ஆதீனத்தின் கீழ் உள்ள கோயில்களுக்கு ஏழாயிரம், எட்டாயிரம் வேலி நிலமும் இருந்தன.

இப்போதுள்ள பண்டார சந்நிதிக்கு முந்தி இருந்தவரைப் பற்றிப் பலவிதமான வதந்தி உண்டு. ஆனால், இப்போது அப்பதவியை வகித்தவர் ஒழுக்கத்திலும் கல்வியிலும் சிறந்து விளங்கினார். மடத்தின் நிர்வாகத்திலுள்ள ஊழல்களையெல்லாம் போக்கவும், மடத்தின் சொத்துக்களைச் சமய வளர்ச்சி, கல்வி வளர்ச்சிக்காகப் பயன்படுத்தவும் பெருமுயற்சி செய்து கொண்டிருந்தார்.

இந்த முயற்சிகளையெல்லாம் அதிகம் பயன்படாதபடி செய்துகொண்டிருந்த புண்ணியவான் ஒருவர் அந்த மடத்தில் இருந்தார். அவர்தான் கார்வார் பிள்ளை. முன்னிருந்த சந்நிதானத்தின் காலத்திலே இந்த மனுஷர் வைத்ததே எல்லா விஷயங்களிலும் சட்டமாயிருந்தது. இப்போதுங்கூட அவருடைய அதிகாரம்தான் அதிகமாய்ச் சென்றுகொண்டிருந்தது. மடத்தின் ஏராளமான சொத்துக்கள் ஒரு தாலுகா பூராவிலும் பரவியிருந்த படியால் ஏதாவது கோர்ட் விவகாரங்கள் நடந்துகொண்டேயிருக்கும். கார்வார் பிள்ளைக்கு அந்த விவகாரங்களில் நுட்பங்கள் எல்லாம் தெரியும், அவர் இல்லையென்றால். மடத்தின் நிர்வாகம் உடனே பலவிதச் சிக்கல்களுக்கு உள்ளாக. நேரிடும். ஆதலால், அவர்மேல் அநேக புகார்கள் அவ்வப்போது வந்தபோதிலும், பண்டார சந்நிதி அவரைப் போகச் சொல்லமுடியாத நிலைமையில் இருந்தார்.

அப்பேர்ப்பட்ட திருப்பரங்கோயில் மடத்தில் சர்வாதிகாரம் நடத்திய மகா-ள-ள ஸ்ரீ கார்வார் பிள்ளையை இதோ பார்த்துக் கொள்ளுங்கள். காதில் வைரக்கடுக்கன், கன்னத்திலே புகையிலைக் குதப்பல், கழுத்திலே சரிகைத் துப்பட்டா, இடுப்பில் சொருகிய மணிபர்ஸ், நெற்றியில் சவ்வாதுப் பொட்டு, கைவிரல்கள் எல்லாவற்றிலும் வரை மோதிரம், அப்புறம் தங்கச்சங்கிலி கோத்த ரிஸ்ட் வாட்ச், இத்தகைய அலங்காரத்துடன் இதோ இளந்தொந்தி

விழுந்து தலையில் இளநரை கண்டு விளங்குகிறவர்தான் கார்வார் பிள்ளை. பார்த்தால் சாது மனுஷராய், அப்பாவியாய்த் தோன்றுகிறார் அல்லவா? ஆனால், எந்தப் புற்றிலே எந்தப் பாம்பு இருக்குமோ, நமக்கென்ன தெரியும் பார்த்துக்கொண்டே இருங்கள்.

“முத்தையா! இங்கே வா!” என்று கார்வார் பிள்ளை கூப்பிட்டதும், கொஞ்சதூரத்தில் கீழே மேஜைப் பெட்டியின் முன்னால் உட்கார்ந்து எழுதிக்கொண்டிருந்த முத்தையன் எழுந்து வந்து பணிவுடன் நின்றான்.

“வேலம்பாடிக் கிராமத்திலிருந்து பகுதிப் பணம் வரவில்லை. நீ உடனே போய்க் காரியஸ்தனைப் பிடித்து எத்தனை நேரமானாலும் இருந்து வாங்கிக்கொண்டு வா! வெறுங்கையுடன் வரக்கூடாது!” என்றார்.

முத்தையன் தயக்கத்துடன், ‘பத்து நாள் கணக்கு எழுத வேண்டியது பாக்கியிருக்கிறது. வேறு யாரையாவது...’ என்பதற்குள், “எல்லாம் நாளைக்கு எழுதலாம், போ! சும்மா மேஜைப் பெட்டியின் முன்னால் உட்கார்ந்து தூங்கிக்கொண்டிருந்தால் எப்படி எழுதியாகும்?” என்று எரிந்து விழுந்தார் கார்வார் பிள்ளை.

முத்தையன் மேஜைப் பெட்டியில் கணக்குகளை எடுத்து வைத்துவிட்டுக் கிளம்பினான். ஊரின் ஒரு கோடிக்கு வந்ததும் மத்தியானம் சாப்பிடும்போது அபிராமி தேம்பித்தேம்பி அழுதுகொண்டு நின்ற தோற்றம் அவன் மனக்கண்ணின் முன்பு வந்தது. அவனுடைய நடையின் வேகம் வரவரக் குறைந்து, கடைசியில் சற்றுத் தயங்கி நின்றான். பிறகு வீட்டுக்குப்போய் அபிராமிக்கு ஆறுதல் வார்த்தைச் சொல்லிவிட்டு, தான் அன்று மாலை திரும்பிவர நேரமாகும் என்று தெரிவித்துவிட்டுப் போவதுதான் சரி என்று நினைத்தான். அவ்வாறே தீர்மானித்துத் தன்னுடைய வீடு இருந்த வீதியை நோக்கிச் சென்றான்.

சற்று நேரத்துக்கெல்லாம், வீட்டின் வாசலை அடைந்தான். அச்சமயம், உள்ளே, “ஐயோ! ஐயோ!” என்று அபிராமியின் தீனமான குரல் கேட்கவே, அவனுடைய உடம்பெல்லாம் மயிர்க் கூச்செறிந்தது. ஓடிப்போய் கதவைத் திறக்க முயன்றான். கதவு தாழிட்டிருந்தது. ஜன்னலண்டை சென்று பார்த்தான். உள்ளே, கூடத்தில் அவனுடைய கண் விழிகள் தெரித்து விழுமாறு செய்த பயங்கர காட்சி ஒன்று தென்பட்டது. கார்வார் பிள்ளை அபிராமியினுடைய மேலாடையின் தலைப்பைக் கையில் பிடித்துக் கொண்டிருக்கிறார். அபிராமி, “ஐயோ! ஐயோ!” என்று பரபரப்புடன்

அவரிடமிருந்து ஓட முயல்கிறாள். அப்போது முத்தையனுக்கு உடம்பு நடுங்கிற்று. அவனுடைய தேகத்தில் இருந்த இரத்தத்தில் ஒவ்வொரு துளியும் கொதித்தது. அடுத்த நிமிஷம் அவன் வீட்டு வாசலில் போட்டிருந்த பந்தல் காலைப் பிடித்துக்கொண்டு கூரையின்மேல் ஏறினான். இரண்டே பாய்ச்சலில் தாவிச் சென்று வீட்டின் முற்றத்தில் குதித்தான்.

அவனுடைய உடம்பில் அப்போது ஆயிரம் யானைகளின் பலம் உண்டானது போலிருந்தது. ஒரே தாவலில் கார்வார் பிள்ளையண்டை சென்று அவர் கழுத்தைப் பிடித்து ஒரு தள்ளுத் தள்ளினான். பிள்ளை சுவரில் மோதிக்கொண்டு கீழே விழுந்தார். அவருடைய தலையைச் சுவரில் இன்னும் நாலு மோது மோதினான். பிறகு காலைப் பிடித்துக் கரகரவென்று இழுத்துக்கொண்டு வந்து வாசற்படிக்கு வெளியே தள்ளினான்.

அபிராமி கூடத்துத் தூண் ஒன்றைப் பிடித்துக்கொண்டு நின்றாள். அவளுடைய உடம்பு இன்னும் நடுநடுங்கிக்கொண்டிருந்தது.

முத்தையன் அவளை ஏறிட்டுப் பார்க்கவும் முடியாதவனாய், தாழ்வாரத்தில் முன்னும் பின்னுமாய் நடந்துகொண்டிருந்தான்.

அபிராமி தேம்பிக்கொண்டே, "அண்ணா! பூங்குளத்துக்கே நாம் திரும்பிப் போய்விடலாம். இங்கே இருக்கவேண்டாம்" என்றாள்.

முத்தையன் ஒரு நிமிஷம் நின்று யோசித்துவிட்டு, "கதவைத் தாழ்ப்பாள் போட்டுக்கொண்டு கொஞ்சநேரம் ஜாக்கிரதையாயிரு, அபிராமி! அந்தப் பாவியை இப்படியே விட்டுவிட்டுப் போகக்கூடாது. இன்னும் எத்தனை பேருடைய குடியைக் கெடுப்பானோ, யார் கண்டது? நான் போய் சந்நிதானத்தில் சொல்லி முறையிடப் போகிறேன். இந்த அநியாயத்துக்கு ஏதாவது பரிகாரம் உண்டா, இல்லையாவென்று பார்த்துவிடுகிறேன்" என்று சொல்லிவிட்டு வாசலை நோக்கி நடந்தான்.

அபிராமி ஓடிவந்து அவனைக் கட்டிக்கொண்டு "அண்ணா! என்னைத் தனியாக விட்டுவிட்டுப் போகாதே!" என்றாள்.

முத்தையன் "இந்த ஒரு தடவை மட்டும் போய்வருகிறேன்; தடை சொல்லாதே. அப்புறம் உன்னைவிட்டுப் பிரிகிறதேயில்லை; நாளைக்கே பூங்குளத்துக்குப் போய்விடுவோம்" என்றான்.

பிறகு, அவளிடமிருந்து விடுவித்துக்கொண்டு, அன்புடன் அவளுடைய முதுகில் தட்டிக்கொடுத்து, "சற்றுநேரம் பல்லைக்

கடித்துக்கொண்டிரு, அபிராமி! இதோ ஒரு நிமிஷத்தில் திரும்பி வந்துவிடுகிறேன்" என்று சொல்லிவிட்டு வெளியே சென்றான்.

அபிராமி! துர்பாக்ய அபிராமி! உன் அண்ணன் ஒரு நிமிஷத்தில் திரும்பி வருவான் என்று எண்ணிக்கொண்டு இராதே! அவன் திரும்பி வரவே மாட்டான்! இனிமேல் பகவான்தான் உனக்குத் துணை!

11

போலீஸ் ஸ்டேஷன்

தெரு வாசற்படியில் தள்ளப்பெற்ற கார்வார் பிள்ளை மெதுவாகத் தள்ளாடிக்கொண்டு எழுந்திருந்தார். மேல் வேஷ்டியை எடுத்துத் தூசியைத் தட்டிப் போட்டுக்கொண்டார். அக்கம் பக்கத்தில் யாரும் இல்லையென்பதைக் கவனித்துக்கொண்டு, அவசரமாய்க் கிளம்பி நடந்தார்.

கார்வார் பிள்ளையின் வாழ்க்கையில் இம்மாதிரி சம்பவங்கள் சாதாரணமானவை. பல தடவைகளில் அவர் ஏழை எளியவர்களின் வீடுகளிலே இதைவிட அதிகமான தொந்தரவுக்கு ஆளாகியிருக்கிறார். அதையெல்லாம் அவர் லட்சியம் செய்வது கிடையாது. இது விஷயத்தில் அவர் தாமரை இலைத் தண்ணீர்போல் வாழ்க்கை நடத்தினார் என்றே சொல்லலாம்.

ஆனாலும் இன்று நடந்த சம்பவத்தை அவர் அவ்வாறு உதறித் தள்ளிவிட முடியவில்லை. இந்த முத்தையன், மடத்தில் தம் கீழே வேலையில் இருப்பவன். இனிமேல் அவனிடம் எப்படி வேலை வாங்க முடியும்? அவனிடம் தலை நிமிர்ந்து, பேசுவதுதான் எவ்விதம் சாத்தியம்?

எப்படியோ சமாளித்துக் கொள்கிறோமென்றாலும் அந்தப் பையன் வாயை மூடிக்கொண்டு சும்மா இருப்பானா? சந்நிதானத்திடம் போய் இல்லாததையும் பொல்லாததையும் சொல்லி வைத்தால் என்ன செய்கிறது? ஏற்கெனவே, தம் பேரில் புகார்களுக்குக் குறைவில்லை.

வீதியில் போய்க்கொண்டிருக்கும்போதே கார்வார் பிள்ளை இதையெல்லாம் பற்றிச் சாங்கோபாங்கமாக ஆலோசனை செய்து கடைசியில் ஒரு முடிவுக்கு வந்தார். அதன் பலனாக, அவர் நேரே

மடத்தின் காரியாலத்துக்குப் போகாமல் போலீஸ் ஸ்டேஷனுக்குப் போனார்.

போலீஸ் ஸ்டேஷனில், ஸப் இன்ஸ்பெக்டர் ஸர்வோத்தம சாஸ்திரி அப்போதுதான் 'டிரஸ்' பண்ணிக்கொண்டு வெளியே வந்தவர், கார்வார் பிள்ளையைப் பார்த்ததும், "வாரும், சங்குப் பிள்ளை! நீர் வருகிறீர் என்று கால்மணி நேரத்துக்கு முன்பே எனக்குத் தெரிந்துபோச்சு, 'யானை வரும் பின்னே மணியோசை வரும் முன்னே' என்பதை 'சங்குப்பிள்ளை வருவார் பின்னே, சவ்வாது வாசனை வரும் முன்னே' என்று மாற்றிவிட வேண்டியதுதான், - ஆனால் என்ன ஒரு மாதிரியாயிருக்கிறீர்? நெற்றியிலே என்ன அவ்வளவு பெரிய வீக்கம்? விஷயம் என்ன?" என்று கேட்டார்.

"ஸார்! அசந்தர்ப்பமாய் ஒரு காரியம் நடந்துபோச்சு. நீங்கள் பார்த்து உடனே நடவடிக்கை எடுக்காவிட்டால், அப்புறம் இந்த ஊரிலே யாரும் இருக்க யோக்யதையில்லை. மடத்தை மூடிக்கொண்டு நாங்கள் எல்லாம் கிளம்பிவிட வேண்டியதுதான்" என்றார் கார்வார் பிள்ளை.

"சங்குப் பிள்ளை! அப்படி ஏதாவது நடந்துவிட்டால், இந்த ஊர் செய்த பாக்கியந்தான். ஆனால் அது நடக்காது என்று எனக்குத் தெரியும், என்ன சமாசாரம், சீக்கிரம் சொல்லும். கலெக்டர் துரை வருகிறாராம் சேந்தனூருக்கு. நான் போகவேண்டும், அவசரம்!" என்றார்.

"நல்ல வேளையாகப் போச்சு, நான் உடனே கிளம்பி வந்தது. பாருங்கள்; மடத்திலே ஒரு தறிதலைப் பயல் – யாரோ சிபார்சு பண்ணினார்களென்று வேலைக்கு வைத்தோம். முத்தையன் என்று பெயர். அந்தப் பையன் நாளடைவிலே மடத்துப் பணத்தைக் கையாடி வந்தான் என்று தெரிந்தது. இன்றைக்கு மத்தியானம் பெட்டியில் ஐம்பது ரூபாய் பணம் குறைந்தது. பையனை விசாரிக்கலாமென்று பார்த்தால் ஆளைக் காணவில்லை. உடனே புறப்பட்டு அவன் குடியிருக்கிற வீட்டுக்குப் போனேன். அங்கே பாருங்கள், இந்தத் தடிப்பயல், அவன் தங்கச்சிகிட்ட ரூபாய் நோட்டைக் கொடுத்துக்கொண்டிருந்தான். கையும் மெய்யுமாய்ப் பிடித்துக்கொண்டு வந்து போலீஸில் ஒப்புவிப்பதற்காக அவனைப் பிடித்தேன். அந்தத் தடிப்பயல் என்னைப் பிடித்துத் தள்ளிச் சுவரிலே வச்சு மோதிவிட்டான், ஸார்ன்னா! கொஞ்சம் நான் உஷாராய் இல்லாமற்போனால், மென்னியைப் பிடித்துக் கொன்றிருந்தாலும் கொன்றிருப்பான். நீங்கள் உடனே அவனை அரெஸ்ட் பண்ணியாக வேணும்."

அப்போது ஸப்-இன்ஸ்பெக்டர், "அந்தக் கதையெல்லாம் வேண்டாம், ஐயா! நீர் சொல்கிறதற்கெல்லாம் சாட்சி உண்டா சொல்லும்" என்றார்.

"பேஷாய் உண்டு. உங்களுக்கு யார் எப்படி சாட்சி சொல்ல வேணுமோ, அப்படிச் சொல்லச் செய்கிறேன்."

"பொய்ச் சாட்சி தயார் பண்ணுகிறீரா?"

"சிவ சிவா! ஆண்டவனே; பொய் சாட்சியா? கண்ணாலே பார்த்தவாளைக் கொண்டு சாட்சி சொல்லச் சொல்கிறேன்; அப்புறம் என்ன உங்களுக்கு?"

ஸப்- இன்ஸ்பெக்டர், ஹெட் கான்ஸ்டபிளைக் கூப்பிட்டு, "நாயுடு, இந்தச் சங்குப் பிள்ளையிடம் வாக்குமூலம் வாங்கிக்கொண்டு அவர் சொல்கிற பையனை அரஸ்ட் செய்து கொண்டு 'லாக்-அப்'பில் வையும், நான் வந்து மற்ற விஷயம் விசாரித்துக்கொள்கிறேன்" என்று கூறிவிட்டு, மோட்டார் சைக்கிளில் ஏறிச் சென்றார்.

முத்தையன் வீதியோடு மடத்தை நோக்கி வந்து கொண்டிருந்தான். அவன் உள்ளத்தில் ஒருபுறம் கொதிப்பும், மற்றொருபுறம் வருங்காலத்தைப் பற்றிய ஏக்கமும் குடிகொண்டிருந்தன. "பண்டார சந்நிதியை உடனே பார்க்க முடியுமா, பார்த்தாலும் தான் சொல்வதில் அவருக்கு நம்பிக்கை உண்டாகுமா, நியாயம் பிறக்குமா" என்று பலவித எண்ணங்கள் தோன்றி மறைந்தன. அப்போது எதிரே கொஞ்சதூரத்தில் இரண்டு போலீஸ் கான்ஸ்டபிள்கள் வருவதை அவன் பார்த்தான். உடனே பண்டார சந்நிதியிடம் போய்ச் சொல்வதைக் காட்டிலும் ஏன் போலீஸில் போய்ச் சொல்லக்கூடாது என்று அவனுக்குத் தோன்றிற்று. அப்படி எண்ணமிட்டுக் கொண்டிருக்கையிலேயே அந்தப் போலீஸ்காரர்கள் அவனண்டை வந்து நின்றார்கள். அவர்களில் ஒருவன் "தம்பி! நீதானே முத்தையன் என்கிறது?" என்றான். முத்தையன் "ஆமாம்" என்றதும், "இன்ஸ்பெக்டர் ஐயா உன்னை அழைச்சுண்டு வரச்சொன்னாரு, ஒரு சமாசாரம் கேட்க வேணுமாம்" என்றான் போலீஸ்காரன்.

கும்பிடப்போன தெய்வம் குறுக்கே வந்து விட்டது என்று எண்ணினான் முத்தையன். கார்வார் பிள்ளை அபிராமியை உபத்திரவப்படுத்துவதைத்தான் வருவதற்கு முன்னாலேயே வேறு யாராவது பார்த்துவிட்டுப் போலீஸில் போய்ச் சொல்லியிருப்பார்களோ என்று எண்ணினான், கான்ஸ்டேபிளைக் கேட்டதற்கு, அவர்கள் தங்களுக்குத் தகவல் ஒன்றும் தெரியாது என்று சொல்லிவிட்டார்கள்.

போலீஸ் ஸ்டேஷனை அடைந்ததும், ஹெட்கான்ஸ்டபிள் நாயுடு அவனை ஏறிட்டுப் பார்த்தார். பிறகு அவர் உட்கார்ந்திருந்த கூடத்துக்கு எதிரில் இருந்த ஒரு அறையைத் திறந்து, "தம்பி! இந்த ரூமுக்குள் போ!" என்றார். முத்தையன் அந்த அறையில் தன்னிடம் இரகசியமாக ஏதோ கேட்கப்போகிறார் என்று நினைத்தவனாய், உள்ளே போனான். உடனே அந்த ஹெட்கான்ஸ்டபிள் வெளிக்கதவைச் சாத்திப் பூட்டியதைப் பார்த்ததும், முத்தையனுக்குச் 'சொரேர்' என்றது.

"என்ன ஸார், இது! ஏன் என்னை வைத்துப் பூட்டுகிறீர்கள்?" என்று பரபரப்புடன் கேட்டான்.

"ஏனா? களவாணிப் பயலே! மடத்துப் பணம் ஐம்பது ரூபாயை அமுக்கிவிட்டு, ஏன் என்றா கேட்கிறாய்? போதாததற்குக் கார்வார் பிள்ளை மேலும் கைவச்சுட்டயாமே? திருட்டுப் பயலே!" என்றார் ஹெட்கான்ஸ்டபிள்.

"ஐயோ! இது என்ன படுமோசம்!" என்று அலறினான் முத்தையன்.

ஹெட்கான்ஸ்டபிள் இதற்குள் வெளியே போய்விட்டார்.

முத்தையன் "ஸார்! ஸார்!" என்று கதறிக்கொண்டே கதவைப் பிடித்து உலுக்கினான்.

அப்போது, "இரும்புக் கதவு, சாமி! வெறுங்கையாலே ஒடிக்க முடியாது, சாமி!" என்ற குரலைக் கேட்டு அவன் திடுக்கிட்டான். குரல் வந்த பக்கம் பார்த்தான். அதே அறையின் ஒரு மூலையில், கந்தல் துணியுடனும் செம்பட்டை படர்ந்த மீசை தாடியுடனும், குறவன் ஒருவன் உட்கார்ந்திருப்பதைக் கண்டான்.

12

ஓட்டமும் வேட்டையும்

இரவு நேரம், எங்கும் நிசப்தமாயிருந்தது. அந்த நிசப்தத்தைக் கலைத்துக்கொண்டு போலீஸ் ஸ்டேஷன் கடிகாரம் பத்து மணி அடித்தது.

முத்தையன் அடைக்கப்பட்டிருந்த அறைக்குள் வெளிச்சம் கிடையாது. ஸ்டேஷன் தாழ்வாரத்தில், ஒரு லாந்தர் மங்கலாய் எரிந்துகொண்டிருந்தது.

கடிகாரத்தில் மணி அடிக்கத் தொடங்கியபோது, முத்தையன் அந்த அறைக்குள், கூண்டில் அடைபட்ட புலியைப்போல் முன்னும் பின்னுமாய் நடந்துகொண்டிருந்தான். கடிகாரத்தின் மணி ஓசை கேட்டதும் அவன் நின்று, "ஒண்ணு, ரெண்டு, மூணு..." என்று எண்ணிக்கொண்டு வந்தான்.

பத்து மணி அடித்து நிறுத்தியதும், மறுபடியும் அவன் பரபரப்பாக நடந்தான். "பத்து மணி, பத்து மணி; அபிராமி தனியாயிருப்பாள்; தனியாயிருப்பாள். அந்தக் கிராதகன் ஒரு வேளை வந்தால்..?" இப்படித் தனக்குள் தானே சொல்லிக்கொண்டு முன்னும் பின்னுமாக நடந்தான்.

"அப்போது, பாரா 'டியூடி'யில் இருந்த போலீஸ் சேவகன் அந்தப் பக்கம் வரவே, முத்தையன் ஆவலுடன் கதவண்டை வந்து, தேம்பும் குரலில், "ஸார்! ஸார்!" என்றான்.

போலீஸ்காரன் அவனை உற்றுப்பார்த்து, "என்னடா அப்பா, ஸார், மோர்! என்ன சமாசாரம்?" என்று கேட்டான்.

"எனக்கு ஒரு உபகாரம் நீங்கள் செய்யவேண்டும். அதை என் உயிர் இருக்கிற வரைக்கும் மறக்கமாட்டேன். என் தோலை உங்களுக்குச் செருப்பாய்த் தைத்துப்போடுவேன்."

இதற்குள் அந்தச் சேவகன், "வேண்டாமடா, அப்பா! வேண்டாம். எங்களுக்கெல்லாம் சர்க்காரிலேயே செருப்புத் தைத்துக் கொடுக்கிறார்கள். ஏதோ உபகாரம் என்றாயே, அது என்ன சொல்லு!" என்றான்.

"ஐயா! அரைமணி நேரத்துக்கு என்னை விடுதலை பண்ணுங்கள். வீட்டுக்குப் போய்ப் பார்த்துவிட்டு உடனே திரும்பி வந்துவிடுகிறேன். உங்களுக்கு ஒன்றும் கெடுதல் வராது. நீங்கள் வேணுமானாலும் என் பின்னோடு வாருங்கள்..."

போலீஸ்காரன் சிரித்தான். "ரொம்பப் பேஷான யோசனை! அப்படி என்னப்பா வீட்டிலே அவசரம்? என்னத்தையாவது வைத்துவிட்டு மறந்துபோய் வந்துவிட்டாயா?" என்று கேட்டான்.

"ஐயா நீங்களும் அக்கா தங்கைகளுடன் பிறந்திருப்பீர்கள். என்னுடைய தங்கை வீட்டிலே தனியாய் இருக்கிறாள். அதுவோ, தெருக்கோடி வீடு. அவளை யாராவது தெரிந்தவர்கள் வீட்டில் கொண்டுபோய் விட்டுவிட்டு உடனே திரும்பி வந்துவிடுகிறேன்..."

போலீஸ்காரன் இதற்கு இடி இடியென்று சிரிக்கத் தொடங்கிவிட்டான்.

"அண்ணே! அண்ணே! இங்கே வா!" என்று கூப்பிட்டுக் கொண்டே சிரித்தான்.

இதைக்கேட்டு, லாந்தரின் அடியில் டைரி எழுதிக்கொண்டிருந்த இன்னொரு போலீஸ்காரன் எழுந்து வந்தான்.

"அண்ணே! இந்தப் பையனுக்கு அவசரமாய் வீட்டுக்குப் போகவேணுமாம்!"

"ரொம்ப அவசரமாய்ப் போகவேணுமோ? அப்படி என்ன அவசரமாம்?"

"இந்தப் பையனுடைய தங்கை வீட்டில் தனியாய் இருக்கிறாளாம். நீ வேணாத் துணைக்குப் போகிறாயா அண்ணே?"

இதைக் கேட்டதும் இரண்டாவது போலீஸ்காரனும் விழுந்து விழுந்து சிரித்தான். இரண்டு பேரும் சிரித்துக்கொண்டே அங்கிருந்து போனார்கள்.

முத்தையனுடைய முகத்தில் சொல்ல முடியாத கோபம் ஜொலித்தது. அவன் கைகளைப் பிசைந்துகொண்டு நின்றான். இதுவரைக்கும் மூலையில் உட்கார்ந்திருந்த குறவன் அச்சமயம் எழுந்து வந்து, முத்தையனை முகத்துக்கு நேராக உற்றுப் பார்த்தான். "இப்போ என்ன சாமி சொல்றீங்க?" என்றான்.

முத்தையன் பேசாமலிருக்கவே, "நான் சொல்கிறபடி கேட்டீங்கன்னா, கட்டாயம் தப்பிச்சுக் கொள்ளலாம், சரிதானா?" என்றான்.

"சரி" என்றான் முத்தையன்.

கடிகாரத்தில், பத்தரை மணி ஆவதற்காக 'டங்' என்று ஒரு தடவை அடித்தது.

ஸ்டேஷன் தாழ்வாரத்தில் படுத்து ஒரு கான்ஸ்டபிள் குறட்டைவிட்டுத் தூங்கிக்கொண்டிருந்தான். இன்னொருவன் உட்கார்ந்தபடி ஆடிவிழுந்து கொண்டிருந்தான்.

ஏதோ இரும்புக் கதவு ஓசைப்பட்ட சத்தம் கேட்கவே, உட்கார்ந்திருந்தவன் திடுக்கிட்டு நிமிர்ந்து, "என்ன அது?" என்றான். பேச்சு மூச்சு இல்லை. ஆனாலும் அவன் மன நிம்மதியடையாமல், எழுந்திருந்து 'லாக்-அப்' அறையின் கதவண்டை சென்றான். அந்தக் கதவின் இரும்புக் கம்பிகள் இரண்டு மூன்று இடத்தில் சிறிது விலக்கப்பட்டிருப்பதை, அவன் கவனிக்கவில்லை. கதவுக் கப்பால்

நின்றுகொண்டிருந்த குறவனைப் பார்த்து "என்னடா, குறவா, என்ன சத்தம்?" என்று கேட்டான்.

குறவன் "என்ன சாமி, கேட்கறீங்க?" என்று கேட்டுக்கொண்டே கதவண்டை வந்தான். வந்தவன் பளிச்சென்று கைகளைக் கம்பிகளின் வழியாய் வெளியே நீட்டி அந்தப் போலீஸ் சேவகனின் கழுத்தைக் கெட்டியாய்ப் பிடித்துக்கொண்டான். போலீஸ்காரன் என்ன திமிறியும் அந்தப் பிடியிலிருந்து விடுவித்துக்கொள்ள முடியவில்லை. அவனுடைய விழிகள் பிதுங்கின.

இதற்குள் முத்தையன், கம்பி விலக்கப்பட்டிருந்த இடத்தின் வழியாய்க் கையை நீட்டி, போலீஸ்காரன் பையிலிருந்த சாவியினால் பூட்டைத் திறந்து தாழ்ப்பாளையும் விலக்கினான். உடனே வெளியில் வந்து, குறவன் சொன்னபடி போலீஸ்காரன் வாயில் துணியை வைத்து அடைத்தான். தன்னுடைய மேல்துணியினால் அவன் கைகளையும் இறுக்கிக் கட்டினான்.

குறவன் மின்னல் மின்னும் நேரத்தில் வெளியே வந்து, அந்த போலீஸ்காரனுடைய கால்களையும் கட்டிக் கீழே உருட்டியதும், இரண்டுபேரும் ஓடிப்போய் வாசல் கதவைத் திறந்தார்கள். அந்தச் சப்தம் கேட்டுத் தூங்கிக்கொண்டிருந்த போலீஸ்காரன் திடுக்கிட்டு விழித்துக்கொண்டான். வாசல் கதவைத் திறந்துகொண்டு இரண்டு பேர் ஓடுவதைப் பார்த்ததும், "டேஞ்சர்! எஸ்கேப்! ஷூட்! ஷூட்!" என்று கத்திக் கொண்டே தன் கையிலிருந்த துப்பாக்கியை எடுத்துச் சுட்டான். குண்டு, ஸ்டேஷன் கூரைமேல் போய்த் தாக்கி, கட்டிடம் கிடுகிடுக்கச் செய்தது.

வெளியில் வந்த முத்தையன், குறவன் என்ன ஆனான் என்றுகூடத் திரும்பிப் பார்க்கவில்லை. கோதண்டத்திலிருந்து கிளம்பிய ராமபாணம் என்பார்களே, அதுபோல அவன் நேரே தன்னுடைய வீட்டை நோக்கி ஓடினான். இரவு நேரமாகையால், வீதிகளில் ஜன நடமாட்டமில்லை. ஆனால், அவன் ஓடிய வழியில் தெருநாய்கள் எல்லாம் குரைத்தன. சில நாய்கள் அவனைத் தொடர்ந்து ஓடிவந்தன. அதையெல்லாம் அவன் பொருட்படுத்தாமல் சந்து பொந்துகள் வழியாகப் புகுந்து அதிவேகமாய் ஓடினான். கடைசியில் வீட்டை அடைந்தான். கதவு சாத்தியிருந்தது. வீட்டிற்குள் விளக்கு இல்லை. முதலில் கதவை மெதுவாக இடித்தான். பிறகு ஓங்கி இடித்தான், 'அபிராமி! அபிராமி!' என்று கம்மிய குரலில் அலறி அழைத்தான். பேச்சு மூச்சு இல்லை. கொஞ்சதூரத்தில் போலீஸ்காரர்கள் கூச்சலிட்டுக் கொண்டு ஓடிவரும் சத்தம் கேட்டது.

சட்டென்று கதவின் நாதாங்கி இருக்கும் இடத்தைப் பார்த்தான். கதவு வெளிப்புறம் பூட்டப்பட்டிருப்பதைக் கண்டான்.

ஐயோ! அபிராமி! அபிராமி! நீ என்ன ஆனாய்? எங்கே போனாய்?

13

பயம் அறியாப் பேதை

முத்தையனைப் போலீஸ் சேவகர்கள் வீதியில் சந்தித்து அழைத்துக்கொண்டு போனதை அச்சமயம் தற்செயலாக அந்தப் பக்கம் போக நேர்ந்த செங்கமலத்தாச்சி பார்த்துக்கொண்டிருந்தாள்.

இந்தச் செங்கமலத்தாச்சி, முத்தையன் குடியிருந்த அதே வீதியில், அவனுடைய வீட்டுக்கு ஐந்தாறு வீட்டுக்கு அப்பால் வசித்தவள். அவள் ஒரு ஏழை ஸ்திரீ, காலை வேளையில் இட்டிலி சுட்டு விற்று ஜீவனோபாயம் நடத்தி வந்தாள். அவளுக்குப் பதின்மூன்று, பதினாலு வயதான ஒரு மகன் மட்டும் உண்டு.

சில சமயம் அவள் அபிராமி வீட்டுக்குப் போய் அவளுடன் பேசிக்கொண்டிருப்பாள். அபிராமியின் இனிய சுபாவமும், சமர்த்தும் அவளுடைய மனத்தைக் கவர்ந்திருந்தன. அபிராமி போன்ற ஒரு பெண் தனக்கு இருந்தால் எவ்வளவு நன்றாயிருக்கும் என்று அவள் ஒவ்வொரு சமயம் எண்ணுவதுண்டு.

அபிராமி அந்த மாதிரித் தனி வீட்டில் இருப்பதைப் பற்றிக்கூடச் செங்கமலத்தாச்சி சில தடவை பிரஸ்தாபித்திருக்கிறாள். அந்தத் தெருவிலே ஒரு வரிசைதான் வீடுகள். அநேகமாக எல்லாம் மடத்தைச் சேர்ந்தவையே, முத்தையன் குடியிருந்த வீட்டுக்கு ஒருபுறத்தில் தோட்டம். இன்னொரு புறத்தில் பாழாகி விழுந்து கிடந்த ஒரு வீடு. அதற்கப்புறம் அந்த வீதியில் வீடே கிடையாது.

"இம்மாதிரி கோடி வீட்டில் போய்க் குடியிருக்கிறாயே அம்மா! நீயோ பச்சைக் குழந்தை, அண்ணன் எங்கேயாவது ஊருக்குக் கீருக்குப் போகவேண்டியிருந்தால் என்ன பண்ணுவாய்? பேசாமல் என் வீட்டுக்கு வந்து என்னோடேயே இருந்து விடுங்களேன்!" என்று பல தடவை சொல்லியிருக்கிறாள் செங்கமலத்தாச்சி.

ஆனால், அபிராமி அதைக் காதில் வாங்கிக்கொள்ளவே இல்லை. பயம் என்றால் இன்னதென்று அவளுக்குத் தெரியாது.

மேலும், அண்ணன் முத்தையன் இருக்கும்போது அவளுக்கு என்ன பயம்? யாரால் என்ன செய்ய முடியும் அவளை?

முத்தையனுக்கு இரண்டு பக்கமும் போலீஸ்காரர்கள் நின்று அவனை, அழைத்துக்கொண்டு போனதைப் பார்த்ததும் செங்கமலத்தாச்சிக்குச் சொரேல் என்றது. அவள் விரைந்து நடந்து நேரே அபிராமியின் வீட்டுக்கு வந்து சேர்ந்தாள். தாழ்ப்பாள் போட்டிருந்த கதவை இடித்தாள். அபிராமி, அண்ணன்தான் வந்துவிட்டான் என்று எண்ணிக்கொண்டு, சட்டென்று கண்ணீரைத் துடைத்துவிட்டு எழுந்தாள். ஆனால் அண்ணன் குரல் கேட்காமலிருக்கவே, கொஞ்சம் சந்தேகம் தோன்றி, "யார் அது?" என்று கேட்டாள்.

"நான்தான், அபிராமி! கதவைத் திற!" என்று செங்கமலத்தாச்சியின் குரல் கேட்கவும் ஜன்னலால் எட்டிப் பார்த்து, வேறு யாரும் இல்லையென்று தெரிந்துகொண்டு, கதவைத் திறந்தாள். அபிராமியின் கண்கள் அழுது அழுது சிவந்திருப்பதையும், கன்னமெல்லாம் கண்ணீர் வழிந்த அடையாளங்கள் இருப்பதையும் கண்ட செங்கமலத்தாச்சிக்குப் பரபரப்பு அதிகமாயிற்று.

"அடி பெண்ணே! என்ன விபரீதம் நடந்துவிட்டதடி? அங்கேயோ உன் அண்ணனைப் போலீஸ்காரர்கள் அழைத்துப் போகிறார்கள்! இங்கேயோ நீ அழுது அழுது கண் கோவைப்பழமாய் ஆகியிருக்கிறது! முத்தையன் என்னடி பண்ணிவிட்டான்? நல்ல பிள்ளையாச்சே!" என்றாள்.

அபிராமிக்குத் திக்குத்திசை புரியவில்லை. போலீஸ்காரர்களா? அண்ணனையா அழைத்துப் போகிறார்கள்? ஏன்? எதற்காக?

செங்கமலத்தாச்சி மெள்ள மெள்ள விசாரித்து அன்று நடந்ததையெல்லாம் தெரிந்துகொண்டாள். கடைசியில் "ஐயோ அந்தப் படுபாவி சங்குப் பிள்ளையின் கண் உன் மேலும் விழுந்துவிட்டதா? அவன் பொல்லாத ராக்ஷசனாச்சே! அவனுடைய சூழ்ச்சிதான் எல்லாம்! என்னமோ பொய்க் கேசு எழுதி வைச்சு முத்தையனைப் போலீசாரிடம் பிடித்துக் கொடுத்திருக்கிறான். ஐயோ, பெண்ணே! உனக்கு இப்படி எல்லாமா வரவேணும்?" என்று அவள் புலம்பிக் கொண்டிருக்கும்போதே, வாசலில் "எங்க அம்மா இங்கே இருக்காளா?" என்று ஒரு சிறு பையனுடைய குரல் கேட்டது. "வாடா தம்பி!" என்றாள் செங்கமலத்தாச்சி.

உள்ளே வந்தவன் அவளுடைய மகன். அவன் வரும்போதே, "அம்மா! அம்மா! நம்ம முத்தைய அண்ணனைப் போலீஸ்காரங்க

பிடிச்சுண்டு போய்விட்டார்களாம். மடத்துப் பணத்தை அண்ணன் திருடிட்டான் என்று கேஸாம். போலீஸ் ஸ்டேஷனில் கொண்டு வைச்சு, அடி, அடி, என்று அடிக்கிறாங்களாம், அம்மா..!" என்று சொல்லிக்கொண்டு வந்தான்.

இதைக் கேட்டதும், அபிராமி 'ஹோ' என்று அலறி தரையிலே தலையை முட்டிக்கொள்ளத் தொடங்கினாள். செங்கமலத்தாச்சி சட்டென்று அவள் தலையைப்பிடித்துத் தன் மடியின்மேல் வைத்துக்கொண்டு, "அசட்டுப் பெண்ணே! இந்த முட்டாப் பயல் ஏதோ உளறினால் அதைக் கேட்டுக்கொண்டு இப்படிச் செய்யலாமா? இவனுக்கு என்ன தெரியும்? போலீஸ் ஸ்டேஷனிலே அடிக்கிறதெல்லாம் அந்தக் காலம். இப்போ, கவர்னராயிருந்தால்கூட ஒருத்தன் மேலேயும் கை வைக்கக்கூடாது. கை வைச்சால் கண்ணைப் பிடுங்கி விடுவார்கள். இதோ பார்! நீ கவலைப்படாதே. நான் வழி சொல்கிறேன். இந்த ஊர் போலீஸ் இன்ஸ்பெக்டர் வீட்டு அம்மாளை எனக்குத் தெரியும். உன்னை நான் அவளிடம் அழைத்துக்கொண்டு போகிறேன். அவளிடம் ஒன்றுவிடாமல் நடந்தது நடந்தபடி எல்லாம் சொல்லு. அந்த அம்மாள் ரொம்ப நல்லவள். வீட்டுக்காரரிடம் சொல்லி முத்தையனை விடுதலை செய்யப் பண்ணுவாள். கிளம்பு, போகலாம், இனிமேல் இந்த வீட்டிலே நீ இருக்கிறதுகூட அபாயம்!" என்றாள்.

14

அபிராமியின் பிரார்த்தனை

அன்று இரவு சுமார் பத்து மணிக்கு ஸப்-இன்ஸ்பெக்டர் ஸர்வோத்தம சாஸ்திரி கலெக்டரின் காம்பிலிருந்து வீட்டுக்குத் திரும்பி வந்தபோது, உள்ளே மிகவும் இனிமையான பெண் குரலில் யாரோ உருக்கமாகப் பாடிக்கொண்டிருப்பதைக் கேட்டு வியப்படைந்தார். சற்றுநேரம் வாசலிலேயே நின்று கேட்டுக் கொண்டிருந்துவிட்டு உள்ளே சென்றார். கூடத்தில் ஸ்வாமி படங்களின் முன்னால், குத்து விளக்கு ஏற்றி வைத்திருப்பதையும் ஓர் இளம்பெண் உட்கார்ந்து பாடுவதையும் தமது மனைவியும் குழந்தைகளும் அந்தப் பாட்டில் அமிழ்ந்து போயிருப்பதையும் கவனித்தார்.

சாஸ்திரி கொஞ்சம் தொண்டையைக் கனைத்து, இரண்டு தடவை தரையைத் தட்டிய பிறகுதான் அவர்களுக்கெல்லாம் இவர் வந்திருப்பது தெரிந்தது. அபிராமி சட்டென்று பாட்டை நிறுத்தினாள். இன்ஸ்பெக்டரின் மனைவி உடனே எழுந்திருந்து அவரிடம் வந்து, "இந்தப் பெண்ணுக்குப் பெரிய கஷ்டம் வந்திருக்கிறது. எல்லாம் உங்களுடைய அழகான போலீஸ் இலாகாவினால்தான். இந்தப் பாவம் எல்லாம் யாருடைய தலையில் விடியப்போகிறதோ, தெரியவில்லை..." என்று படபடப்புடன் பேசத் தொடங்கினாள்.

"முதலில் சமாசாரம் என்னவென்று சொன்னால் அப்புறம் பாவ புண்ணியத்தைப் பற்றி விசாரிக்கலாம்" என்றார் சாஸ்திரி.

"அதெல்லாம் சொல்ல முடியாது. முதலில் இந்தப் பெண்ணைக் காப்பாற்றுவதாக நீங்கள் பிரமாணம் செய்யுங்கள், அப்புறம்தான் சமாசாரம் சொல்வேன்."

"இதென்ன, சித்திரசேனன் கதையாக அல்லவா இருக்கிறது? நான் என்ன கிருஷ்ணனா, அர்சுனனா? யாருடைய தலையையாவது யாராவது நாளைச் சாயங்காலத்துகுள் வாங்கிவிடுவதாகச் சொல்லி இருக்கிறார்களா?"

"போதும், போதும்! அர்ச்சுனனாய் இருங்கள். கிருஷ்ணனாய் இருங்கள், மன்மதனாய் வேண்டுமானாலும் இருங்கள். இவளுடைய அண்ணனை உடனே ஜெயிலிலிருந்து விடுதலை பண்ணிக் கொடுத்தால் சரி" என்றாள்.

"இவளுடைய அண்ணனா? யார், மடத்துப் பணத்தைத் திருடிவிட்டதாகக் கார்வார் பிள்ளை வந்து ரிப்போர்ட் செய்தானே, அந்தப் பையனா?"

"ஆமாம், அந்த கார்வார் பிள்ளையைத் தூக்கிலே போட்டாலும் பாதகமில்லை. அவன் வந்து சொன்னான் என்று நீங்களும் அந்தப் பையனை அரஸ்ட் செய்யச் சொன்னீர்களே!"

பிறகு, மீனாட்சி அம்மாள், அபிராமியும் செங்கமலத்தாச்சியும் தெரிவித்தபடி எல்லா விவரங்களையும் ஸர்வோத்தம சாஸ்திரியிடம் சொன்னாள். சாஸ்திரி எல்லாவற்றையும் கேட்டுவிட்டு, "அந்தச் சங்குப்பிள்ளை பெரிய அயோக்கியன் என்று எனக்குத் தெரியும். அவனுக்கு நல்ல பாடம் கற்பிக்கிறேன். பொய் வாக்குமூலம் கொடுத்ததற்காகப் பிடித்துத் தண்டித்து விடுகிறேன். முத்தையன் 'லாக்-அப்'பில் இரண்டு மூன்றுநாள் இருந்தால்கூட மோசம் இல்லை. அப்படி இருந்தால்தான் அந்த அயோக்கியன்மேல் கேஸ்

வலுப்படும். இந்தப் பெண்ணைச் சமாதானப்படுத்தி அனுப்பு" என்றார்.

அதற்கு மீனாட்சி அம்மாள், "ரொம்ப நன்றாயிருக்கிறது! இவள் எங்கே போவாள், இத்தனை நேரத்துக்குப் பிறகு? அண்ணனைத் தவிர வேறு நாதி கிடையாது, இந்தப் பெண்ணுக்கு. இட்டிலிக் கடை செங்கமலத்தாச்சி தற்செயலாய்ப் பார்த்து இங்கே அழைத்துக் கொண்டு வந்தாள். இல்லாவிட்டால் என்ன நேர்ந்திருக்குமோ தெரியாது. இராத்திரி இங்கேதான் இந்தப் பெண் இருக்க வேண்டும்" என்றாள்.

இதையெல்லாம் கேட்டுக்கொண்டிருந்த அபிராமிக்கு, முத்தையன் இப்போது உடனே விடுதலையடைந்து வரமாட்டான் என்பது மட்டுந்தான் மனத்தில் பட்டது. மீனாட்சியம்மாளின் ஆறுதல் மொழியினால் தேறுதலடைந்திருந்த அவளுக்கு இப்போது துக்கம் பொங்கிக்கொண்டு வந்தது. எவ்வளவோ அடக்கிப் பார்த்தும் முடியாமல் விம்மினாள்.

அந்தச் சமயம் வீட்டு வாசலிலே ஆள் ஓடிவரும் சத்தம் கேட்டது. அடுத்த நிமிஷம் ஒரு போலீஸ்காரன் உள்ளே வந்து ஸப்-இன்ஸ்பெக்டருக்கு ஸலாம் வைத்து நின்றான். ஸப்-இன்ஸ்பெக்டர், "என்னடா இது தடபுடல்? போலீஸ் ஸ்டேஷனைத் திருடன் கொண்டு போய்விட்டானா?" என்றார்.

"இல்லை, எஜமான்!"

"என்னடா பின்னை?"

"ஒன்றுமில்லாததற்கா இவ்வளவு தடபுடல்?"

"இல்லை, எஜமான்!"

"என்னடா இல்லை, முட்டாள்!"

"தடபுடல் இல்லை, எஜமான்! இரண்டு கைதிகள் லாக்கப்பிலிருந்து எஸ்கேப் ஆகிவிட்டார்கள், எஜமான்!"

"என்ன? என்ன? நிஜமாகவா?"

"ஆமாம்! எஜமான்; குறவன் சொக்கனும் இன்று சாயங்காலம் அரெஸ்ட் செய்த முத்தையனும் ஓடிவிட்டார்கள், எஜமான்!"

இதைக் கேட்டதும் இன்ஸ்பெக்டர், அவருடைய மனைவி, அபிராமி மூன்றுபேரும் திடுக்கிட்டுப் போனார்கள். ஆனால் அவர்கள் ஒவ்வொருவருடைய உள்ளத்திலும் இந்தச் செய்தி வெவ்வேறுவித உணர்ச்சிகளை உண்டாக்கிற்று. 'பாவிப் பயல்

காரியத்தைக் கெடுத்துவிட்டானே' என்று நினைத்தார் இன்ஸ்பெக்டர். கான்ஸ்டபிளைப் பார்த்து, "போ ஓடு! உங்களையெல்லாம் முதலில் தொலைத்துவிட்டு, மறுகாரியம் பார்க்கிறேன்" என்று கூவினார். அவன் போனதும் உள் அறையில் இருந்த ரிவால்வரை எடுப்பதற்காக விரைந்து சென்றார்.

மீனாட்சி அம்மாளின் மனத்தில் பெருங்கலக்கம் உண்டாயிற்று. முத்தையன் ஓடிப்போனதின் விளைவுகளை நன்கு அறியவில்லை என்றாலும், ஏதோ விபரீதம் நடந்துவிட்டதென்று மட்டும் அவளுக்குத் தோன்றிற்று.

பேதைப் பெண் அபிராமியோ, அந்தச் செய்தியைக் கேட்டுப் பெரிதும் சந்தோஷமடைந்தாள். தன் அண்ணன் ஜெயிலிலிருந்து தப்பித்துக்கொண்டு போய்விட்டான் என்பது மட்டுமே அவளுக்குத் தெரிந்தது. அதனுடைய பலாபலன்களை அவள் என்ன கண்டாள்? இன்ஸ்பெக்டர் ரிவால்வரை எடுத்து வர உள்ளே போனபோது, அவர் மனைவியும் அவரைத் தொடர்ந்து போனாள். அப்போது அபிராமி கூடத்திலிருந்த படத்தின் முன்னால் கைகூப்பி நின்று, "ஸ்வாமி, பகவானே! என் அண்ணன் போலீஸ்காரர்கள் கையில் அகப்படக்கூடாது" என்று வாய்விட்டுப் பிரார்த்தித்தாள். உள்ளேயிருந்து இதைக் கேட்டுக்கொண்டே வந்த ஸப்-இன்ஸ்பெக்டர், அபிராமியை இரக்கத்துடனே பார்த்துவிட்டு, "ஐயோ! துரதிர்ஷ்டம் பிடித்த பெண்ணே!' என்று வாய்க்குள் சொல்லிக்கொண்டு வெளியே சென்றார்.

15

பசியும் புகையும்

வீட்டுக் கதவு பூட்டியிருப்பது கண்டு ஒரு கணம் திகைத்து நின்றான் முத்தையன். இதை அவன் எதிர்பார்க்கவே இல்லை. நின்று யோசிக்கவும் நேரமில்லை. கைகளை நெறித்துக்கொண்டான். உதட்டைக் கடித்துக்கொண்டான். கணத்துக்குக் கணம் போலீஸ்காரர்களின் ஆர்ப்பாட்டக் கூச்சல் சமீபத்தில் வந்து கொண்டிருந்தது.

அப்போது அவன் உள்ளத்தில் மற்ற எல்லா நினைவுகளையும் அமுக்கிக்கொண்டு ஒரு பேருணர்ச்சி எழுந்தது, அது என்னவெனில்

போலீஸார் கையில் தான் மறுபடியும் அகப்படக்கூடாது என்பதுதான். கடவுளை நினைத்துக் கைகூப்பி, 'ஸ்வாமி! ஸ்வாமி! ஒரு தடவை என் கண்ணால் அபிராமியைப் பார்த்துவிடுகிறேன். அப்புறம் எனக்கு என்ன வந்தாலும் வரட்டும். அதுவரையில் அவர்கள் கையில் அகப்படாமல் என்னைக் காப்பாற்று!' என வேண்டிக்கொண்டான்.

எங்கேயாவது ஒளிந்துகொள்ளலாம் என்று ஒரு கணம் தோன்றிற்று. சுற்றுமுற்றும் பார்த்தான். வீட்டுக்குள் ஏறிக் குதிக்கலாமென்றால், ஏறுவதற்குள்ளேயே வந்து பிடித்துவிடுவார்கள். சமீபத்தில் எங்கேயும் ஒளிந்துகொள்வது சாத்தியமில்லை. இப்போதைக்கு ஓடவேண்டியதுதான். பிறகு பார்த்துக்கொள்ளலாம்.

முத்தையன் ஓடத்தொடங்கினான். வழி, திசை ஒன்றையும் கவனிக்காமல் கால்போன போக்கில் ஓடினான். ஊருக்கு அடுத்தாற்போல் ஒரு மைதானம். மைதானத்தில் மங்கலான நிலவு வீசிக்கொண்டிருந்தது. அந்த மைதானத்தைத் தாண்டும் வரையில் அபாயந்தான். அதற்கப்பால் இருபுறமும் மரங்களடர்ந்த சாலை. அதைப் பிடித்துவிட்டால் தப்பலாம்.

மைதானத்தில் முக்கால் பங்கு அவன் தாண்டிவிட்டபோது, பின்னால், போலீஸ்காரர்களின் ஆரவாரம் கேட்டது. இன்னும் விரைந்து ஓடிச் சாலையைப் பிடித்தான். பிறகு சாலையோரமாக, இருளடர்ந்த பக்கமாகவே பார்த்து ஓடிக்கொண்டிருந்தான். போலீஸ் ஆரவாரங்கள் நின்று வெகுநேரம் ஆனபிறகும் அவன் நிற்கவில்லை. ஏழெட்டு மைல் தூரத்துக்கப்பால் அந்தச் சாலையானது கொள்ளிடத்து லயன்கரைச் சாலையுடன் சேர்ந்தது. முத்தையன் அவ்விடம் வந்தபோது சந்திரன் அஸ்தமித்து, நன்றாக இருளடர்ந்து விட்டது. அங்கே சாலை ஓரத்தில் ஒரு சுமைதாங்கி இருந்தது. அதில் சற்று உட்காரலாமென்று முத்தையன் உட்கார்ந்தான். அப்படியே தலையைச் சற்றுச் சாய்த்தான். அடுத்த நிமிஷம் நித்திரையில் ஆழ்ந்துவிட்டான்.

பளபளவென்று பொழுது புலர்ந்தது. நானாவிதமான பட்சிகளின் கானம் கேட்டது. வயல்களின் மடைகளிலே பாய்ந்து கொண்டிருந்த தண்ணீர் தம்புரா சுருதியைப்போல் இனிமையாக ஒலித்தது. கொஞ்ச தூரத்தில் ஒரு குடியானவன் தோளில் கலப்பையுடன் உழவு மாடுகளை ஓட்டிக்கொண்டு, தெம்மாங்கு பாடிக்கொண்டு வந்தான்.

"அபிராமி! உன் தொண்டை எப்போது இவ்வளவு லட்சணமாச்சு?" என்று சொல்லிக்கொண்டே முத்தையன் கண்களை

விழித்தான். அந்தண்டையும் இந்தண்டையும் பார்த்து முழித்தான். உடனே நேற்றைய சம்பவங்கள் எல்லாம் ஞாபகம் வந்தன. சட்டென்று கீழே குதித்துப் பக்கத்தில் கொள்ளிடத்துப் படுகையில் இறங்கி அவ்விடம் அடர்ந்து வளர்ந்திருந்த நாணற் காட்டில் மறைந்துகொண்டான்.

குடியானவன் அந்தச் சுமைதாங்கியின் அருகில் வந்த அதே சமயம், இன்னொரு பக்கத்திலிருந்து இரண்டு போலீஸ் சேவகர்கள் வந்தார்கள். பாவம்! அவர்கள் இராத்திரியெல்லாம் கண்ணை விழித்து அலைந்து ரொம்பவும் களைத்துப்போய்க் காணப்பட்டார்கள்.

"அடே! இங்கே எங்கேயாவது ஒரு ஆளைக் கீளைப் பார்த்தாயா?" என்று ஒரு போலீஸ்காரன் அந்தக் குடியானவனைப் பார்த்துக் கேட்டான்.

குடியானவன் திருதிருவென்று விழிக்கவே, இன்னொரு போலீஸ்காரன், "அடே! என்னடா முழிக்கிறாய்? ஆளு, தேளு எதையாவது பார்த்தாயா?" என்று அதட்டுங் குரலில் கேட்டான்.

குடியானவன் தன் கையில் வைத்திருந்த ஒரு காகிதப் பொட்டலத்தைச் சட்டென்று பின்புறமாக எறிந்துவிட்டு, "சாமி! நான் பார்க்கலேங்க! நான் பார்க்கவே இல்லைங்க!" என்று அலறினான்.

அவன் பொட்டலத்தை எறிந்ததைப் போலீஸ்காரர்களில் ஒருவன் பார்த்துவிட்டான். அதை எடுத்துப் பிரிக்கத் தொடங்கினான். குடியானவன், "ஐயோ! சாமி! நான் இல்லை! நான் போடவே இல்லை!" என்று இன்னும் அதிகமாய்க் கதறினான். பிரித்த பொட்டலத்திற்குள் ஒரு தேளைக் கண்டதும், போலீஸ்காரன் அளறி அடித்துக்கொண்டு அதைக் கீழே போட்டான். இரண்டு கான்ஸ்டபிள்களும் அந்தக் குடியானவனுடைய இரண்டு காதுகளையும் பிடித்துக்கொண்டார்கள்.

"என்னடா சமாசாரம், நிஜத்தைச் சொல்லிவிடு! இல்லாவிட்டால்..."

"சாமி, சாமி, சொல்லிடறேனுங்க - எங்க துரைச்சாமி இருக்கானுல்ல, துரைச்சாமி! - அவன் நேத்தி நான் தூங்கிக்கிட்டிருந்தபோது என் காதிலே கட்டெறும்பைப் போட்டானுங்க அதற்குப் பதிலாய் அவன் மேலே போடறதுக்காகத் தேளைப் பிடிச்சுட்டு வந்தேனுங்க – சாமி, அது உங்களுக்கு எப்படியோ தெரிஞ்சுக்கிடுத்தே! அதல்ல ஆச்சரியமாயிருக்கு?"

என்று மூக்கின்மேல் விரலை வைத்து ஆச்சரியப்பட்டான் குடியானவன். போலீஸ்காரர்கள் அவனைப் பிடரியைப் பிடித்து ஒரு நெட்டுநெட்டித் தள்ளிவிட்டு மேலே சென்றார்கள்.

சற்றுத் தூரத்தில் மறைவிலிருந்து இதையெல்லாம் பார்த்துக் கொண்டிருந்த முத்தையன், நாணற் காட்டின் வழியாக மேலே நடக்கலானான். நடக்கும்போது யோசித்துக்கொண்டே போனான். இன்றெல்லாம் போலீஸ் நடமாட்டம் அதிகமாய்த்தானிருக்கும். ஆகையால், சாலைப் பக்கம் தலைக் காட்டக்கூடாது. ஒருவன் கொள்ளிடக்கரை நாணற்காட்டில் மட்டும் புகுந்துவிட்டால் அவனைக் கண்டுபிடிக்க யாராலும் முடியாது என்று முத்தையன் கேள்விப்பட்டதுண்டு. அது உண்மையென்று இப்போது நன்றாய்த் தெரிந்தது. நாணலில் பத்து அடி தூரத்தில் உள்ளவனைக்கூடப் பார்க்க முடியாது. பல மைல் விஸ்தீரணம் படர்ந்திருக்கும் அக்காட்டில் மறைந்திருப்பவனை எங்கே என்று தேடுவது? எத்தனை பேர் தேடினால்தான் ஆகிற காரியமா?

ஆகவே, எவ்வளவு நாள் வேண்டுமானாலும் அந்த நாணற் காட்டில் அவன் அகப்படாமல் இருக்கலாம். ஆனால் இருந்து என்ன செய்வது? எதற்காக இருக்க வேண்டும்? எத்தனை நாள் அப்படி இருப்பது? அபிராமியைப் பார்ப்பதற்கு வழி என்ன?

அபிராமியின் நினைவு வந்ததும் அவள் வீட்டைவிட்டு எங்கே போயிருப்பாள் என்று சிந்திக்கத் தொடங்கினான். அப்போது, நேற்று மத்தியானம் கான்ஸ்டபிள்கள் தன்னைப் போலீஸ் ஸ்டேஷனுக்கு அழைத்துப் போகையில் வழியிலே செங்கமலத்தாச்சி வீதியின் மறுபக்கம் போய்க்கொண்டிருந்ததும், அவள் தன்னை வியப்புடனே பார்த்துவிட்டுச் சென்றதும் ஞாபகம் வந்தன. 'ஐயோ! அந்தப் பாவிகள் என்னைக் கைது செய்துகொண்டு போகிறார்கள் என்று மட்டும் தெரிந்திருந்தால் ஆச்சியிடம் அபிராமியைப் பார்த்துக் கொள்ளும்படி சொல்லியிருப்பேனே?' என்று நினைத்தான். ஆனால் தான் சொல்லாது போனபோதிலும் செங்கமலத்தாச்சியேதான் அபிராமி ஒண்டியாயிருக்கக் கூடாதென்று சொல்லி அவளைத் தன்னுடைய வீட்டுக்கு அழைத்துப்போயிருக்க வேண்டும். இல்லாவிட்டால், அபிராமி வேறு எங்கே போயிருப்பாள்?

ஒரு வேளை... ஒரு வேளை... கார்வார் பிள்ளைதான் மறுபடியும் வந்திருப்பானோ? அந்த நினைவே அவனுக்கு எல்லையில்லாத துன்பத்தையளித்தது. நூறு தேள்கள் சேர்ந்தாற்போல் கொட்டிவிட்ட மாதிரி இருந்தது. தலையை அதிவேகமாக ஆட்டி அசைத்து அந்த நினைவைப் போக்கிக்கொண்டான். அப்படி ஒருநாளும் இராது.

அவ்வளவு துணிச்சல் அவனுக்கு ஒருநாளும் வராது. ஆனால், ஏற்கெனவே அவன் தனக்குச் செய்த தீங்குதான் கொஞ்சமா? பாவி, போலீஸில் பொய் கேஸ் எழுதி வைத்துத் தன்னைக் கைது செய்தானே? அடே கொலை பாதகா!

அப்போது முத்தையனுக்கு வந்த கோபத்தில் பக்கத்திலிருந்த நாணலையெல்லாம் பிய்த்தெறியத் தொடங்கினான். நாணலின் கூரிய முனை அவன் உள்ளங்கையை அறுத்து, அதனால் இரத்தம் கசிந்து கொண்டிருந்ததுகூட அவனுக்குத் தெரியவில்லை. அப்போது 'பட்' என்று அவனுக்குச் சமீபத்தில் ஒரு கல் வந்து விழுந்தது. தூரத்தில் சாலையில் 'சூ! சூ' என்று சத்தம் கேட்டது. சாலையில் போகிறவன் யாரோ நாணல் அசைவதைக் கண்டு, நரியாக்கும் என்று நினைத்துக் கல்லைவிட்டு எறிந்திருக்க வேண்டும்.

நாணற் காட்டிற்குள்ளே கூட ஜாக்கிரதையாய்த் தானிருக்க வேண்டுமென்று முத்தையன் அப்போது அறிந்தான்.

16

"திருடன்! திருடன்!"

அன்று சாயங்காலம் கையெழுத்து மறையும் நேரத்துக்கு முத்தையன் நாணற் காட்டிலிருந்து லயன் கரைச்சாலைக்கு வந்தான். நேற்று மத்தியானத்துக்குப் பிறகு அவன் சாப்பிடவில்லையாதலால், கோரமான பசி அவனை வாட்டிக்கொண்டிருந்தது. உடம்பு சோர்ந்து போயிருந்தது. தள்ளாடித் தள்ளாடி நடந்தான். லயன் கரைக்குப் பக்கத்தில் இராஜன் வாய்க்காலுக்கு அப்பால் ஒரு வாழைத்தோட்டம் இருந்தது. அதில் வாழைக்குலைகள் தொங்கிக்கொண்டிருந்தன. முத்தையன் அங்கே சென்று, ஒரு வாழைத்தாரில் சற்றுச் சிவந்திருந்த ஒரு காயைப் பறித்துக் கடித்தான். தின்ன முடியாமல் துப்பிவிட்டான்.

கொஞ்சதூரத்தில் தென்னந்தோப்புக்கு மத்தியில் ஒரு கோயிலின் ஸ்தூபி தெரிந்தது. அதற்கு அருகில் புகை கிளம்பிற்று. அங்கே ஒரு கிராமம் இருக்கவேண்டும். கிராமத்திலுள்ள வீடுகளில் இப்போது சமையல் நடந்துகொண்டிருக்க வேண்டும். இதை நினைத்தபோது முத்தையனுடைய பசி அதிகமாயிற்று. அவனை அறியாமலேயே முத்தையனுடைய கால்கள் அந்தக் கிராமத்தை நோக்கி நடந்தன.

திருப்பரங்கோயில் லாக்-அப்பிலிருந்து இரண்டு கைதிகள் தப்பி ஓடிவிட்டார்களென்ற செய்தி ஊருக்கு ஊர் வாய்மொழியாகவே பரவி நெடுந்தூரத்துக்கு எட்டிவிட்டது. தப்பியோடியவர்கள் இரண்டு பேரும் பொல்லாத திருடர்கள் என்றும் கொலைபாதகங்களுக்கு அஞ்சாதவர்கள் என்றும் செய்தி பரவிற்று. அவர்கள் எந்தெந்த ஊரில் எந்தெந்த மாதிரிக் கொடுமைகளைச் செய்தார்கள் என்பதாகக் கதைகளும் பரவின. இந்தச் சந்தர்ப்பத்தில் ஒவ்வொருவரும் தாங்கள் தாங்கள் கேட்டிருந்த திருடர் கதைகளைச் சொல்ல ஆரம்பித்தார்கள்.

பனங்குடி கிராமத்தில் சுப்பையா முதலியார் வீட்டில், முதலியார் தாழ்வாரத்தில் உட்கார்ந்து அனுஷ்டானம் செய்து கொண்டிருந்தார். முதலியாரின் மனைவி இலைபோட்டுக் கொண்டிருந்தாள். அவருடைய தாயார் - வயதான கிழவி - முற்றத்தின் குறட்டில் படுத்துக்கொண்டிருந்தாள். கூடத்தின் மாடத்தில் மண்ணெண்ணெய் சிம்னி விளக்கு எரிந்துகொண்டிருந்தது. முதலியாரின் மகன் அந்த விளக்கின் வெளிச்சத்தில் பாடப் புத்தகத்தைப் பிரித்து வைத்துக்கொண்டு ராகம் போட்டு வாசித்துக் கொண்டிருந்தான்.

"ஆகையால், பிள்ளைகளே! பலநாள் திருடன் ஒருநாள் அகப்படுவான்!" என்று பையன் பாடத்தை முடித்தான்.

அந்தச் சமயம் பார்த்து, வாசலிலே நாய்க் குரைத்தது!

முதலியார், தமது மனைவியைக் கூப்பிட்டு, "ஏய்! கொல்லைக் கதவைப் பார்த்துத் தாளிட்டாயா! ஊரெல்லாம் திருட்டுப் பயமாயிருக்கிறது. திருப்பரங்கோயில் ஜெயிலிலிருந்து இரண்டு பக்காத் திருடர்கள் தப்பி ஓடிப்போயிருக்கிறார்களாம்" என்றார்.

"திருடன் வந்தால் வரட்டும். இங்கே என்னத்தைக் கொண்டு போவான்? கைக்கொலுசைக் கூடத்தான் வாய்தாப் பணத்துக்கு விற்றாய்விட்டதே?" என்றாள் அவர் மனைவி.

அச்சமயம், வாசற்கதவைத் தட்டும் சத்தம் கேட்டது. எல்லோரும் திடுக்கிட்டார்கள். மறுபடியும் அந்தச் சத்தம்.

முதலியார், "யார் அது?" என்று இரைந்தார்.

"நான்தான் ஐயா! கதவைத் திறங்க."

"நான்தான் என்றால் யார்?"

"நான்தான் என்றால் நான்தான். கதவைத் திறங்க, ஐயா!"

"யாரடா அவன் அவ்வளவு திமிராகப் பேசுகிறது?" என்று சொல்லிக்கொண்டு முதலியார் எழுந்திருந்தார்.

குறட்டில் படுத்திருந்த கிழவி தூக்கிவாரிப் போட்டுக்கொண்டு எழுந்து, "இந்தாடாப்பா, சுப்பையா! நீ போவாதே! சொல்லிட்டேன். அதெல்லாம் நீ போகவே கூடாது" என்று வழி மறித்தாள். முதலியார் அதைப் பொருட்படுத்தாமல் திமிறிக்கொண்டு போனார். கிழவி சட்டென்று கூடத்துக்குப்போய் அங்கிருந்த சிம்னி விளக்கை எடுத்துக்கொண்டு முதலியாரைப் பின்தொடர்ந்தாள்.

முதலியார் கதவைத் திறந்து, "யாரடா அது?" என்றார்.

"ரொம்பப் பசிக்கிறது. ஐயா! கொஞ்சம் சாதம் போடுவீர்களா?" என்றான் வாசலில் நின்ற முத்தையன், அவன் பேச்சு ரொம்பவும் ஈனஸ்வரத்தில் இருந்தது.

அவன் அப்படிச் சொன்னானோ இல்லையோ, பின்னால் சிம்னி விளக்குடன் வந்துகொண்டிருந்த கிழவி, "ஐயோ! திருடன்! திருடன்!!" என்று கூவிக்கொண்டே விளக்கைக் கீழே போட்டாள். விளக்கு அணைந்தது. இருள் சூழ்ந்தது.

'திருடன்! திருடன்!' என்று அந்தக் கிழவி போட்ட கூச்சலுக்கு நாலா பக்கங்களிலிருந்தும் எதிரொலி கிளம்பியது.

அடுத்த வீடு, அண்டை வீடு, எதிர் வீடுகளில், 'திருடன்! திருடன்!!' என்ற ஒலி எழுந்தது. அது வீடு வீடாகப் பரவி கிராமத்தின் கடைசி வீடு வரையில் சென்றது. "திருடன்! திருடன்!!" என்று கூவிக்கொண்டே சிலர் வீட்டுக் கதவை அவசரமாய்த் தாழ்ப்பாள் போட்டார்கள். வேறு சில தீர புருஷர்கள் வீட்டைவிட்டு வெளியே கிளம்பி ஓடிவந்தார்கள். அவரவர்களும் கையில் அகப்பட்டதை தடி, உலக்கை, அரிவாள், மண்வெட்டி – இப்படிக் கிடைத்ததை எடுத்துக்கொண்டு வந்தார்கள்.

விளக்கு அணைந்ததோ இல்லையோ, சுப்பையா முதலியார் சட்டென்று உள்ளே புகுந்து கதவைப் படார் என்று சாத்தித் தாழ்ப்பாள் போட்டுவிட்டார். முத்தையன் ஒரு நிமிஷம் திகைத்துப்போய் நின்றான். அப்புறம், கிராமத்தாரெல்லாம் கூச்சல் போட்டுக்கொண்டு ஓடிவருவதைப் பார்த்து இனி அங்கு நிற்பது அபாயம் என்று அறிந்து ஓடத்தொடங்கினான்.

"அதோ ஓடறான்!" "அதோ ஓடறான்!" "விடாதே! பிடி!" என்று கூக்குரல்கள் எழுந்தன. தெருவிலிருந்த நாய்கள் எல்லாம் ஏக காலத்தில் குரைத்தன.

முத்தையன் வீதியில் கொஞ்சதூரம் ஓடியதும் நாலாபுறமிருந்தும் ஜனங்கள் தன்னை நோக்கி ஓடிவருவதைக் கண்டான். இனி,

ஓடுவதில் பயனில்லை என்று தோன்றிற்று. கோயிலுக்கெதிரில் இருந்த லாந்தர் கம்பத்தினடியில் போய் வெளிச்சத்தில் நின்று, தான் திருடனில்லையென்றும் திருடுவதற்கு வரவில்லை என்றும் அவர்களுக்குச் சொல்லிவிடுவதுதான் சரியென்று எண்ணினான். அந்த லாந்தர் வெளிச்சத்தண்டை அவன் போனபோது யாரோ ஒருவன் கையில் சூரிக் கத்தியுடன் தன்னை நோக்கி ஓடிவருவதைக் கண்டான். அடுத்த கணத்தில் அவ்வாறு ஓடிவந்தவன் கத்தியை ஓங்கினான். முத்தையன் அவன் கையைத் தாவிப் பிடித்துக் கத்தியைப் பிடுங்கினான். அப்படி பிடுங்கும்போது, கத்தி வைத்திருந்தவனின் தோளில் காயம்பட்டு இரத்தம் பீறிட்டது. அவன் கீழே விழுந்தான்.

முத்தையனுடைய கையிலே இப்போது கத்தி இருந்தது. அதில் இரத்தம் தோய்ந்திருந்தது. முத்தையனுடைய கையிலும் துணியிலுங்கூட இரத்தம். லாந்தர் வெளிச்சத்தில் முத்தையன் இதையெல்லாம் பார்த்தான். அவன் முகம் ஒரு நொடியில் பயங்கரமாக மாறிற்று. கண்கள் திருதிருவென்று விழித்தன. பற்கள் நறநறவென்று சப்தித்தன. இரத்த வெறியென்பது இதுதான் போலும்!

அதற்குள்ளே கிராமத்தார் அநேகர் கையுந் தடியுமாக அவனை அங்கு வந்து சூழ்ந்தார்கள். முத்தையன் சூரிக்கத்தியைத் தூக்கிக் காட்டி, “வாருங்களடா” என்று ஒரு கர்ஜனை செய்து பல்லைக் கடித்தான். வந்தவர்கள் அவனுடைய பயங்கரத் தோற்றத்தைப் பார்த்தார்கள். இரத்தம் தோய்ந்த கத்தியைப் பார்த்தார்கள். கீழே காயம்பட்டுக் கிடந்தவனையும் பார்த்தார்கள். ஒருவன் “ஐயோ!” என்று கூச்சலிட்டுக்கொண்டு திரும்பி ஓடினான். அவ்வளவுதான்; எல்லாரும் நாலாபுறமும் சிதறி ஓடத்தொடங்கினார்கள். முத்தையன் பயங்கரமாகக் கூச்சலிட்டுக்கொண்டு அவர்களைத் துரத்தத் தொடங்கினான்!

17

தண்ணீர்க் கரையில்

ஐந்து நிமிஷத்திற்கெல்லாம் அந்தத் தெரு வீதியில், மனுஷ்யர் யாரும் இல்லாமல் போயினர். காயம்பட்டுக் கீழே கிடந்தவன்கூட

எழுந்து ஓடிப்போனான். நாய்கள் மட்டுந்தான் ஆங்காங்கு தூரதூரமாய் நின்று குரைத்துக்கொண்டு இருந்தன.

முத்தையன் சாவதானமாய் ஊரைவிட்டு நடந்து சென்றான். அவன் வந்த காரியம் நிறைவேறவில்லை. சாப்பாடு கிடைக்கவில்லை; பசி தீரவில்லை. ஆனாலும் அவன் உள்ளத்திலே. ஒரு பெரிய உற்சாகம் தோன்றியிருந்தது. அவனுடைய உடம்பிலிருந்த சோர்வெல்லாம் அந்த நேரம் எங்கேயோ போய்விட்டது. இன்னதென்று விவரிக்க முடியாத ஒரு கிளர்ச்சி அவன் உள்ளத்தில் தோன்றியது போலவே உடம்பிலும் ஏற்பட்டிருந்தது. சுருக்கமாகச் சொன்னால், அவன் அப்போது வெற்றி வெறியில் முழுகியிருந்தான்.

உலகத்திலே கோழைகள்தான் அதிகம்; உயிருக்குத் துணிந்த ஒருவன் உயிர்ப்பற்றுள்ள நூறு பேருக்குச் சமானம் என்பதை அவன் அப்போது அநுபவத்தில் கண்டான். ஏற்கெனவே முரட்டுச் செயல்களில் பிரியமுள்ள அவனுக்கு இந்த அறிவு அளவிலாத உற்சாகத்தை உண்டு பண்ணியது.

நட்சத்திரங்களின் மங்கலான வெளிச்சத்தில் குருட்டாம் போக்காய் வழியைக் கவனியாமல் நடந்துகொண்டு போனவன், அறுவடையான ஒரு சோளக் கொல்லையை அடைந்தான். அதிலே குருவி ஓட்டுவதற்காகப் போட்டிருந்த பரண் ஒன்று இருந்தது. அதில் ஒருவரும் இல்லையென்பதைக் கண்டு ஏறிப் படுத்துக்கொண்டான். வெகுநேரம் வரை தூக்கம் பிடிக்கவில்லை; புரண்டுகொண்டிருந்தான். அவனுடைய உள்ளத்தில் ஒன்றின்மேல் ஒன்றாக எத்தனையோ எண்ணங்கள் அலையெறிந்து வந்துகொண்டிருந்தன. அவற்றில் அபிராமியும், கல்யாணியும் அதிகமாக இடம் பெற்றிருந்தார்கள் என்று சொல்லவும் வேண்டுமோ?

முத்தையனுக்கு முன்னால் ஒரு பெரிய தலை வாழை இலை போட்டிருக்கிறது. அதில் ஸ்ரீகிருஷ்ண பரமாத்மாவின் வீட்டில் குசேலருக்குப் பரிமாறி இருந்ததுபோல் உணவு வகைகள் பரிமாறப்பட்டிருக்கின்றன. சாதம், கறிவகைகள் பட்சணங்கள் எல்லாம் போர் போராய்க் குவிந்திருக்கின்றன. முத்தையன் அவற்றை அள்ளிச் சாப்பிட்டுக் கொண்டிருக்கிறான். சமையற்காரக் குண்டோதரன் ஒருவன் தட்டில் சாதம் கொண்டு வருகிறான். அவன் சாதம் போடப்போட, முத்தையன் "இன்னும்போடு" என்று சொல்கிறான். பரிசாரகனுக்குக் கோபம் வந்து, "இனிமேல் உன் தலையிலேதான் போடவேணும்!" என்று தாம்பாளத்தை முத்தையன் தலையில் போடுகிறான்...

இச்சமயத்தில் முத்தையன் தூக்கிவாரிப் போட்டுக்கொண்டு எழுந்திருந்தான். பரணின் மேற்கூரையில் இருந்து சில சோளத் தட்டைகள் நழுவி அவன் தலையில் விழுந்திருந்தன. கொஞ்ச தூரத்தில் 'மே' என்று ஆடு கத்திற்று. மேலே வெயில் சுளீரென்று அடித்தது.

'இத்தனை நேரமா தூங்கிப் போய்விட்டோம்?' என்று முத்தையன் எண்ணியதும், முதல் நாள் இராத்திரி சம்பவங்கள் எல்லாம் ஞாபகத்தில் வந்தன. பக்கத்தில் கிடந்த கத்தி அவையெல்லாம் உண்மைதான் என்று ருசுப்படுத்திற்று.

பசியோ காதை அடைத்துக்கொண்டு போயிற்று. பரண் மீதிருந்தே நாலா பக்கமும் பார்த்தான் முத்தையன். கொஞ்சதூரத்தில் கொள்ளிடம் தெரிந்தது. அதன் நீரோட்டத்திற்குச் சமீபமாய் ஒரு கட்டை வண்டி நின்றது. அதனுள்ளிருந்து ஒரு ஸ்திரீயும் புருஷனும் இறங்கினார்கள். அவர்கள் வண்டிக்குள்ளிருந்து ஒரு மூட்டையை எடுத்தார்கள். சரி, சரி, அது கட்டுச்சாத மூட்டைதான் என்று முத்தையன் தீர்மானித்துக் கொண்டான், அவனுடைய பசி நூறு மடங்கு அதிகமாயிற்று.

ஒரு நிமிஷம் யோசனை செய்தான் முத்தையன். அந்த பரண்மேலே கிடந்த ஒரு பழைய கம்பளியின் மேல் அவனுடைய பார்வை தற்செயலாய் விழுந்தது. சினிமாக்களில் டக்ளஸ் பேர்பாங்ஸ் போன்ற திருடன் வேஷக்காரர்களை அவன் பார்த்ததுண்டு. அவர்களுடைய வேஷம் அவன் மனக்கண் எதிரே தோன்றவே, கத்தியினால் அந்தக் கம்பளியில் ஒரு துண்டு கிழித்துக்கொண்டான். அதன் நடுவில் இரண்டு கண்ணுக்கும் இரண்டு துவாரம் செய்து அதை முகத்தில் கட்டிக்கொண்டான். மேற்படி கட்டை வண்டி நின்ற இடத்தை நோக்கி வேகமாய் நடந்தான்.

புருஷனும் பெண்சாதியும் சாவகாசமாய்ப் பல்துலக்கிவிட்டு, நீர்க்கரையில் மணல்மேல் சாவதானமாய் உட்கார்ந்து கட்டுச்சாத மூட்டையை அவிழ்த்தார்கள். முதல் நாள் இரவு பிசைந்த புளியஞ்சாதத்தின் வாசனை கமகமவென்று வந்தது. சாதத்தின்மேல் இருந்த இலைகளை எடுத்துத் தண்ணீரில் அலம்பிப் போட்டான் கணவன். "இதோ பார்! தினந்தான் நீ எனக்குச் சாதம் போடுகிறாயே! இன்றைக்கு நான் உனக்குப் போடுகிறேன்" என்றான் அவன்.

"என்னமோ, இன்னிக்கு மழைதான் வரப்போகுது. இல்லாட்டிப் போனா, கைக்கெட்டியது வாய்க்கு எட்டாமல் போனாலும் போயிடும்!" என்றாள் மனைவி.

அந்தச் சமயம் "ஹா!" என்ற ஒரு பயங்கரமான குரலைக் கேட்டு இருவரும் திடுக்கிட்டார்கள். பக்கத்தில் இருந்த நாணற் காட்டிலிருந்து முகமூடியணிந்த ஒரு பயங்கர உருவம் கையில் கத்தியுடன் வந்து கொண்டிருந்தது. உடனே இருவரும் கதிகலங்கிப் போய் எழுந்து, வண்டி கிடந்த கரையை நோக்கி ஒரே ஓட்டமாய் ஓடினார்கள். அந்த உருவம் பல்லை நறநறவென்று கடித்துக் கொண்டும், இடையிடையே பயங்கரமாகக் கூவிக்கொண்டும் அவர்களை கொஞ்சதூரம் துரத்திற்று. பிறகு, திரும்பித் தண்ணீர்க் கரைக்குச் சென்று, கூடையிலிருந்த சாதத்தை எடுத்து 'லபக்' என்று விழுங்கத் தொடங்கியது. ஏறக்குறைய பாதி கூடை காலியான பிறகு கை கழுவிற்று அந்த உருவம். மறுபடி அந்தக் கூடையைத் துணியைப் போட்டுச் சுற்றிக் கட்டி; அதைக் கையில் எடுத்துக்கொண்டு நாணற் காட்டிற்குள் புகுந்து மறைந்தது.

வண்டியின் அருகில் நின்று பிரமை கொண்டவர்கள் போல் இதைப் பார்த்துக்கொண்டிருந்த தம்பதிகள், அந்தப் பயங்கர உருவம் மறைந்ததும் வண்டியைப் பூட்டிக்கொண்டு கிளம்பினார்கள்.

18

அபிராமியின் பிரயாணம்

மூத்தையனும் குறவனும் தப்பிச்சென்ற செய்தி கேட்ட உடனே வீட்டைவிட்டுக் கிளம்பிய ஸர்வோத்தம சாஸ்திரி அன்றிரவு திரும்பி வரவில்லை. அப்புறம் ஐந்து ஆறு நாள் வரையில் அவர் வரவில்லை. கடைசியில் ஒருநாள் சாயங்காலம் வந்து சேர்ந்தார். ரொம்பவும் அலைந்து களைத்துப்போய், அவர் முகம் பார்க்கமுடியாமல் கோரமாயிருந்தது.

அவர் வந்து கூடத்தில் கிடந்த சாய்மான நாற்காலியில் 'அப்பாடா!' என்று உட்கார்ந்ததும், மீனாட்சி அம்மாள் வெறுமனே அவரிடம் போனால் எரிந்து விழுவார் என்று அறிந்தவளாதலால், கையில் ஒரு டம்ளர் தீர்த்தத்துடன் போய் அருகில் நின்றாள். அவர் தீர்த்தம் சாப்பிட்டதும் "என்ன, இத்தனை நாளாய் இப்படி வராமலிருந்து விட்டீர்கள்? ரொம்பக் கவலையாய்ப் போயிற்று. அந்தப் பெண்ணானால் அழுத கண்ணும் சிந்திய மூக்குமாய் இருக்கிறாள்..." என்று சொல்ல, சாஸ்திரி, "அழறாளா? நன்னா அழச்

சொல்லு..! இன்னும் அந்தப் பெண் இங்கேதான் இருக்கிறாளா, என்ன?" என்றார்.

"ஆமாம்; அவளுக்குத்தான் வேறு திக்கு கிடையாதே! எங்கே போவாள்?"

"ரொம்ப நன்றாயிருக்கிறது; அதற்காக நாம் என்னத்தைச் செய்கிறது? எங்கே அவள்? கூப்பிடு, பார்க்கலாம்?"

கதவின் ஓரத்திலிருந்து இதைக் கேட்டுக்கொண்டிருந்த அபிராமி அப்போது கண்ணைத் துடைத்துக்கொண்டு வந்தாள்.

சாஸ்திரி அவளைப் பார்த்து, "ஆஹா! பெண்ணே! அழுகிறாயா? அழு அழு! உன் அண்ணன் அகப்படக் கூடாது என்று பிரார்த்தனை செய்தாயல்லவா? அவன் அகப்படவில்லை. இப்போது உனக்குச் சந்தோஷந்தானே?" என்றார். பிறகு, "ஐயோ பைத்தியமே!" என்று சொல்லித் தலையில் அடித்துக்கொண்டார்.

அபிராமிக்கு ஒன்றுமே புரியவில்லை. முத்தையன் அகப்படவில்லையென்று மட்டும் தெரிந்தது. ஆனால் இன்ஸ்பெக்டர் பேசிய தினுசிலிருந்து ஏதோ விபரீதம் நேர்ந்துவிட்டதென்றும் நினைக்க வேண்டியதாயிருந்தது.

"அவளை ஏன் மிரட்டுகிறீர்கள்? அவளுக்கு என்ன தெரியும், குழந்தை!" என்றாள் மீனாட்சி அம்மாள்.

"அவளுக்கு ஒன்றும் தெரியாது; அவள் அண்ணனுக்கும் ஒன்றும் தெரியாது... பெண்ணே! இனிமேல் உன் அண்ணனை நீ மறந்துவிடு. வெள்ளம் தலைக்குமேல் போய்விட்டது. அவன் லாக்-அப்பிலிருந்து தப்பித்துப் போகாமலிருந்திருந்தால் மறுநாளே நான் விடுவித்திருப்பேன். தப்பித்துப்போன குற்றத்தோடிருந்தாலும் சொற்பத் தண்டனையோடு போயிருக்கும். இப்போதோ அவன்மேல் ஐந்து கொள்ளைக் குற்றங்கள் இருக்கின்றன. இந்தப் பழைய 'கேடி' குறவனையும் அவனுடைய சகாக்களையும் தன்னுடன் சேர்த்துக் கொண்டிருக்கிறான். கொலை ஒன்றைத் தவிர, 'பீனல் கோ'டிலுள்ள எல்லாக் குற்றங்களும் செய்துவிட்டான். கட்டாயம் ஒருநாள் அவனைப் பிடித்தே தீருவோம். அப்போது தீவாந்திர சிட்சைக்குக் குறைந்து விதிக்க மாட்டார்கள்... இனிமேல் உனக்கு அண்ணன் இல்லையென்று நினைத்துக்கொள்" என்றார் ஸர்வோத்தம சாஸ்திரி.

இதைக்கேட்ட அபிராமி விம்மிவிம்மி அழத்தொடங்கினாள். மீனாட்சி அம்மாள் அவளை அழைத்துக்கொண்டு உள்ளே போய், "நீ அழாதே, அம்மா! அவர் கோபத்தில் ஏதோ சொல்கிறார்.

அப்படியெல்லாம் உனக்கு ஒன்றும் வராது" என்று தேறுதல் சொல்லிவிட்டு மறுபடியும் கூடத்திற்குத் திரும்பி வந்தாள்.

"இந்தப் பெண்ணை என்ன செய்கிறதென்று தெரியவில்லையே? அவளை நம் வீட்டில் எத்தனை நாளைக்கு வைத்துக்கொண்டிருப்பது? ரொம்பவும் பிசகாயிற்றே. இவளுக்குப் பந்துக்கள், வேண்டியவர்கள் யாரும் இல்லையா?" என்றார் சாஸ்திரி.

"ஒருவரும் கிடையாது. பெரிய தர்மசங்கடந்தான்... எனக்கு ஒரு யோசனை தோன்றுகிறது, சொல்லட்டுமா?"

"பேஷாய்ச் சொல்லு! 'யோசனை சொல்வதில் மந்திரிக்குச் சமானம்' என்று உத்தம பத்தினியைப் பற்றி சாஸ்திரம் கூறுகிறது."

"பாருங்கள்! சென்னைப் பட்டணத்தில் என் நாத்தனார் சரஸ்வதி வித்யாலயம் நடத்துவதுதான் தெரியுமே? அதற்கு ஒத்தாசை செய்ய வேண்டும், ஒத்தாசை செய்யவேண்டும் என்று பிராணனை வாங்கிக் கொண்டிருக்கிறார் அல்லவா? இந்தப் பெண்ணை அனுப்பி வைக்கலாமே? அதுவும் ஒரு உதவிதானே?"

"பேஷான யோசனை. இப்போதே சாரதாமணிக்குக் கடுதாசி எழுதிவிடு."

"பார்த்தீர்களா? உலகத்திலே நாத்தனார்களுக்குக்கூட உபயோகம் இருக்கிறதே?" என்று சொல்லி மீனாட்சி அம்மாள் சிரித்தாள்.

இவ்வாறு செய்துகொண்ட தீர்மானத்தை மேற்படி தம்பதிகள் விரைவிலேயே நிறைவேற்றி வைத்தார்கள். மீனாட்சி அம்மாள், அபிராமியின் புத்திசாலித்தனத்தைப் பற்றியும் நற்குணங்களைப் பற்றியும் வர்ணனை செய்து எழுதியிருந்ததைப் படித்துவிட்டு, சரஸ்வதி வித்யாலயத்தின் தலைவி சகோதரி நாரதாமணி அம்மாள் அவளை உடனே அனுப்பிவைக்கும்படி பதில் எழுதினாள். மீனாட்சி அம்மாள் கூடச் சென்று அபிராமியை வித்யாலயத்தில் சேர்த்துவிட்டு வரவேணுமென்று ஏற்பாடாயிற்று.

அவ்வாறே ஒருநாள் மீனாட்சி அம்மாளும் அபிராமியும் ராமேஸ்வரம் எக்ஸ்பிரஸில் ஏறிச் சென்னைக்குப் பிரயாணமானார்கள். ரயில் போகத் தொடங்கியதும் அபிராமிக்கு அவளை அறியாமல் கண்ணீர் வந்தது. அண்ணனை ஆபத்தான நிலைமையில் விட்டு விட்டு நாம் தூரதேசம் போகிறோம் என்ற எண்ணம் அவளுக்கு வேதனையளித்தது. முத்தையனுக்கு இந்தத் துன்பமெல்லாம் தன்னால்தான் வந்தது என்று எண்ணியபோது அவளுடைய வேதனை பதின்மடங்கு அதிகமாயிற்று. 'ஆகா; இப்போது தன்

அருகில் முத்தையன் மட்டும் உட்கார்ந்துகொண்டு வந்தால், இந்த ரயில் பிரயாணம் எவ்வளவு உற்சாகமாயிருக்கும்?'

இப்படி இவள் எண்ணியபோது, 'முத்தையன்' என்ற வார்த்தை காதில் விழவே உற்றுக் கவனிக்கத் தொடங்கினாள்.

"பேப்பர்லே முத்தையனைப் பற்றி ஏதாவது போட்டிருக்கா?" என்று அதே வண்டியில் உட்கார்ந்து கொண்டிருந்த பிரயாணி ஒருவர் கேட்டார்.

"ஊரிலே இருக்கிற திருடனையெல்லாம் பற்றிப் போடுவதுதான் பத்திரிகைகளுக்கு வேலையாகும்" என்றார் ஒருவர்.

"இவன் அப்படியொன்றும் சாமான்யபட்ட திருடன் இல்லை. நேற்றைய சமாசாரம் கேட்டீர்கள் அல்லவா?"

"இல்லையே? இன்னும் எங்கேயாவது கொள்ளை நடந்ததோ?"

"இல்லை; இல்லை. சங்கரமடத்தில் இரண்டு நாளைக்கு முன்பு ஒரு கல்யாணம் நடந்ததாம். கல்யாணத்துக்குப் பிறகு நேற்றைக்கு, பெண் மாப்பிள்ளை முதலியவர்கள் சாலையோடு போய்க் கொண்டிருந்தார்கள். அப்போது விளக்கேற்றுகிற நேரத்தில், திடீரென்று முத்தையனும் ஐந்தாறு திருடர்களும் வந்து சூழ்ந்து கொண்டார்களாம். பெண் மாப்பிள்ளையுடன் வந்த ஆண் பிள்ளைகள் எல்லாம் பயந்து ஓடியே போய்விட்டார்களாம். ஆனால் கல்யாணப் பெண் மட்டும் தைரியமாய் முன்னால் வந்து, முத்தையனிடம், 'அண்ணா! என்னை உன் தங்கச்சி என்று நினைத்துக்கொள். முந்தாநாள்தான் நான் தாலி கட்டிக்கொண்டேன். எங்களை ஒன்றும் பண்ணாதே!' என்றதாம், 'நான் உன் தங்கச்சி' என்றதும் முத்தையன் திடீரென்று அழுதுவிட்டானாம். அவர்களை ஒன்றும் பண்ணாமல் மற்றத் திருடர்களையும் அழைத்துக்கொண்டு ஒரு நொடியில் மறைந்து போய்விட்டானாம். என்ன ஆச்சரியம், பார்த்தீர்களா?"

"முத்தையனுக்கு ஒரு தங்கை உண்டு என்றும், அவள்மேல் அவன் உயிராய் இருந்தானென்றும் சொல்கிறார்களே, இது நிஜமா, ஸார்!"

இதையெல்லாம் கேட்டுக்கொண்டிருந்த அபிராமி, பொங்கிக்கொண்டு வந்த அழுகையை மிகவும் பிரயத்தனப்பட்டுத் தடுத்துக்கொண்டாள்.

"அண்ணா! அண்ணா! உன்னை மறுபடியும் இந்த ஜன்மத்தில் காண்பேனா?" என்று அவள் நெஞ்சம் அலறிக்கொண்டிருந்தது.

19

கச்சேரியில் கள்ளன்

'மகா-ஸ்ரீ மகாகனம் பொருந்திய முத்தையப் பிள்ளை அவர்கள் நாளது ஜூலை 20 புதன் கிழமை இராத்திரி 11 மணிக்கு உம்முடைய வீட்டுக்கு விஜயம் செய்வார்கள். அவர்களை தக்கபடி உபசரித்து வரவேற்பதற்குச் சித்தமாயிருக்க வேண்டியது. கொஞ்சமாவது அலட்சியமாய் இருப்பதாய்த் தெரிந்தால், கடுமையான சிட்சை அனுபவிக்க நேரிடும்.'

இம்மாதிரிக் கடிதங்கள் அந்தத் தாலுக்காவிலுள்ள ஐம்பது அறுபது பெரிய மனிதர்களுக்கு ஒரே நாளில் கிடைத்தன. கடிதம் பெற்றவர்கள் கதிகலங்கிப் போனார்கள். அந்தச் செய்தி வாய்மொழியாகத் தாலுக்கா முழுவதும் பரவிற்று. ஜனங்கள் அடைந்திருந்த பரபரப்பைச் சொல்லி முடியாது.

குடித்தனக்காரர்கள் வீட்டுக் கதவுகளுக்கு இரட்டைத் தாழ்ப்பாள் போட ஆரம்பித்தார்கள். இரும்புப் பெட்டிகளை இழுத்து இழுத்துப் பார்த்துப் பூட்டினார்கள். அநேகம் பேர் தலைமாட்டில் பெரிய தடியை வைத்துக்கொண்டு தூங்கினார்கள். ரொம்பப் பெரிய மனுஷர்கள் சிலர் துப்பாக்கி லைசென்ஜுக்கு விண்ணப்பம் போட்டார்கள். வேறு சிலர் வஸ்தாதுகளுக்குச் சம்பளம் கொடுத்து வீட்டில் வைத்துக்கொண்டார்கள். சிலர் தாங்களே சிலம்பம் பழகத் தொடங்கினார்கள்.

இராத்திரியில் வீதியில் நாய் குரைத்தால் தீர்ந்தது; அன்றிரவு ஊரில் யாருக்கும் தூக்கம் கிடையாது.

சாலைகளில் அஸ்தமித்த பிறகு பிரயாணம் செய்வது அநேகமாக நின்று போயிற்று. அப்படிப் பிரயாணம் செய்தாலும், கையில் தடிகளுடன் தீவட்டிக் கொளுத்திக் கொண்டுதான் கிளம்பினார்கள். ஒரு தடவை, இப்படி எதிரும் புதிருமாய் வந்த இரண்டு கோஷ்டியினர், ஒருவரையொருவர் திருடர் கூட்டம் என்று நினைத்துக்கொண்டு அடித்துக்கொண்டார்கள்!

திருடன் முத்தையனும் மேலும்மேலும் துணிகரமான செயல்களைச் செய்துகொண்டு வந்தான். சில சமயம், கடிதம் அனுப்பிய பெரிய மனிதர்களின் வீட்டுக்குக் கடிதத்தில் குறிப்பிட்ட

தேதியிலேயே அவன் தைரியமாகப் போவான். வேறு சில சமயம் முன் பின்னாகப் போய் அவர்களைத் திடுக்கிடச் செய்வான்.

அவன் போகுமிடங்களுக்கெல்லாம் தன்னந்தனியாகவோ, இரண்டொருவரை மட்டும் அழைத்துக் கொண்டோதான் போவான். ஆனால், அவனுடைய ஆட்கள் கொஞ்சம் தூரத்தில் நின்று கொண்டிருப்பதாய் எண்ணிக்கொண்டு, குடித்தனக்காரர்கள் அவன் கேட்டபடி நகை நாணயங்களைக் கொடுத்துவிடுவார்கள்! புருஷர்கள் ஒருவேளை மார் தட்டிக்கொண்டு சண்டைக்குக் கிளம்பினாலும், ஸ்திரீகள் அவர்கள் காலில் விழுந்து கெஞ்சி, கொள்ளைக்காரன் கேட்டதைக் கொடுத்து அனுப்பிவிடச் சொல்வார்கள்.

"அங்கே அப்படிச் செய்தான்," "இங்கே இப்படிச் செய்தான்" என்ற கதைகள் பரவப்பரவ, ஜனங்களின் பீதி வளர்ந்தது. அவ்வளவுக்கு முத்தையனுடைய துணிச்சலும் அதிகமாகிக்கொண்டு வந்தது. ஆனால் கோவிந்த நல்லூரில் அவன் செய்த காரியந்தான் அவனுடைய துணிச்சலான காரியங்களுக்கெல்லாம் சிகரம் வைத்தது போலிருந்தது.

கோவிந்தநல்லூரில் ஒரு பெரிய வீட்டில் கல்யாணம். வீதியை அடைத்துப் போட்டிருந்த கொட்டாரப் பந்தலில் சங்கீதக் கச்சேரி நடந்து கொண்டிருந்தது. இரவு சுமார் எட்டு மணியிருக்கும். காஸ் லைட்டுகள் கண்ணைப் பறிக்கும்படியான பிரகாசம் அளித்தன. புருஷர்களின் கைவிரல் மோதிரங்களும் ஸ்திரீகளின் காதுக் கம்மல்களும் காந்த விளக்கின் வெளிச்சத்தில் டால் வீசின. சந்தனம், பன்னீர், ஊதுவத்திகளின் வாசனை கமகமவென்று இருந்தது.

ஒரு பக்கத்தில் அலங்கரிக்கப்பட்ட ஸோபாவில் பெண்ணும் மாப்பிள்ளையும் அமர்ந்திருந்தார்கள். அந்தச் சபையில் வாயசையாமல் உட்கார்ந்திருந்தவர்கள் இவர்கள்தான். மற்றபடி பந்தலில் இருந்தவர்கள் அவ்வளவு பேரும் ஒன்று வெற்றிலை புகையிலையாவது மென்று கொண்டிருந்தார்கள்; அல்லது பேசிக்கொண்டாவது இருந்தார்கள்.

பாடகர் வெகு நன்றாய்ப் பாடிக்கொண்டு வந்தார். தியாகராஜ கீர்த்தனம் ஒன்றை, அக்கு வேறு ஆணி வேறாய்ப் பிய்த்தெறிந்துவிட்டு, "முத்துக் குமரய்யனே!" என்ற பழந்தமிழ்க் கீர்த்தனத்தை எடுத்தார்.

உடனே, சபையில் இருந்தவர்கள் அவ்வளவு பேரும் பாடகரை நோக்கினார்கள். ஒரு நிமிஷ நேரம் சபையில் நிசப்தம் குடிகொண்டிருந்தது.

ஆனால் அடுத்த நிமிஷத்தில், அப்படி மௌனமாய் இருந்ததில் வெட்கமடைந்தவர்கள் போல் அவ்வளவு பேரும் சேர்ந்தாற்போல் பேச ஆரம்பித்தார்கள். ஒவ்வொருவரும் மெதுவாய்த்தான் பேசினார்களென்றாலும், அத்தனை பேரும் மெதுவாய்ப் பேசின சப்தம் சேர்ந்து, ஒரு பெரிய பேரிரைச்சலாகி, பாடகரின் பாட்டை மூழ்க அடித்துவிட்டது.

அவர்கள் அவ்வளவு பேரும் பேசின விஷயம் ஒன்றே ஒன்றுதான். அது, முத்தையனின் விஷயந்தான்.

இப்படி எல்லாரும் முத்தையனைப் பற்றியே பேசினார்கள் என்றாலும் அவர்களில் இரண்டுபேருடைய பேச்சை நாம் முக்கியமாகக் கவனிக்க வேண்டியிருக்கிறது. அவர்கள் நமக்கு ஏற்கெனவே அறிமுகமானவர்கள். ஒருவர் பூங்குளம் தர்மகர்த்தாப்பிள்ளை; இன்னொருவர் சாக்ஷாத் திருப்பரங்கோயில் மடத்துக் கார்வார் சங்குப்பிள்ளை.

"அந்தப் பயலுக்கு நம் ஊர்தான்னா! பாலியத்திலிருந்தே ரொம்ப துஷ்டன். நான் அப்போதே சொல்லியிருக்கேன்! இந்தப் பயல் பெரியவனாய்ப் போனால் தீவட்டிக் கொள்ளை அடிப்பான் என்று!" என்பதாகத் தர்மகர்த்தாப் பிள்ளை கூறினார்.

"நான் சொல்றேன் கேளுங்கள். எல்லாம் இந்தப் போலீஸ்காரர்களின் கையாலாகாத்தனந்தான். இவனை நான் நன்னா உதைச்சு, போலீஸ் ஸ்டேஷனிலே கொண்டு விட்டேன். போலீஸ்காரர்கள் கையாலாகாமல் அவனைத் தப்பிச்சுக்க விட்டுவிட்டார்கள்..." என்று கார்வார்பிள்ளை சரடு விட்டார்.

"ஆமாம்; போலீஸிலேகூட அவனுக்கு யாரோ உடந்தை, அதனால்தான் அவனை இதுவரையிலும் பிடிக்கவில்லை என்கிறார்களே!" என்றார் தர்மகர்த்தா.

"இருந்தாலும் இருக்கும், இந்தக் காலத்திலேதான் யோக்யனுக்குக் காலமில்லையே! திருட்டுப் பயல்களுக்குத்தானே காலமாயிருக்கு! திருப்பரங்கோயில் சப்இன்ஸ்பெக்டர் மட்டும் 'மாற்றலாகாமற் போனால், இவனைப் பிடிக்க முடியவே போறதில்லை. இப்போ எங்கிட்ட மட்டும் போலீஸ் அதிகாரத்தைக் கொடுக்கட்டும்! ஒரு நொடியிலே பிடிச்சுத் தரேன். இந்த நிமிஷம் அவன் எங்கே இருக்கான்னு எனக்குத் தெரியும்..."

இப்படிக் கார்வார் பிள்ளை சொல்லிக்கொண்டிருக்கும் போது, சபையில் சட்டென்று மறுபடியும் நிசப்தம் குடிகொண்டது. பாடகர்

பாட்டை நிறுத்திவிட்டார். பக்க வாத்தியங்களும் நின்றன. சபையோர் பேசுவதை நிறுத்திவிட்டார்கள். எல்லோரும் ஒரே போக்காக, கார்வார் பிள்ளை இருந்த திக்கையே நோக்கினார்கள். அவர்களுடைய கண்கள் மிரண்டு விழித்தன. அவர்களுடைய முகத்திலே பயங்கரம் குடிகொண்டிருந்தது.

இதைப் பார்த்த கார்வார் பிள்ளையும் கலவரமடைந்தார். எல்லோரும் தம் தலைக்குமேலே நோக்குவதைப் பார்த்து அவரும் தலை நிமிர்ந்து பார்த்தார்.

அந்த க்ஷணத்தில் அவருடைய உடம்பு சொட்ட வியர்த்து விட்டது. ஏனெனில் அவருக்குப் பின்னால், கண் மூடி அணிந்த ஓர் உருவம், கையில் கத்தியுடன் நின்றுகொண்டிருந்தது. "ஐயோ!" என்று ஒரு கூச்சல் போட்டார் சங்குப் பிள்ளை. எழுந்து ஓட ஆரம்பித்தார்.

அடுத்த கணத்தில் பந்தலிலிருந்த அவ்வளவு பேரும் எழுந்தார்கள்; நாலா புறமும் சிதறி ஓடினார்கள். விளக்குகள் விழுந்து உடைந்தன. குழந்தைகள் அழுதன. ஸ்திரீகள் கூச்சலிட்டார்கள். அல்லோல கல்லோலமாய் போய்விட்டது.

20

சங்குப்பிள்ளை சரணாகதி

தெறிகெட்டு ஓடினவர்களுக்குள்ளே மிகவும் விரைவாக ஓடினவர் நமது கார்வார்ப் பிள்ளைதான். அவரைத் தொடர்ந்து முத்தையனும் ஓடினான். ஒரு தாவுத் தாவி அவரை முத்தையன் பிடித்திருக்கக்கூடும். ஆனால், அப்படி உடனே அவரைப் பிடிக்க அவன் இஷ்டப்படவில்லை. கூட்டமில்லாத தனி இடத்தில் பிடிக்கவேண்டுமென்று கருதிப் பின்னோடே சென்றுகொண்டிருந்தான். கடைசியில் ஊருக்குச் கொஞ்சதூரத்தில் விளக்கு வெளிச்சம் ஒன்றுமில்லாத இடத்தில், ஒரு வைக்கோல் போருக்கு அருகில் அவரைப் பிடித்து வீழ்த்தினான். அவருடைய மார்பின் மேல் ஒரு முழங்காலை ஊன்றி உட்கார்ந்து கொண்டான். கத்தியைக் கையில் தூக்கிப் பிடித்துக்கொண்டான்.

"சங்குப் பிள்ளைவாள்! நான் இந்த நிமிஷம் எங்கே இருக்கிறேன், சொல்லும் பார்க்கலாம்!" என்றுகூறிப் பற்களை நறநறவென்று கடித்தான்.

சங்குப் பிள்ளைக்குப் பயத்தினால் பாதிப் பிராணன் போய்விட்டது. "தம்பி என்னை விட்டுவிடு! நான் ஒன்றும் பண்ணவில்லை. ஐயோ! என்னை விட்டுவிடேன். நான் உன் வழிக்கு வரவில்லை" என்று விம்மிக்கொண்டே கூறினார்.

"என் வழிக்கு வரவில்லையா? அடாடா! பெரியவாள் அப்படியெல்லாம் சொல்லக்கூடாது. என் வழிக்கு வந்துதான் ஆக வேணும்" என்று சொல்லி முத்தையன் பயங்கரமாய்ச் சிரித்தான்.

பிறகு கடுமையானக் குரலில், "அடே படுபாவி! நிஜத்தைச் சொல்லு! அபிராமி என்ன ஆனாள்? எங்கே இருக்கிறாள்? – நிஜத்தைச் சொன்னால் பிழைப்பாய். இல்லாவிட்டால், ஒரே குத்தில் செத்துப்போவாய்" என்றான்.

"ஐயோ! நிஜத்தைச் சொல்லுகிறேன். அப்புறம் நான் அவளைப் பார்க்கவேயில்லை. போலீஸ் இன்ஸ்பெக்டர் வீட்டுக்கு யாரோ அழைத்துப் போனார்களாம். இன்ஸ்பெக்டர் வீட்டு அம்மா அவளைச் சென்னைப் பட்டணத்திலே கொண்டுபோய்ப் பள்ளிக்கூடத்திலே சேர்த்திருக்கிறாளாம். மற்றபடி எனக்கு ஒன்றும் தெரியாது. முத்தையா! நான் பிள்ளைக் குட்டிக்காரன் என்னை விட்டுவிடு!" என்று கதறினார் சங்குப்பிள்ளை.

"நீ இப்போ சொன்னது நிஜந்தானா! பொய் என்று தெரிந்ததோ கொன்னுடுவேன்!"

"இல்லை, இல்லை, பொய்தான் சொல்லிவிட்டேன் கோவிச்சுக்காதே, தம்பி! எனக்குப் பிள்ளைக்குட்டி ஒன்றும் கிடையாது..."

"சீச்சீ! நீ நாசமாய்ப் போக! உனக்குப் பிள்ளைக் குட்டி வேறு கேடு..! அபிராமியைப் பற்றி நீ சொன்னது நிஜந்தானா? அப்புறம் நீ அவளைப் பார்க்கவே இல்லையா?"

"இல்லவே, இல்லை! சத்தியமாய் இல்லை. விட்டுவிடு. நீ மகாராஜனாயிருப்பாய்..." என்று சங்குப்பிள்ளை விம்மி அழத் தொடங்கிவிட்டான்.

முத்தையன், "போ, தொலைந்து போ! உன்னைத் தொட்ட பாவத்துக்கு நான் தலை முழுகவேணும். ஆனால் மறுபடியும் எதாவது துர்க்கிருத்யம் பண்ணினாய் என்று தெரிந்ததோ, என் கை அழுக்காய்ப் போனாலும் போகிறதென்று உன் தொண்டையை நெறித்துவிடுவேன். தெரியுமா?" என்று சொல்லிக்கொண்டே

எழுந்திருந்தான். அவ்வளவுதான், கீழே கிடந்த சங்குப்பிள்ளை வாரிச் சுருட்டிக்கொண்டு எழுந்து ஒரே ஓட்டம் பிடித்து ஓடிவிட்டார்.

முத்தையனிடம் சங்குப்பிள்ளை தனியாக அகப்பட்டுக் கொண்டபோது, அவன் வெகுகாலமாக எதிர்பார்த்துக் கொண்டிருந்த சந்தர்ப்பம் கிடைத்தது. 'அந்த அயோக்யன் மட்டும் என்னிடம் அகப்படட்டும் பார்க்கலாம்; என்ன பாடுபடுத்துகிறேன்!' என்று அவன் தனக்குத்தானே எத்தனையோ தடவை சொல்லிக்கொண்டு பல்லைக் கடித்திருக்கிறான்! கையை நெறித்திருக்கிறான். ஆனால், அத்தகைய சந்தர்ப்பம் கிடைத்ததும் அவனால் பழிவாங்க முடியவில்லை. கார்வார் பிள்ளையின் கோழைத்தனம் அப்படி அவனைச் சக்தியற்றவனாக்கிவிட்டது.

அதுமட்டுமல்ல; அபிராமியைப் பற்றிச் சங்குப்பிள்ளை சொன்ன செய்தி முத்தையனுடைய உள்ளத்தில் ஒரு பெரிய மாறுதலை உண்டாக்கிற்று. அது உண்மையென்பதை அவன் உணர்ந்தான்; அவன் மனத்திலிருந்த கசப்பும் குரோதமும் சட்டென்று விலகிச் சென்றன. அவன் நெஞ்சை அமுக்கிக்கொண்டிருந்த ஒரு பாரம் நீங்கியது போலிருந்தது. அன்று வீட்டைவிட்டுக் கிளம்பியதற்குப் பிறகு இதுவரை இல்லாத குதூகலம் இப்போது அவனுடைய உள்ளத்தில் பொங்கி எழுந்தது.

இத்தகைய மனோநிலையில் அவன் தன் கையைக் கறையாக்கிக் கொள்ள உண்மையிலேயே விரும்பாத படியால்தான் கார்வார் பிள்ளையை விட்டுவிட்டான். அவர் எழுந்து ஓடிப்போனதும், ஒரு சிரிப்புச் சிரித்துவிட்டு, குஷாலாகச் சீட்டி அடித்துக்கொண்டு சென்றான்.

இங்கே கல்யாணப் பந்தலில், கள்ளன் மறைந்ததும் எல்லோரும் மறுபடியும் ஒன்று திரண்டு கும்பல்கூடிப் பேசினார்கள். முக்கிய விருந்தினரில் ஒருவரான தர்மகர்த்தாப் பிள்ளை, மற்றும் சிலரைப் பார்த்து, "இத்தனையுண்டு வாண்டுப் பயல் தனியாய் வந்து இவ்வளவு காபரா பண்ணிவிட்டுப் போகிறான், நாம் எல்லோரும் வாயிலே விரலை வச்சுண்டுதானே நிற்கிறோம்?" என்று இரைந்தார். கும்பலில் அவர் சமீபத்தில் நின்ற ஒரு சிறுவன், சட்டென்று தன் வாயிலிருந்த விரலை எடுத்தான். அந்தப் பையனுக்கு வந்த கோபத்தைப் போலவே, அங்கிருந்த இன்னும் பலருக்கும் ரோஸம் பிறந்தது. அவரவர்களும் "வாங்க, போகலாம்!" "வாங்க போகலாம்!" என்று சொல்லிக்கொண்டு, தடிகளுடனும் லாந்தர்களுடனும் கிளம்பினார்கள்.

ஊருக்கு கொஞ்சதூரம் மேற்கே அவர்கள் போனபோது சங்குப்பிள்ளை எதிரே வந்தார். அவர் இவர்களைப் பார்த்து, "ஏன், ஐயா, நீங்கள் எல்லாம் மனுஷர்கள்தானா? ஏதடா, ஒருத்தன் முன்னாலே போறானே, நாம்பளும் போவோம் என்று பின்னால் வந்திருக்கக் கூடாதா? வந்திருந்தால் அந்தத் திருட்டுப்பயலைக் கைப்பிடியாய்ப் பிடிச்சிருக்கலாமே?" என்றார். அப்போது தூரத்திலே மறுபடியும் சிரிப்பு ஒலி கேட்டது. சங்குப் பிள்ளையின் உடம்பு நடுங்கிற்று. அவரைக் கவனிக்காமல், சிரிப்புச் சத்தம் வந்த திசையை நோக்கி எல்லாரும் ஓடினார்கள்.

ஊருக்கு அரை மைல் மேற்கே இராஜன் வாய்க்கால் இருந்தது. அதில் அப்போது பிரவாகம் நிரம்பப் போய்க்கொண்டிருந்தது. வாய்க்காலின் மேல் மூங்கில் கழிகளினால் பாலம் போட்டிருந்தது. முத்தையன் அந்தப் பாலத்துக்குச் சமீபம் வந்தபோது, கொஞ்ச தூரத்தில் "அதோ போகிறான்", "விடாதே", "பிடி" என்ற சத்தத்துடன் ஜனங்கள் ஓடிவருவதைப் பார்த்தான். பாலத்தின் முக்கால் பகுதி வரை அவன் சென்று, அங்கே உட்கார்ந்து, சில மூங்கில் கழிகளைப் பிடுங்கி ஆற்றில் விட்டான். பிறகு அக்கரைக்குத் தாவிச் சென்று ஒரு மரத்தின் பின்னால் மறைந்து நின்றான்.

அவனைத் தொடர்ந்து ஓடிவந்தவர்கள் பாலத்தின் கழிகள் பெயர்க்கப்பட்ட இடத்துக்கு வந்ததும் தொப்தொப்பென்று தண்ணீரில் விழுந்தார்கள்.

முத்தையன் "ஹா ஹா ஹா" என்று உரக்கச் சிரித்துவிட்டு இருட்டில் சென்று மறைந்தான்.

21

சுமைதாங்கி

தை மாதம். அறுவடை காலம். சென்ற மாதம் வரையில் பசுமை நிறம் பொருந்தி விளங்கிய வயல்கள் எல்லாம் இப்போது பொன்னிறம் பெற்றுத் திகழ்கின்றன. நெற்கதிர்களின் பாரத்தால் பயிர்கள் வயல்களில் சாய்ந்து கிடக்கின்றன. காலை நேரத்தில் அவற்றின் மீது படிந்திருக்கும் பனித்துளிகளின் மீது சூரியக்கிரணம் படுங்கால் எண்ணிலடங்காத வெண்முத்துக்கள் சிதறிக் கிடப்பதுபோல் தோன்றிற்று. வயல் வரப்புகளில் நடந்துபோனால், பசும் புல்லில் படிந்திருக்கும் பனித்துளிகள் காலில் படும்போது

ஜிலுஜிலுவென்று வெகு சுகமாயிருக்கிறது. சில வரப்புகளில் துவரஞ்செடிகள் செழிப்பாக வளர்ந்திருக்கின்றன. அந்தச் செடிகளில் சிலுசிலுவென்று பூத்திருக்கும் சின்னஞ்சிறு பூக்களுக்குத்தான் என்ன அழகு! எத்தகைய பசும்பொன் நிறம்!

இன்னும் சில வரப்புகளில் சேம்புச் செடிகள் அடர்த்தியாக வளர்ந்திருக்கின்றன. அவற்றின் இலைகளுக்கு என்ன மிருதுத் தன்மை? அந்த இலைகளின்மீது அப்படியும் இப்படியும் ஊசலாடிக் கொண்டிருக்கும் பனித்துளிகளை நாளெல்லாம் பார்த்துக் கொண்டிருந்தாலும் அலுக்காது. ஆனால், அந்தத் துளிகள்தான் நேரம் ஆக ஆக, வெயில் ஏற ஏற, மாயமாய் மறைந்து போகின்றன.

கதிர்கள் நன்றாக முற்றிவிட்ட வயல்களில் அதிகாலையில் ஆட்கள் இறங்கி அறுக்கத் தொடங்குகிறார்கள். அப்படி அறுவடையாகும் வயல்களிலிருந்து கம்மென்று புது வைக்கோலின் மணம் வீசுகின்றது. அந்த வாசனையை முகர்ந்துகொண்டு, அந்தக் காட்சியைப் பார்த்துக்கொண்டு வாழ்நாளெல்லாம் கழித்துவிடலாம் போல் தோன்றுகிறது.

சூரியன் உச்சி வானத்தை அடையும்போது அறுப்பதை நிறுத்துகிறார்கள். அறுத்த பயிர்களைக் கட்டுக்கட்டாய்க் கட்டுகிறார்கள். பிறகு அக்கட்டுக்களைத் தலையில் சுமந்து கொண்டுபோய்க் களத்தில் போடுகிறார்கள்.

திருமகள் செந்தாமரையில் வசிப்பதாகக் கேட்டிருக்கிறோம். வருஷத்திலே பத்து மாதத்துக்கு இது உண்மையாய் இருக்கலாம். ஆனால், தை, மாசி மாதங்களில் மட்டும் நன்செய் நிலப் பிரதேசங்களிலுள்ள நெற்களங்களிலே தான் அவள் வசிக்க வேண்டும். அந்த மாதங்களில், நெற்களங்களின் காட்சி அவ்வளவு அழகாகவும் லக்ஷ்மி விலாசம் பொருந்தியும் இருக்கும். களத்தில் சில இடங்களில் டபார் டபார் என்று அடித்துக்கொண்டிருக்கிறார்கள். தானியம் உதிர்ந்ததும், வைக்கோலைப் போர் போராய்ப் போடுகிறார்கள். நெல்லைக் குவித்துக் குவியல் குவியலாய்ச் செய்கிறார்கள்.

களத்துக்கு நடுவில் ஒரு பெரிய ஆலமரம் விழுதுகள் விட்டு இறங்கி விஸ்தாரமாகப் படர்ந்திருக்கிறது. அதன் கிளைகளில் காக்கைகளும், குருவிகளும், இன்னும் பலவிதமானப் பட்சிகளும் அமர்ந்து கீதமிசைத்துக் கொண்டிருக்கின்றன. ஆமாம்; அவ்வேளையில் காக்கை கத்துவதுகூட நல்ல சங்கீதமாகவே தோன்றுகிறது. புள்ளினங்கள் தங்களுடைய இறகுகளை

அடித்துக்கொள்ளும் சப்தம் காதுக்கு இன்னிசையாய்த் தொனிக்கின்றது.

அந்த ஆலமரத்தின் அடியில் அங்கங்கே சில ஸ்திரீகள் எதிரில் கூடைகளுடன் உட்கார்ந்திருப்பதைக் காணலாம். இவர்களுக்கு அங்காடிக்காரிகள் என்று பெயர். இவர்கள் வைத்திருக்கும் ஒவ்வொரு கூடையும் ஒரு சின்னக் கடை. அதில் வறுத்த கடலைக் கொட்டை, வேக வைத்த சர்க்கரை வள்ளிக் கிழங்கு, சுட்ட சோளக் கொண்டை, வெற்றிலைப் பாக்கு, புகையிலை – இவையெல்லாம் இருக்கும். இவற்றை அவர்கள் நெல்லுக்கு விற்பார்கள். லாபம் தம்பிடிக்குத் தம்பிடிதான்! ஆனாலும் மொத்தத்தில் லாபம் ஒன்றும் பிரமாதமாயிராது. நாலணா சாமான்கள் கொண்டு வந்தால் எட்டணா நெல்லுடன் திரும்பிச் செல்வார்கள். அவ்வளவுதான்.

இம்மாதிரி அங்காடி விற்கும் பெண்பிள்ளை ஒருத்தியைத் தொடர்ந்து போகும் அவசியம் நமக்கு இப்போது ஏற்பட்டிருக்கிறது. அவள் களத்தில் தனக்குப் பக்கத்தில் இருந்த இன்னொரு அங்காடிக்காரியிடம் சண்டை போட்டுக் கொண்டு, "சீச்சீ! உன்னைச் சொல்லி என்ன பிரயோசனம்? உன்னைப் படைச்சானே பிரம்மா, அவனைச் சொல்லணும்!" என்று கடுமையாய்ப் பேசிவிட்டு, அங்காடிக் கூடையை எடுத்துத் தலையில் வைத்துக்கொண்டு, விறுவிறு என்று நடக்கத் தொடங்கினாள். அவள் வயல் வரப்புகள் வழியாகவே நடந்து சென்று, கடைசியில் ஒரு வாய்க்காலின் கரையை அடைந்தாள். அந்த வாய்க்காலின் இருபுறமும் அடர்த்தியாகக் காடு மண்டியிருந்தது. கரையோடு ஓர் ஒற்றையடிப் பாதைப் போயிற்று. கூடைக்காரி அந்தப் பாதையோடு போனாள். கொஞ்சதூரம் நடந்த பிற்பாடு, அந்தப் பெரிய வாய்க்காலில் இருந்து இன்னொரு சின்ன வாய்க்கால் பிரியும் இடம் வந்தது. அப்படிப் பிரியும் இடத்தில் ஒரு மதகு இருந்தது. கூடைக்காரி அந்த மதகண்டை வந்ததும் ஆவலுடன் உற்றுப் பார்த்தாள். அந்த மதகின்மேல் ஒரு முழு ரூபாய் பளபளவென்று மின்னிக் கொண்டிருந்தது. கூடைக்காரி அந்த ரூபாயை எடுத்துக் கண்ணில் ஒற்றிக்கொண்டு, 'என் அப்பனே! மவராசா! நீ யாராயிருந்தாலும் சரி, தெய்வமாயிருந்தாலும் சரி, மனுஷனாயிருந்தாலும் சரி! நீ நன்றாயிருக்கணும். உன்னை நான் பார்த்து அறியமாட்டேன். ஒரு நாளைக்கு நீ அசரீரி வாக்கு மாதிரி சொன்னாய். அதன்படியே நானும் இரண்டு நாளைக்கு ஒரு தடவை இங்கே வாரேன். நீயும் ஒவ்வொரு ரூபாய் படி அளக்கிறாய். சாமி! ஆண்டவனே! என் காலமெல்லாம் இப்படியே போயிண்டிருந்தா – நான் சாகிறதுக்குள்ளே முழுசா ஒரு ஆயிரம் ரூபாய் சேர்த்துடுவேன். அப்புறம் என்னை யார் என்ன

கேட்கிறது?' என்று இவ்விதம் புலம்பிக்கொண்டே கூடையிலிருந்த நிலக்கடலை, சர்க்கரைவள்ளிக் கிழங்கு எல்லாவற்றையும் எடுத்து மதகின்மேல் வைத்துவிட்டு, கடைசியாக ஒரு சோற்று மூட்டையையும் எடுத்து வைத்தாள். பிறகு, 'சாமி! ஆண்டவனே! காப்பாத்து!' என்று இரண்டு கன்னத்திலும் போட்டுக்கொண்டு, வெறுங்கூடையுடன் கிளம்பிச் சென்றாள்.

அவள் போய்ச் சற்றுநேரத்துக்கெல்லாம் புதரை விலக்கிக்கொண்டு முத்தையன் வெளியில் வந்தான், மதகின்மேல் காலைத் தொங்கப் போட்டுக்கொண்டு உட்கார்ந்தான். சாவகாசமாக நிலக்கடலையை உரித்துத் தின்னத் தொடங்கினான்.

அப்போது ஒரு மரத்தில் ஏதோ சலசலவென்று சத்தம் கேட்கவே, முத்தையன் பளிச்சென்று குதித்து எழுந்து இடுப்பில் செருகியிருந்த கத்தியைக் கையில் எடுத்தான். "சாமி! சாமி! நான்தான், சொக்கன்" என்று சொல்லிக்கொண்டே, குறவன் சொக்கன் முன் வந்தான்.

"அடே! முட்டாள்! கண்ட இடத்தில் எல்லாம் நீ என்னைத் தேடிக்கொண்டு வரக்கூடாது என்று சொல்லியிருக்கிறேனே? ஏன் இங்கு வந்தாய்?" என்று கேட்டான் முத்தையன்.

"இல்லைங்க, சாமி! அந்த ஆளு சொன்னேனே, அது வந்திருக்கு, பணத்தோட வந்திருக்கு" என்றான் சொக்கன்.

"சரி, சாயங்காலம் கையெழுத்து மறைகிற சமயத்துக்கு சுமை தாங்கிக்கிட்ட அழைத்துக் கொண்டு வா. இப்போ இங்கே நிற்காதே, போ!" என்றதும் சொக்கன் "அப்படியே ஆகட்டும், சாமி!" என்று சொல்லிவிட்டுப் போனான்.

அன்று சாயங்காலம், முன்னே 'லாக்-அப்'பிலிருந்து முத்தையன் தப்பிச்சென்ற இரவில் அவன் படுத்துத் தூங்கிய அதே சுமைதாங்கி மேடையில் ஓர் ஆசாமி உட்கார்ந்து அப்புறம் இப்புறம் பார்த்து முழித்துக் கொண்டிருந்தான். பொழுது சாயச் சாய, அவனுடைய கவலையும் அதிகமாகிக் கொண்டிருந்தது. கடைசியில் சுமைதாங்கியின் பின்புறத்தில் ஏதோ சத்தம் கேட்டு அவன் திரும்பிப் பார்க்க, அங்கே முகமூடியணிந்த ஓர் உருவம் கையில் கத்தியுடன் நிற்கக் காணவும், உதறியடித்துக் கொண்டு எழுந்திருந்தான். நல்ல வேளையாக, அந்த உருவத்துக்குப் பின்னால், குறவன் சொக்கனும் தென்படவே அவனுடைய படபடப்பு ஒருவாறு அடங்கியது.

"என்ன, ஐயா, எங்கே வந்தே! சீக்கிரம் சொல்லு!" என்றான் முத்தையன்.

"ஒ ஒ ஒ ஒ – ஒண்ணுமில்லை... வ வ வ வ - வந்து..." என்றான் அந்த ஆசாமி.

"ந ந ந ந – நாசமாய்ப்... போ போ போ போச்சு!" என்றான் முத்தையன்.

"கொ கொ கொ கொஞ்சம்... நே நே நேக்கு... தே தே தே தெத்து..."

"கொஞ்சம் தெத்தா? ஜாஸ்தியாயிருந்தால் இன்னும் அது எப்படியிருக்குமோ? போகட்டும்; எங்கே வந்தே, சொல்லித் தொலை."

"ஒ ஒ ஒ ஒ – ஒன்னை... ப ப ப ப – பாக்கத்தான் வந்தேன்."

"சரி, பார்த்தாச்சா? போகலாமா?"

"பொ பொ பொ பொறு அப்பா! பு பு பு புலிப்பட்டி எஜமான் ப ப ப பணம் கொடுத்திருக்காரு..."

"சரி கொடுத்துத் தொலை."

அந்த ஆசாமி மடியிலிருந்த பண நோட்டுகளை எடுத்து முத்தையனிடம் கொடுத்தான்.

"வவவவ – வந்து... கா கா கா கா – காரியத்தை மு மு மு மு - முடிச்சுட்டாக்க..."

இந்தச் சமயத்தில் குறவன் குறுக்கிட்டு, "இதோ பாருங்க, ஐயா! நீங்க சமாசாரம் சொல்றதுக்குள்ளே போது விடிஞ்சு போயிடும், எங்கிட்டதான் எல்லாச் சமாசாரமும் சொல்லிட்டீங்களே! நான் விவரமாய்ச் சொல்லிப்புடறேன். நீங்க போய் வாருங்க" என்றான்.

அந்த ஆசாமி, "அ அ அ – அப்படியானால் சரி" என்றான். பிறகு குறவனைச் சமிக்ஞை செய்து அருகில் அழைத்து, அவன் காதோடு, "அந்தப் பொ பொ பொ பொம்பளையை... ப ப ப பைஸல் பண்ணிவிடணும்" என்று கூறினான்.

22

நிலவும் இருளும்

முத்தையன் பண நோட்டுகளைக் கையில் அலட்சியமாய்ச் சுருட்டி எடுத்துக்கொண்டு, லயன் கரையிலிருந்து படுகையில் இறங்கித் தண்ணீர்த் துறையை நோக்கி நடந்தான். தண்ணீர்த் துறையை

அடைந்ததும், நீர்க்கரையோடு கிழக்கு நோக்கி நடக்கலானான். அன்று பௌர்ணமி. கிழக்கே பூரண சந்திரன் உதயமாகிச் சற்றுநேரம் ஆகியிருந்தது. மேற்கே இருட்ட இருட்ட, நிலவு வெண்ணிறம் பெற்றுப் பிரகாசித்தது. சிறிது நேரத்துக்கெல்லாம் அந்த நதிப்பிரதேசம் முழுவதும் ஒரு மோகன மாய உலகமாக மாறிவிட்டது. வெண்ணிலவு; வெண்மணல்; வெண்மையான நாணல். ஜலமும் நெடுந்தூரத்துக்கு வெள்ளியை உருக்கி வார்த்ததுபோல் பிரகாசித்துக்கொண்டிருந்தது.

அந்த வேளையில் அந்த நதிக்கரையோரமாய் வெண்மணலில் நடந்துகொண்டிருந்த முத்தையனுக்கு கல்யாணியின் ஞாபகம் வந்தது. 'கல்யாணி! கல்யாணி! என்னிடம் பணமில்லையென்றுதானே என்னை நீ நிராகரித்தாய்? கிழவனைப் போய்க் கல்யாணம் செய்து கொண்டாய்? இப்போது என்னிடம் பணம் இருக்கிறது. வேண்டிய அளவு இருக்கிறது. இரு, இரு, ஒரு நாளைக்கு உன்னை நான் பார்க்காமல் இருக்கப் போவதில்லை. இவ்வளவு பணத்தையும் உன் தலையிலே போடுகிறேன். அப்போது நீ என்ன சொல்லப்போகிறாய், பார்க்கிறேன்!' என்று தனக்குத்தானே சொல்லிக்கொண்டான்.

'நீ என்ன சொல்லப்போகிறாய்? என்னைத் திருடன், கள்ளன் என்று சொல்லப்போகிறாய். என்னைப் பார்க்கவே பயப்படுவாய். உளறியடித்துக்கொண்டு போலீஸ்காரனைக் கூப்பிடுவாய். ஹா ஹா ஹா!' என்று சிரித்தான். அந்த நிசப்தமான நதிப்பிரதேசத்தில் அந்தச் சிரிப்பின் ஒலி பயங்கரமாய்க் கேட்டது.

'ஆனால், என்னைத் திருடனாகப் பண்ணியது யார்? நீதான்! நீயும், உன் தகப்பனாரும், உன் உற்றாரும், உன் ஊராருந்தான்! ஹா! ஹா! என்னை எவ்வளவு கேவலமாய் எண்ணினார்கள்? இப்போது?'

மறுபடியும் முத்தையன் சிரித்தான். அன்று சாயங்காலம் நடந்த பேரத்தை நினைக்க நினைக்க அவனுக்கு அடங்காத சிரிப்பு வந்தது. யாரோ ஒரு பெண்பிள்ளை, ரொம்பத் திமிர் பிடித்தவள் அவளோடு சண்டைப்பிடிக்கத் திறமையில்லாத ஒரு பெரிய மனுஷன் அவள் வீட்டில் கொள்ளையடிப்பதற்காக இரண்டாயிரம் ரூபாய் பணம் கொடுத்திருக்கிறான்! இது ரொம்பக் கேவலந்தான். அந்தப் பெரிய மனுஷனுக்கு ஒரு சமயம் புத்தி கற்பிக்க வேண்டியதுதான்.

ஆனால், இந்தப் பெண் பிள்ளைக்கு என்ன இவ்வளவு அகந்தை! கொள்ளிடக்கரைக் கள்ளனைப் பிடித்துப் போலீஸில் ஒப்பிக்கப் போகிறதாக அவள் சபதம் கூறியிருக்கிறாளாமே? அவள் எப்படிப்பட்ட திமிர் பிடித்த ஸ்திரீயாய் இருக்கவேணும்? அவளுடைய கர்வத்தையும் அடக்க வேண்டியதுதான்...

இப்படி யோசித்துக்கொண்டே போன முத்தையன், ஓரிடத்தில் தண்ணீர்க் கரையிலிருந்து விலகி, நாணற் காட்டிற்குள் பிரவேசித்தான். கொஞ்சம் தூரம் போனதும், அங்கே ஒரு பெரிய மரத்தின், அடிப்பாகம் கிடக்க, அதனருகில் சென்றான். எப்போதோ நதியில் பெருவெள்ளம் வந்தபோது, அந்தப் பெரிய மரம் வேருடன் பெயர்த்துக்கொண்டு வந்து அவ்விடத்தில் மணலில் தட்டிப்போய்க் கிடந்திருக்க வேண்டும்.

அந்த மரத்தில் வாய் குறுகலான ஒரு போறை இருந்தது. முத்தையன் அந்த மரத்தின் அருகில் உட்கார்ந்து அந்தப் போறையில் கையை விட்டான். அதற்குள்ளிருந்து விலையுயர்ந்த நகைகளையும், ரூபாய்களையும், நோட்டுகளையும் வாரிவாரி எடுத்து மடியில் போட்டுக்கொண்டான். இரண்டு கையினாலும் அவற்றை அணைத்துக்கொண்டே 'கல்யாணி! கல்யாணி! ஒரு நாளைக்கு இவ்வளவு பணத்தையும் உன் காலினடியில் போடப்போகிறேன், பார்!' என்றான்.

கிருஷ்ண பக்ஷத்து சந்திரன் நாளுக்குநாள் தேய்ந்து வந்தது. சந்திரோதயமும் நாளுக்கு நாள் இரவின் பிற்பகுதிக்குச் சென்றுகொண்டிருந்தது. அமாவாசைக்கு முதல் நாள் இரவு நடு ஜாமத்தில் முத்தையனும் குறவன் சொக்கனும் ஒரு வீட்டின் புறக்கடையில் நின்றுகொண்டிருந்தார்கள். கன்னங்கரிய இருள் சூழ்ந்திருந்தது. சொக்கன் முத்தையனுக்கு வீட்டின் அடையாளம் எல்லாம் சொல்லிக் காட்டிவிட்டு, "நானும் வரட்டுமா, சாமி?" என்று கேட்டான். "கூடாது; நான் ஒரு தடவை விஸில் அடித்தால் உள்ளே வா; இரண்டு தடவை அடித்தால் ஓடிப் போய்விடு! தெரிகிறதா?" என்றான் முத்தையன்.

சட்டைப் பையிலிருந்து ஒரு சின்ன டார்ச்சு லைட்டை எடுத்து ஒரே ஒரு நிமிஷம் வெளிச்சம் போட்டு ஓட்டின் மீது ஏறவேண்டிய இடத்தைப் பார்த்துக்கொண்டான்; உடனே விளக்கை அணைத்துவிட்டு, ஓட்டின்மீது ஏறினான்.

முற்றத்தில் அவன் குதித்தபோது அதிகச் சத்தம் உண்டாகவில்லை. ஆனாலும் "யார் அது?" என்று ஒரு பெண் பிள்ளையின் கலவரமான குரல் கேட்டது. குரல் வந்த திக்கை நோக்கிச் சென்று, சட்டென்று டார்ச் லைட்டைக் கொளுத்திக் காட்டினான். அவள் ஒரு வயது வந்த ஸ்திரீ. முகமூடி தரித்துக் கையில் கத்திப் பிடித்து நின்ற உருவத்தைத் திடீரென்று கண்டதும், "ஐயோ! திருடன்!" என்று அவள் அலறினாள். முத்தையன்

கத்தியைக் காட்டி "சத்தம் போட்டாயோ, கொன்றுவிடுவேன்!" என்று சொல்லி விளக்கை அணைத்தான்.

இதற்குள் கூடத்தில் படுத்திருந்த இன்னொரு ஸ்திரீ எழுந்திருந்து முற்றத்தின் பக்கமாய் ஓடிவந்தாள். முற்றத்தில் நட்சத்திரங்களின் இலேசான வெளிச்சம் சிறிது இருந்தது. அந்த வெளிச்சத்தில் அவள் ஓடுவதைப் பார்த்து, முத்தையன் பாய்ந்து சென்று அவளுடைய தோளைப் பிடித்தான். உடனே நின்றுவிட்டாள்.

"சத்தம் போடாதே! நகைகளையெல்லாம் உடனே கழற்றிக்கொடு; இல்லாவிட்டால்..." என்று முத்தையன் ஆரம்பித்தான். ஆனால் அவனுடைய குரல் தழுதழுத்தது. மேலே பேச ஓடவில்லை. ஏனென்றால், அந்தப் பெண்ணினுடைய தோளைத் தொட்ட மாத்திரத்தில் அவனுடைய உடம்பு ஒருமுறை சிலிர்த்தது. தனக்கு என்ன நேர்ந்துவிட்டதென்று அவனுக்கே தெரியவில்லை. அந்தப் பெண் சட்டென்று திரும்பினாள். அந்த மங்கலான நட்சத்திர வெளிச்சத்தில் அவன் முகத்தை ஏறிட்டுப் பார்த்தாள். "என் நகைகள்தானா உனக்கு வேண்டும் முத்தையா?" என்று கேட்டாள்.

முத்தையனுடைய காலின் அடியிலிருந்து பூமியே நழுவி விட்டதுபோல் அவனுக்குத் தோன்றிற்று. அந்தக் குரல்..? அது யாருடையது?

டார்ச் லைட்டை அவள் முகத்துக்கு நேரே பிடித்தான். ஆமாம்; அவள் கல்யாணிதான்!

23

பண்ணையாரின் தவறு

கல்யாணியின் கல்யாணத்தன்று திருமாங்கல்ய தாரணம் ஆனதும், அவள் மூர்ச்சையாகி விழுந்தாளென்று சொல்லிவிட்டு, பிறகு அவளை தாம் கவனியாமலே இருந்துவிட்டோம். அதன் பின்னர் இன்றுவரையில் அவளுடைய வாழ்க்கையில் நடந்த சம்பவங்களைத் தெரிந்துகொள்வது இப்போது அவசியமாகிறது.

தாமரை ஓடைப் பண்ணையார் பஞ்சநதம் பிள்ளை இந்த உலகில் தப்பிப் பிறந்த உத்தம புருஷர்களில் ஒருவர். அவர் தமது வாழ்க்கையில் ஒரே ஒரு தவறுதான் செய்தார். அது, அந்த முதிய

வயதில் ஓர் இளம் பெண்ணைக் கல்யாணம் செய்து கொண்டதுதான். இது பெரும் பிசகு என்றாலும் அவருடைய பூர்வ சரித்திரத்தை நாம் தெரிந்துகொள்ளுவோமானால் அவரிடம் கோபம் கொள்வதற்குப் பதில் அனுதாபமே அடைவோம்.

பஞ்சநதம் பிள்ளை படித்தவர்! விசால நோக்கமும் உயர்ந்த இலட்சியங்களும் உள்ளவர். கொஞ்ச நாளைக்கு அவர் பிரம்ம ஞான சங்கத்தில் சேர்ந்திருந்தார். பிறகு அச்சங்கத்தின் கொள்கைகள் சில பிடிக்காமல் விட்டுவிட்டார். தேசீய இயக்கத்திலேகூட அவருக்கு ஒரு சமயம் சிரத்தை இருந்தது. ஆனால், அந்த இயக்கம் ரொம்பத் தீவிரமாகி, சட்டம் மறுத்தல், சிறைக்குச் செல்லுதல் என்றெல்லாம் ஏற்பட்டபோது, இது நமக்குக் கட்டிவராது என்று ஒதுங்கிவிட்டார்.

ஒரே ஒரு தடவை அவர் ஜில்லாபோர்டு தேர்தலில் நின்று ஜயித்து அங்கத்தினர் ஆனார். ஆனால் ஒரு வருஷ அனுபவத்தில் அதிலே நடந்த அக்கிரமங்களையும் ஊழல்களையும் சகிக்க முடியாதவராய் ராஜினாமா கொடுத்துவிட்டார்.

சொந்த வாழ்க்கையில், அவருடைய நடத்தை மாசற்றதாய், அப்பழுக்கு சொல்ல இடமற்றதாய் இருந்தது. லக்ஷ்மணனைப் பற்றிச் சொல்லியிருக்கிறதே ராமாயணத்தில் – சீதா தேவியின் பாதங்களையன்றி அவளுடைய திருமேனியை அவன் பார்த்ததே இல்லையென்று அம்மாதிரியே, "பரஸ்திரீகளை நான் கண்ணெடுத்தும் பார்த்தது இல்லை" என்று அவர் உண்மையுடன் சொல்லிக்கொள்ளக் கூடியவராயிருந்தார்.

அவருடைய மாசற்ற வாழ்க்கைக்குப் பன்மடங்கு பெருமை அளிக்கக்கூடியதான இன்னொரு முக்கியமான விஷயத்தைக் குறிப்பிட வேண்டும். பணக்காரக் குடும்பங்களில் சாதாரணமாய் நடப்பதுபோல் அவருக்குச் சின்ன வயதிலேயே கல்யாணம் ஆயிற்று. அந்தக் கல்யாணம் அவருடைய வாழ்க்கையின் பெரிய துர்ப்பாக்கியமாக ஏற்பட்டது.

இரண்டு மூன்று குழந்தைகள் பிறந்து செத்துப்போன பின்னர், அவருடைய மனைவியை, மனுஷர்யர்களுக்கு வரக்கூடிய வியாதிகளுக்குள்ளே மிகக் கொடியதான வியாதி பீடித்தது. அவளுக்கு சித்தப் பிரமை ஏற்பட்டது.

சுமார் இருபது வருஷ காலம் அந்தப் பைத்தியத்துடன் அவர் வாழ்க்கை நடத்தினார். அவளுக்காக அவர் பார்க்காத வைத்தியம் கிடையாது; கூப்பிடாத மந்திரவாதி கிடையாது; போகாத சுகவாசஸ்தலம் கிடையாது.

சில சமயம் அவளுக்குப் பிரமை சுமாராயிருக்கும்; அப்போதெல்லாம் சாதாரணமாய் நடமாடிக்கொண்டு இருப்பாள். வேறுசில சமயம் பைத்தியம் முற்றிவிடும்! சங்கிலிப் போட்டுக் கட்டி அறையில் அடைத்து வைக்க வேண்டியதாயிருக்கும். இம்மாதிரி சமயங்களில் பஞ்சநதம் பிள்ளையைத் தவிர வேறு யாரும் அவள் சமீபம் போக முடியாது.

இன்னும் சில சமயம் அவள் பிரம்மஹத்தி பிடித்தவளைப்போல் சிவனே என்று உட்கார்ந்திருப்பாள். அப்போதெல்லாம் பஞ்சநதம் பிள்ளைதான் அவளுக்கு வேண்டிய சிசுருஷைகளை எல்லாம் செய்தாக வேண்டும்.

அந்தக் காலத்தில், வேறே கல்யாணம் செய்துகொள்ளும் படியாக அவரை எவ்வளவோ பேர் வற்புறுத்தினார்கள். "இந்தப் பிரம்மஹத்தியைக் கட்டிக்கொண்டு வாழ்நாளெல்லாம் கழிக்க முடியுமா?" என்றார்கள். "இவ்வளவு சொத்தையும் ஆள்வதற்குச் சந்ததி வேண்டாமா?" என்று கேட்டார்கள்.

அதையெல்லாம் பஞ்சநதம் பிள்ளை காதில் போட்டுக் கொள்ளவேயில்லை. தொட்டுத் தாலி கட்டிய மனைவிக்குத் தாம் செலுத்தவேண்டிய கடமை இது என்று கருதினார்.

சில சமயம் அவர் வருங்காலத்தைப் பற்றி எண்ணிக் கவலைப்படுவதுண்டு. தமது மனைவிக்கு முன்னால் தாம் காலஞ்செல்ல நேர்ந்தால் அவளுடைய கதி என்ன ஆகும் என்று எண்ணிப் பெருமூச்சுவிடுவார். 'ஸ்வாமி! இவள் எத்தனைக் காலம் இப்படிக் கஷ்டப்படுவாள்? இவ்வளவு போதாதா? இவளுடைய துன்பங்களுக்கு முடிவு உண்டு பண்ணக்கூடாதா?' என்று சில சமயம் பிரார்த்திப்பார்.

கடைசியாக, அவருடைய பிரார்த்தனை நிறைவேறிற்று! ஒருநாள் அவர் ஊரில் இல்லாத சமயம் அந்தப் பைத்தியக்காரி திடீரென்று கூச்சலிட்டுக்கொண்டு ஓடி, கொல்லையிலிருந்த கிணற்றில் விழுந்து உயிரைவிட்டாள்.

பஞ்சநதம் பிள்ளைக்கு இது ஒருவாறு மன ஆறுதல் அளித்தது என்றே சொல்லவேண்டும். ஆயுள் கைதிக்குத் திடீரென்று விடுதலை கிடைத்ததுபோல், கொஞ்சநாள் வரையில் அவருக்கே பிரமையாய் இருந்தது. பின்னர் தாம் உண்மையிலேயே சுதந்திரம் அடைந்து விட்டதை அவர் உணர்ந்ததும் வருங்காலத்தைப் பற்றிச் சிந்திக்கத் தொடங்கினார்.

அவர் மனைவி உயிரோடிருந்தவரையில், "இவள் மட்டும். இறந்துபோனால், நம்முடைய சொத்துக்களை எல்லாம் நல்ல தர்ம ஸ்தாபனங்களுக்குச் சேர்த்துவிட்டு நாம் சந்நியாசியாகிவிட வேண்டும்" என்று அவர் எண்ணமிடுவதுண்டு. இப்போதும் அவருக்கு அந்த எண்ணம் மாறிவிடவில்லை. புதிதாய் கிடைத்த சுதந்திரத்தை இன்னும் கொஞ்சநாள் அனுபவிக்க வேணுமென்ற ஆசையினால், சந்நியாசியாவதைத் தள்ளிப் போட்டுக் கொண்டிருந்தார். ஆனாலும், தேசத்திலுள்ள முக்கியமான தர்ம ஸ்தாபனங்கள், சந்நியாசி மடங்கள் இவற்றையெல்லாம் பற்றி அவர் விசாரிக்கவும் விவரங்கள் சேமிக்கவும் தொடங்கினார்.

இந்த மாதிரி நிலைமையில்தான் பஞ்சநதம் பிள்ளை கல்யாணியைப் பார்க்கவும், அவளுடைய குதூகலமான சிரிப்பின் ஒலியைக் கேட்கவும் நேர்ந்தது. உடனே, அவருடைய வாழ்க்கை நோக்கம் முழுவதும் அடியோடு மாறிப்போய் விட்டது.

கொள்ளிடத்தில் பிரவாகம் போகும்போது சில சமயம் பெரிய உத்தியோகஸ்தர்கள் கரையோரமாகப் படகில் பிரயாணம் செய்வதுண்டு என்று சொல்லியிருக்கிறோமல்லவா? ஒரு சமயம், டிபுடி கலெக்டர் ஒருவர் அவ்வாறு படகில் பிரயாணம் செய்தபோது பஞ்சநதம் பிள்ளையும் அவருடன் கூடப் போகும்படி நேர்ந்தது. இவர்கள் பழைய சிநேகிதர்கள், சந்தித்துச் சில காலமானபடியால், படகில் போகும்போது பேசிக்கொண்டிருந்தார்கள்.

வழியில் பூங்குளம் கிராமத்து ஸ்நானத்துறையண்டை படகு சென்றபோது, துறையில் இரண்டு இளம்பெண்கள் குளித்துக் கொண்டிருப்பதையும், அவர்கள் ஒருவர்மேல் ஒருவர் ஜலத்தை வாரி இறைத்துக்கொண்டு சிரித்து விளையாடுவதையும் அவர்கள் கண்டார்கள். அப்படி அவர்கள் விளையாடிக்கொண்டிருந்த போது, கரையில் இருந்த குடங்களில் ஒன்று மெதுவாய் நகர்ந்து ஆற்றில் மிதந்து செல்லத்தொடங்கியது. அதைப் பார்த்துவிட்ட பெண்களில் ஒருத்தி, "ஐயோ! கல்யாணி! குடம் போகிறது! எடு! எடு!" என்றாள். கல்யாணி, "நீதான் எடேன்!" என்று சொல்லி ஜலத்தை வேகமாய் மோதவும், குடம் இன்னும் ஆழத்துக்குப் போய்விட்டது. அப்போது படகானது, மிதந்து போய்க்கொண்டிருந்த குடத்துக்குச் சமீபத்தில் வர, டிபுடி கலெக்டர் குனிந்து அந்தக் குடத்தைப் பிடிக்க முயன்றார். அம்முயற்சியில் அவர் தலையிலிருந்த தொப்பி நழுவித் தண்ணீரில் விழுந்தது. உடனே அவர் குடத்தை விட்டுவிட்டுத் தொப்பியைப் பிடிக்க முயன்றார். ஆனால் குடமும் போய்விட்டது; தொப்பியும் போய்விட்டது. குடத்தைப் பஞ்சநதம் பிள்ளை பிடித்துக்கொண்டார்; தொப்பி அரோகரா!

இதையெல்லாம் பார்த்துக்கொண்டிருந்தாள் கல்யாணி. முதலில் அவளுடைய முகத்தில் இதழ்கள் விரிந்து குறுநகை ஏற்பட்டது. அந்தக் குறுநகை இளஞ்சிரிப்பாயிற்று. பின்னர், அந்த நதி தீரமெல்லாம் எதிரொலி செய்யும்படி கலகலவென்று ஒரு சிரிப்புச் சிரித்தாள். அவ்வளவு சந்தோஷமான, குதூகலமான சிரிப்பைப் பஞ்சநதம் பிள்ளை தமது வாணாளில் கேட்டதே கிடையாது.

கன்னங்கள் குழியும்படி சிரித்த அந்த அழகிய முகத்தின் தோற்றமும், கிண்கிணியின் இனிய ஓசையை யொத்த அவளுடைய சிரிப்பின் ஒலியும் அவருடைய உள்ளத்தில் நன்கு பதிந்துவிட்டன. அந்த நிமிஷம் முதல் அவருடைய வாழ்க்கை நோக்கமும் மாறுதல் அடைந்தது. "இத்தகைய வருஷகாலமாய் முடிவேயில்லாதது போன்ற துன்பத்தின் மத்தியில் உழன்றாயிற்றே, இனிமேலாவது ஏன் சந்தோஷமாய் வாழ்க்கை நடத்தக்கூடாது?" என்று அவர் கருதத் தொடங்கினார்.

ஒரு வேளை, பஞ்சநதம் பிள்ளைக்கு வயது வந்த புதல்வன் ஒருவன் இருந்திருந்தால் அவனுக்குக் கல்யாணியை மணம் செய்வித்து, அவர்கள் சந்தோஷமாயிருப்பதைப் பார்த்தே தாமும் மகிழ்ந்திருப்பார். அப்படி இல்லையாதலால், அவர் தமக்கே அவளை உரிமைகொள்ளச் சொன்னவர்களின் வாதங்களையெல்லாம் நினைவுகூர்ந்து, அவற்றின் நியாயங்களைப் பற்றிச் சிந்திக்கலானார்.

முடிவில், கல்யாணியைப் பற்றி விசாரித்து அறிந்து, அவளைக் கல்யாணமும் செய்துகொண்டார்.

24

கைம்பெண் கல்யாணி

கல்யாணம் ஆன ஒரு வாரத்துக்குள்ளே, பஞ்சநதம் பிள்ளை தாம் செய்துவிட்டது எவ்வளவு பெரிய தவறு என்பதைத் தெரிந்துகொண்டார்.

கல்யாணத்தன்று, கல்யாணி மூர்ச்சையாகி விழுந்தபோது, அவருக்குக் கொஞ்சம் நெஞ்சு திடுக்கிடத்தான் செய்தது. ஆனால், அவள் மூர்ச்சை தெளிந்து எழுந்ததும் அவருக்குப் பழையபடி உற்சாகம் ஏற்பட்டது. சௌந்தரிய தேவதையாய், இன்ப விளக்காய்,

நிலவு வீசும் முகத்தில் நீலக் கருவிழிகள் ஊசலாட நின்ற கல்யாணி இனிமேல் தமக்கே முழுமையும் உரியவள் என்பதை எண்ணியபோது, அவருக்குச் சொல்லமுடியாத பெருமை உண்டாயிற்று. அந்தச் செய்தியை கூரைமீது நின்றுகூறி, சகலரும் அறியச் செய்ய வேண்டுமென்று அவருக்கு ஆசையாயிருந்தது.

கல்யாணத்தையொட்டி அந்த ஜில்லாவிலுள்ள பெரிய உத்தியோகஸ்தர்களுக்கும், பெரிய மனுஷர்களுக்கும் பிரபலமான விருந்து நடத்தினார். அந்த விருந்துக்கு வந்திருந்த பெரிய மனிதர்களை உட்காரவைத்து நடுவில் மாப்பிள்ளையுடன் ஒரு குரூப் போட்டோ எடுக்கப்பட்டது. அந்தச் சமயம் யாரோ சொன்னார்கள்; மணமகனும் மணமகளும் சேர்ந்து உட்கார்ந்து ஒரு போட்டோ எடுத்துக்கொள்ள வேண்டுமென்று. பஞ்சநதம் பிள்ளைக்கும் இது விருப்பமாகவே இருந்தது. அப்படியே, அவர் நாற்காலியில் உட்கார்ந்திருக்க கல்யாணி பக்கத்திற் நிற்க, ஒரு போட்டோ எடுக்கப்பட்டது.

கல்யாணம் நடந்த ஒரு வாரத்திற்கெல்லாம் அந்த போட்டோ தபாலில் வந்தது. அதைப் பஞ்சநதம் பிள்ளை ஆவலுடன் எடுத்துப் பார்த்தார். அவருடைய முகத்தில் ஒரு பெரிய மாறுதல் உண்டாயிற்று; எவ்வளவு பெரிய தவறு செய்துவிட்டோமென்பதை அந்தக் கணமே அவர் உணர்ந்தார்.

இதற்கு முன்னால் அவர் தம்மைத் தனியாகக் கண்ணாடியில் பார்த்துக்கொண்டிருக்கிறார், கல்யாணியை எதிரே வைத்துப் பார்த்திருக்கிறார். ஆனால் தம்மையும் அவளையும் சேர்த்துப் பார்த்தது கிடையாது. இப்போது படத்தில் சேர்த்துப் பார்த்தவுடன் அவருக்குப் பகீர் என்றது! 'வயதிலும், தோற்றத்திலும் எவ்வளவு வித்தியாசம்! ஐயோ; ஓர் இளம் பெண்ணின் வாழ்க்கையை அநியாயமாய்ப் பாழாக்கிவிட்டோமே?'

இம்மாதிரி அவருக்கு ஏற்பட்ட கவலையை ஊர்ஜிதப் படுத்துவதற்கு இன்னொரு சந்தர்ப்பமும் சேர்ந்துகொண்டது. கல்யாணி தம்முடைய வீட்டுக்கு வந்ததிலிருந்து சிரிப்பதில்லை என்பதை அவர் கண்டார். எந்தக் குறுநகையைக் கண்டும், குதூகலமான சிரிப்பைக் கேட்டும் அவர் தம் உள்ளத்தைப் பறிகொடுத்தாரோ, அதெல்லாம் இப்போது எங்கே? யார் கொண்டு போனார்கள்? அந்த அழகான மிருதுவான கன்னங்களில் இப்போது குழி விழுவதே இல்லையே அது ஏன்?

சிரிப்பதுதான் இல்லை; அழவாவது செய்கிறாளா? அதுவும் கிடையாது. சிரிக்காவிட்டாலும் அழுதாலாவது தேவலை என்றுதான்

பஞ்சநதம் பிள்ளை எண்ணினார். அழுதால் அருகில் சென்று சமாதானம் செய்யலாம்; கண்ணீர் பெருக்கினால் கண்களைத் துடைக்கலாம்; விசித்தாலும் விம்மினாலும் மடியில் எடுத்துப் போட்டுக்கொண்டு ஆறுதல் சொல்லலாம். அப்படி எல்லாம் தமது எல்லையில்லாத அன்பையும் ஆசையையும் வெளியிடுவதற்குச் சந்தர்ப்பமாவது கிடைக்கும்.

ஆனால் கல்யாணியோ சிரிப்பதுமில்லை; அழுவதுமில்லை. பஞ்சநதம் பிள்ளையிடம் மிக பயபக்தியுடன் அவள் நடந்து கொண்டாள். தன்னுடைய நடத்தையில் எவ்விதக் குறையும் சொல்வதற்கு அவள் இடம் வைக்கவில்லை. அந்த வீட்டின் எஜமானியாய், அந்தக் குடும்பத்தின் தலைவியாய் அந்த வயோதிகரின் மனைவியாய் வாழ்வது தனக்குரிய கடமை என்று உணர்ந்தவளைப் போல் அவள் நடந்து வந்தாள். ஆனால் அவளுடைய குதூகலத்தையும் இருதயத்தையும் ஏன், ஜீவனைக்கூட, பூங்குளத்திலேயே விட்டுவிட்டு இங்கே வெறும் உடம்புடன் மட்டும் வந்து நடமாடிக்கொண்டிருப்பது போலப் பஞ்சநதம் பிள்ளைக்குத் தோன்றியது.

கல்யாணியின் முகத்தில் மறுபடியும் சிரிப்பை வரவழைக்க வேணுமென்று பஞ்சநதம்பிள்ளை எவ்வளவோ முயற்சி செய்தார். எள் என்று சொல்லுமுன் எண்ணெயாக நின்றார். நகைகளும் புடவைகளும் கணக்கில்லாமல் கொண்டுவந்து குவித்தார். ஆயினும் கல்யாணி சிரிக்கவில்லை. அவள் எப்பொழுதும் போலவேயிருந்து வந்தாள்.

நாளாக ஆக, பஞ்சநதம் பிள்ளையின் மனசு உடைய ஆரம்பித்தது. அதன் பலனாய் அவர் படுத்தப் படுக்கையானார். கல்யாணி இரவு பகல் பாராமல் அவருக்குச் சிசுருஷை செய்தாள். பிள்ளைக்கு நோய் முற்றிக்கொண்டு வந்தது. கடைசியாக ஒருநாள் பஞ்சநதம் பிள்ளை படுக்கையில் எழுந்து உட்கார்ந்தார். கல்யாணியின் கையை எடுத்துத் தம்முடைய கையில் வைத்துக்கொண்டார்.

"கல்யாணி! முக்கியமான விஷயத்தை இப்போது சொல்கிறேன், கேள். நான் உனக்கு விடுதலை அளிக்கிறேன்; இந்தக் கல்யாண பந்தத்திலிருந்து, கடவுள் சாட்சியாக உன்னை விடுதலை செய்கிறேன். வருங்காலத்தில் உன் மனதுக்குப் பிடித்த வாலிபன் யாரையேனும் நீ கல்யாணம் செய்துகொண்டால், என்னுடைய ஆத்மாவுக்கு அதனால் அதிருப்தி ஏற்படாது; திருப்திதான் உண்டாகும்" என்றார்.

இத்தனை நாட்களுக்குப் பிறகு இப்போதுதான் கல்யாணியின் கண்களில் ஜலம் வந்தது. அவளுடைய உள்ளத்தில் அப்போது ஒரு ஆசை, ஒரு வேகம் உண்டாயிற்று. எழுந்திருந்து பஞ்சநதம் பிள்ளையைக் கட்டிக்கொள்ள வேண்டுமென்று நினைத்தாள். கட்டிக்கொண்டு அவரை "மாமா!" என்று கூப்பிட்டு, தன்னுடைய இருதயத்தின் கதவைத் திறந்து, அதிலுள்ள இரகசியத்தை அவருக்குத் தெரியப்படுத்த வேண்டுமென்று எண்ணினாள். ஆனால் அத்தகைய எண்ணத்துடனே எழுந்து நின்றதும், அவளுடைய இருதயம் மறுபடி வைரமாகிவிட்டது. அந்த இரகசியம் தனக்கு மட்டும் உரியதல்லவென்றும் முத்தையனுக்கும் அதில் உரிமை உண்டென்றும், தங்கள் இருவரையும் பகவானையும் தவிர வேறுயாருக்கும் அது தெரியக்கூடாது என்றும் ஒரு கணத்தில் அவள் உறுதிகொண்டாள்.

ஆகவே, எழுந்து நின்றவள், கை கூப்பியவண்ணம் அவரைச் சுற்றி வந்து, தன்னுடைய தலை அவருடைய பாதங்களில் படும்படியாக வணங்கி நமஸ்கரித்தாள். அவருடைய பாதங்கள் அவளுடைய கண்ணீரினால் நனைந்தன.

இது நடந்து ஐந்தாறு தினங்களுக்கெல்லாம் பஞ்சநதம் பிள்ளை காலமானார். கல்யாணி உலகத்தாரின் முன்னிலையில் கைம்பெண் ஆனாள்!

25

புலிப்பட்டி பிள்ளைவாள்

கதைகளிலும் இதிகாசங்களிலும் கதாநாயகன் அல்லது கதாநாயகிக்கு விரோதிகள் சிலர் தோன்றுவார்கள். கதை முடியும் வரையில் அவர்கள் கதாநாயகர்களுக்கு இன்னல் விளைவிக்க முயன்று கொண்டேயிருப்பார்கள். கடைசியில், கதை முடியும் சமயத்தில், தங்களுடைய தீச்செயல்களுக்கு அவர்கள் தண்டனையடைவார்கள்.

ஆனால், வாழ்க்கையில் சாதாரணமாய் இவ்வாறு நடப்பதில்லை. அவ்வப்போது நமக்குச் சில சிநேகிதர்களோ, விரோதிகளோ ஏற்படுகிறார்கள்; அவர்களால் சில நன்மைகளும், தீமைகளும் விளைகின்றன. அத்துடன் அவர்களுடைய சிநேகமோ, விரோதமோ தீர்ந்துபோகிறது.

நமது வாழ்க்கையில் இன்னல் விளைவிப்பவரும் உதவி புரிகிறவரும் எப்போதும் ஒருவராகவே இருப்பதில்லை.

முத்தையன் கல்யாணியின் வாழ்க்கையிலும் இப்படித்தான் இருந்தது. முத்தையனுடைய வாழ்க்கையில் கார்வார்பிள்ளை பிரவேசித்ததையும் அதனால் விளைந்த பலனையும் பார்த்தோம். முத்தையனுடைய வாழ்க்கையைப் பொறுத்தவரையில், அபிராமி சென்னைக்குச் சென்ற செய்தியை அவனுக்கு அறிவித்ததுடன் சங்குப் பிள்ளையின் லீலை முற்றுப்பெற்றது. பிறகு, அந்தப் புண்ணிய புருஷர் வேறு எந்த இளம் பெண் அநாதையாகவோ நிராதரவாகவோ இருக்கிறாள்; எந்த ஏழையின் குடியைக் கெடுக்கலாம், எந்தக் குடிசையில் தீயை வைக்கலாம் என்று பார்த்துக் கொண்டு போய்விட்டார். அவருடைய பாபகிருத்தியங்களுக்குத் தக்க தண்டனையளிக்கும் பொறுப்பை நாமும் பகவானுக்கே விட்டுவிட வேண்டியதாயிருக்கிறது.

முத்தையனுடைய வாழ்க்கையில் அந்த ஆட்டுத்தோல் போர்த்த காட்டுப் பூனை பிரவேசித்தது போலவே, கல்யாணியின் வாழ்க்கையில் பிரவேசித்த ஒரு மகாபாவியைப் பற்றி நாம் இப்போது சொல்ல வேண்டியிருக்கிறது. அவனுக்குப் புலிப்பட்டி ரத்தினம் பிள்ளை என்று பெயர். தாமரை ஓடைப் பண்ணையாருக்கு நெருங்கிய தாயாதி உறவு பூண்டவன் அவன். அவனுடைய தகப்பனார் காலத்தில் தாமரை ஓடைப் பண்ணைக்குச் சமமான சொத்து இந்தக் குடும்பத்துக்கும் இருந்தது. ஆனால் பிள்ளையாண்டான் தலையெடுத்ததும், அந்த நிலைமை மாறிற்று. பையன் சென்னைப் பட்டணத்தில், காலேஜில் படித்துக் கொண்டிருந்தபோதே டம்பாச்சாரித்தனம் எல்லாம் கற்றுக்கொண்டான். பிறகு சீமைக்குப் போய்விட்டு வந்தான். சென்னையிலும், சீமையிலும், தான் கற்றுக்கொண்டு வந்த நாகரிகத் தோரணையுடனே புலிப்பட்டியில் அவன் வாழ்க்கை நடத்தத் தொடங்கினான்.

பெரிய மனுஷர்களுடைய சிநேகம் அதிகமாயிற்று; அவர்களுக்கெல்லாம் அடிக்கடி 'பார்ட்டி'கள் நடத்த வேண்டியிருந்தது. நாகரிகமாய் டிரஸ் பண்ணிக்கொள்வதிலும், உயர்தர விருந்துகள் நடத்துவதிலும், பிறத்தியாருடைய எலெக்ஷன்களில் முன்னின்று உழைத்து வேலை செய்வதிலும் புலிப்பட்டி பிள்ளைவாளுக்கு இணையானவர் அந்த ஜில்லாவிலேயே கிடையாது என்று பெயர் வந்தது.

பிறகு, கேட்பானேன்? பிதிரார்ஜித சொத்து நாளுக்குநாள் குறைந்து வந்தது; கடனோ நாளுக்குநாள் வளர்ந்து வந்தது.

ஆனாலும் ரத்தினம் அதைச் சிறிதும் பொருட்படுத்தாமல், எப்போதும்போல் டாம்பீகச் செலவுகள் செய்து வந்தான். அவன் கவலையின்றி இருந்ததற்கு ஒரு காரணமும் இருந்தது. தாமரை ஓடைப் பண்ணையாருக்குச் சந்தானம் இல்லாதபடியால், அவருடைய திரண்ட சொத்தெல்லாம் தனக்கே வரப்போகிறதென்று அவன் மனப்பால் குடித்துக்கொண்டிருந்தான்.

ரத்தினம் சென்னையில் படித்துக்கொண்டிருந்த காலத்தில் பஞ்சநதம் பிள்ளைக்குக்கூட அத்தகைய அபிப்பிராயம் இருந்துதான் வந்தது. ஆனால் அவன் புலிப்பட்டிக்கு வந்த பிற்பாடு, அவனுடைய நடை உடை பாவனைகள் பஞ்சநதம் பிள்ளைக்கு அளவிலாத வெறுப்பை உண்டாக்கின. தன்னுடைய சொத்தில் ஒரு காலணாக்கூட இந்தத் தூர்த்தனுக்குச் சேரக்கூடாது என்று அவர் தீர்மானித்துவிட்டார். ஆனால் இது அவனுக்குத் தெரியாது. "சொத்து எங்கே போகிறது? இவருக்குக் கொள்ளியிட நம்மைத் தவிர வேறு யார்?" என்று எண்ணி அவன் நிச்சிந்தையாய் இருந்தான்.

எனவே திடீரென்று ஒருநாள், தாமரை ஓடைப் பண்ணையார் இரண்டாந்தாரமாகக் கல்யாணியைக் கல்யாணம் பண்ணிக்கொள்ளப் போகிறார் என்ற செய்தியை அறிந்ததும் ரத்தினம் பிள்ளைக்கு இடி விழுந்தாற் போலிருந்தது. அவன் கோபங்கொண்டு கல்யாணத்துக்குக்கூட வரவில்லை. "கிழவனுக்கு என்ன கல்யாணம் வேண்டிக் கிடக்கிறது?" என்று கண்டவர்களிடமெல்லாம் தூற்றிக் கொண்டிருந்தான். அவனுக்கு அப்போது வந்த ஆத்திரத்தில், இந்த மாதிரி வயதானவர்கள் சிறு பெண்ணைக் கல்யாணம் செய்து கொள்ளும் அக்கிரமத்தைப் பற்றிப் புனைபெயருடன் பத்திரிகைகளுக்குக்கூட ஒரு கடிதம் எழுதினான். அது வெளியானதும், தனக்குத் தெரிந்தவர்கள் எல்லோரையும் கூப்பிட்டு வைத்து, "பத்திரிகையில் இது ஒரு விஷயம் வந்திருக்கிறது, பார்த்தீர்களா?" என்று அதைப் படித்துக் காட்டினான்.

சில மாதங்கள் இப்படிக் கோபத்தில் ஆழ்ந்திருந்த பிறகு ஒருநாள் தாமரை ஓடை வீதி வழியாகப்போன போது அவன் தற்செயலாகக் கல்யாணியைப் பார்க்க நேர்ந்தது. அவளுடைய திவ்ய சௌந்தர்யத்தைப் பார்த்ததும் அவன் பிரமித்தே போனான். "ஆகா! இப்பேர்ப்பட்ட அழகியையா இந்தத் தலை நரைத்த கிழவன் மணந்து கொண்டிருக்கிறான்?" என்று எண்ணினான். இயற்கையிலேயே காமுகனும் ஒழுக்கத்தில் தூர்த்தனுமான அவனுடைய உள்ளத்தில், அக்கணமே பாப சிந்தை குடிகொண்டது.

26

“சூ! பிடி!”

சில நாளைக்கெல்லாம் ரத்தினம், பஞ்சநதம் பிள்ளையிடம் சென்று, தான் தெரியாத்தனமாகச் செய்த குற்றங்களை மன்னிக்க வேண்டுமென்று கேட்டுக்கொண்டான். பஞ்சந்தம் பிள்ளை அவன் முன் செய்த குற்றங்களையும் பொருட்படுத்தவில்லை; இப்போது மன்னிப்புக் கேட்பதையும் பொருட்படுத்தவில்லை. அவன் அவ்வளவு பணிவுகொண்டு பேசியது அவருக்குச் சிறிது வியப்பு அளித்ததாயினும், அதைப்பற்றி அதிகமாகச் சிந்தனை செய்யாமல், “தம்பி! நீ என்னை மன்னிப்புக் கேட்கவாவது? நான் உன்னை மன்னிக்கவாவது? இதெல்லாம் எதற்காக? உன் மேல் எனக்கு ஒரு கோபமும் இல்லை; போய் வா!” என்று சொல்லிவிட்டார். அவருடன் சிநேகம் செய்துகொண்டு அடிக்கடி அவர் வீட்டுக்கு வருவதற்குச் சந்தர்ப்பம் ஏற்படுத்திக்கொள்ளும் நோக்கத்துடனே ரத்தினம் வந்தான். அந்த நோக்கம் நிறைவேறாமற் போகவே, சலிப்புடன் திரும்பிச் சென்றான்.

பிறகு, அவன் இன்னும் இரண்டு மூன்று தடவை மானத்தைவிட்டுப் பஞ்சநதம் பிள்ளையின் வீட்டுக்குப் போனான். அப்போதெல்லாம் தூரத்தில் கல்யாணி அங்குமிங்கும் நடமாடுவதைப் பார்க்கத்தான் முடிந்தது. அவளுடைய அருகில் நெருங்கவோ அவளுடன் பேசவோ சௌகரியம் ஏற்படவில்லை. இதனால், அவனுடைய உள்ளத்தை எரித்துக்கொண்டிருந்த தீ இன்னும் கொழுந்துவிட்டு எரியத் தொடங்கியது.

பஞ்சநதம் பிள்ளை காலஞ் சென்றபோது, ரத்தினம் ஊரில் இல்லை. ஆனால் அவருடைய மரணச் செய்தி கேட்டதும் அவன் பரபரப்புடன் ஊருக்கு ஓடி வந்தான். பஞ்சநதம் பிள்ளை உயில் ஒன்றும் எழுதி வைக்காமல் இறந்திருந்தால் கல்யாணிக்குப் பிற்காலம் அவருடைய சொத்துக்கெல்லாம் இவனே உரியவன். ஆகவே, சொத்துகளில் மேற்பார்வையை இப்போதே தான் எடுத்துக்கொள்ள வேண்டியதுதான். இதன் மூலம் கல்யாணியுடன் பேசிப் பழகுவதற்கும் அவசியம் ஏற்படும். இவ்வாறு, தான் எதிர்பார்த்துக் கொண்டிருந்த சந்தர்ப்பம் எதிர்பாராத முறையில் வந்துவிட்டதாகவே அவன் கருதினான்.

தாமரை ஓடைக்கு வந்து விசாரித்து உயில் எழுதப்பட்டிருக்கும் விவரம் தெரிந்ததும், அவனுடைய உற்சாகம் வெகுவாகக் குறைந்தது. உயிலே பொய் உயில், போர்ஜரி செய்தது, செல்லாதது என்றெல்லாம் வழக்காடலாமா என்று சிந்தனை செய்யத்தொடங்கினான். ஆனாலும், இதை வெளியில் காட்டிக்கொள்ளாமல், கல்யாணியின் வீட்டுக்குச் சென்று உத்தரக் கிரியைகளில் ஒத்தாசை செய்தான். கல்யாணியின் தகப்பனார் திருச்சிற்றம்பலம் பிள்ளைக்கு அவனுடைய பூர்வோத்தரம் ஒன்றும் தெரியாதபடியால், இறந்து போனவருக்கு முக்கியமான பந்துவாகவே அவனைக் கருதி, எல்லா விஷயங்களிலும் அவனுடன் கலந்து யோசனை செய்யத் தொடங்கினார். அவன் அபிப்பிராயப்படியே சகல காரியங்களும் செய்து வந்தார்.

கருமங்கள் எல்லாம் ஆனதும் நில புலன்களின் சாகுபடியைப் பற்றித் தீர்மானிக்க வேண்டி வந்தது. நிலங்களைப் பிரித்துப் பிரித்துக் குத்தகைக்கு விட்டுவிட வேணுமென்றும் அதற்கு ஏற்பாடுகள் தாம் செய்வதாகவும் ரத்தினம் பிள்ளை சொன்னார். திருச்சிற்றம்பலம் பிள்ளையும் இதற்குச் சம்மதித்தார்.

அன்றிரவு சாப்பிடும்போது, அவர் இவ்விஷயத்தைப் பற்றிப் பிரஸ்தாபித்தார். அது கல்யாணியின் காதில் விழுந்தது. அவள் உடனே, “அப்பா! சாகுபடி எல்லாம் இத்தனை நாளாக நடந்து வந்தது போலவே இனிமேலும் நடக்கவேண்டும், மாறுதல் ஒன்றும் கூடாது” என்றாள்.

அதிகாரத் தோரணையுடன் அவள் இவ்வாறு பேசியது திருச்சிற்றம்பலம் பிள்ளைக்கு அதிசயமாயிருந்தது; சிறிது கோபத்தையும் உண்டு பண்ணிற்று.

“உனக்கென்ன தெரியும் இதெல்லாம்? ‘சொந்தப் பண்ணை வைத்து நடத்தமுடியாது; ஆள்களை மேய்ப்பது ரொம்பக் கஷ்டம்’ என்று ரத்தினம் பிள்ளை சொல்றாரே?”

“அது யார் அது ரத்தினம் பிள்ளை? நம்முடைய வீட்டுக் காரியத்துக்கு அவர் என்ன யோசனை?” என்றாள் கல்யாணி.

திருச்சிற்றம்பலம் பிள்ளை திகைத்துப்போனார். ஆனாலும் அவர் சமாளித்துக்கொண்டு, “என்ன அப்படித் தூக்கி எறிந்து பேசுகிறாய்! புலிப்பட்டிப் பிள்ளையைத்தான் சொல்கிறேன். இந்த ஊர் நெளிவு சுளுவு எல்லாம் அவருக்குத்தானே தெரியும்! நான் ஊருக்குப் புதிது நீயோ சிறுபெண்! உலகம் தெரியாதவள், உன்னால் என்ன முடியும்..?” என்று சொல்கையில் கல்யாணி குறுக்கிட்டு,

"அப்பா! இந்த யோசனையெல்லாம் உங்கள் பெண்ணைக் கிழ மாப்பிள்ளைக்குக் கல்யாணம் செய்து கொடுப்பதற்கு முன்னாலேயே உங்களுக்குத் தோன்றியிருக்க வேண்டும்" என்றாள்.

திருச்சிற்றம்பலம் பிள்ளையின் வாய் அடைத்துப் போய்விட்டது. கல்யாணியின் குணத்தில் ஏற்பட்டிருக்கும் மாறுதல் அவருக்கு அர்த்தமாகவேயில்லை. இந்த வீட்டில் கல்யாணிதான் சர்வ சதந்திர எஜமானி, தமக்கு ஒரு அதிகாரமும் இல்லையென்று அவருக்கு இரண்டொரு நாளில் ஸ்பஷ்டமாகத் தெரிந்துபோகவே, அவர் கோபித்துக்கொண்டு பூங்குளத்துக்கே போய்விட்டார். பிறகு கல்யாணியும் அவளுடைய வயதான அத்தை ஒருத்தியும் அந்த வீட்டில் வசித்து வந்தார்கள். பண்ணைக் காரியங்கள் எல்லாம் எப்போதும் போலவே நடந்து வந்தன. காரியஸ்தர்கள் குடிபடைகள் எல்லாரையும் கல்யாணி அடிக்கடி வீட்டுக்குத் தருவித்து, நேரில் உத்தரவு இட்டு வந்தாள். அவர்கள் எல்லாரும் பண்ணையாரின் எதிர்பாராத மரணத்தினால் என்ன விபரீதமான மாறுதல் ஏற்படுமோ என்று திகிலடைந்தவர்கள், இப்போது மிகவும் குதூகலத்துடன் தங்கள் வேலைகளைச் சரிவரச் செய்து வந்தார்கள்.

ரத்தினம் பிள்ளைக்கு இதெல்லாம் ஒன்றும் பிடிக்கவே இல்லை. அவனுடைய உத்தேசங்கள் எல்லாம் தவறிப்போயே வந்தன. ஆனாலும் அவன் நிராசை அடைந்துவிடவில்லை. பலதடவை அவன் தாமரை ஓடைப் பண்ணையின் வீட்டுக்குப்போய் திண்ணையில் உட்கார்ந்துகொண்டு, ஆச்சியுடன் சில முக்கியமான விஷயங்கள் பேசவேண்டியிருக்கிறதென்று வேலைக்காரியிடம் சொல்லி அனுப்புவான். ஆச்சிக்கு உடம்பு சரியில்லையென்றும், ஏதாவது முக்கியமான விஷயம் இருந்தால் காரியஸ்தரிடம் தெரிவிக்கச் சொன்னதாகவும் வேலைக்காரி வந்து கூறுவாள்.

கடைசித் தடவை ரத்தினம் பிள்ளை அவ்வாறு வந்திருந்தபோது ஒரு விசேஷ சம்பவம் நடந்தது. பண்ணையாரின் வீட்டு வாசலில் எப்போதும் ஒரு நாய் கட்டியிருக்கும். அது உயர்ந்த ஜாதி நாய். பார்த்தால் சாது மாதிரித்தான் இருக்கும். குரைக்காது; யாரையும் அநாவசியமாகக் கடிக்காது. ஆனால் எஜமான் மட்டும் ஏவிவிட்டால் முழங்கால் சதையில் குறைந்தது ஒரு ராத்தல் சதை எடுத்துப் பட்சணம் செய்தாலொழிய அதற்குச் சரிக்கட்டி வராது.

அந்த நாய் வீட்டின் முன் ஹாலில் ஜன்னல் கம்பியில் அன்று சங்கலியால் கட்டப்பட்டிருந்தது. ரத்தினம் பிள்ளை வாசல் அருகில் வந்ததும், அந்த ஜன்னலண்டை ஒரு பெண்ணின் கை தெரிந்தது; அது பொன் வளையல் அணிந்த அழகான கை, அந்தக் கை நாயைக்

கட்டியிருந்த சங்கிலியை அவிழ்த்து விட்டது. "சூ!" என்ற மெல்லிய சத்தமும் கேட்டது. அவ்வளவுதான், நாய் ஒரே ஒரு தடவை "ளொள்" என்று குரைத்துவிட்டு, வாய்ப்பேச்சில் அதிக நம்பிக்கையில்லாத வீரனைப்போல், புலிப்பட்டிப் பிள்ளைவாளின் மேல் பாய்ந்தது. பிள்ளைவாள் ஓடினார், நாயும் பின்தொடர்ந்தது. சீக்கிரத்தில் அவருடைய கால்சட்டையை அது பற்றிற்று; ஒரே கடியில் சட்டையைக் கிழித்து, சதையைக் கவ்விற்று, பிள்ளைவாள் மும்மடங்கு வேகமாய் ஓடினார். நாயும், அவருடைய முழங்கால் சதையை ருசிப் பார்த்துக்கெண்டே தொடர்ந்து ஓடிற்று. அவரைத் தெருமுனை வரையில் கொண்டுபோய் வழியனுப்பிய பிறகுதான் திரும்பி வந்தது.

துரத்தப்பட்டு ஓடுகிறவனிடம் சாதாரணமாய் அனுதாபம் உண்டாவது கிடையாது. இது மனித சுபாவம். இந்த சுபாவத்தையொட்டி புலிப்பட்டிப் பிள்ளைவாள் நாயினால் துரத்தப்பட்டு ஓடியபோது, வீதியில் நின்றவர்கள் – பிள்ளைகள் பெரியவர்கள்கூட – சிரித்தார்கள். சில துஷ்டப் பிள்ளைகள் "சூ! பிடி!" என்று நாயை உற்சாகப் படுத்தினார்கள். நாயின் பல்லினால் பிள்ளைவாளுக்குக் காலிலே புண்ணும், ஊராருடைய சிரிப்பினால் அவருடைய உள்ளத்திலே புண்ணும் ஏற்பட்டன. கல்யாணியிடம் அவர் அளவிலாத துவேஷம் கொண்டார். எப்படியும் அவளைப் பழி வாங்குவதென்று தீர்மானித்தார்.

27

பிள்ளைவாளின் பழி

கல்யாணியைப் பழி வாங்குவதற்குப் புலிப்பட்டி ரத்தினம் அநேக குருட்டு யோசனைகள் செய்துவிட்டுக் கடைசியில் ஒரு முடிவுக்கு வந்தான். தாமரை ஓடைப் பண்ணையின் நிலங்களைப் பலாத்காரமாய்த் தன் வசப்படுத்திக் கொண்டு விடுவதென்றும், கல்யாணியைக் கோர்ட்டுக்குப் போகும்படியாகவோ தன்னுடன் ராஜி பேச வரும்படியாகவோ செய்துவிடுவதென்றும் தீர்மானித்தான்.

பண்ணையின் நிலங்கள் எல்லாம் அந்த வருஷம் நன்றாய் விளைந்திருந்தன. அறுவடையாகிவிட்டது. ஆனால் நெல் எல்லாம் இன்னும் களத்திலேயே கிடந்தது. களத்திலிருந்தபடியே நெல்லை விற்றுவிடுவதா அல்லது எடுத்துக்கொண்டு போய்ச் சேர் கட்டி

வைத்திருப்பதா என்பதைப் பற்றிக் கல்யாணி யோசனை செய்து கொண்டிருந்தாள்.

நெல்லைப் போட்டு விடும்படியாக நெல் வியாபாரி ஒருவன் வந்து அடிக்கடி கேட்டுக்கொண்டிருந்தான். பண்ணையின் காரியஸ்தருக்கு இது பிடிக்கவில்லை. “நம்முடைய பண்ணையில் எப்போதும் ஆனி மாதத்திலேதான் நெல்லுப் போடுகிற வழக்கம்” என்று அவர் சொன்னார்.

இம்மாதிரி அவர்கள் பேசிக்கொண்டிருக்கையில், ஒரு ஆள் குடல் தெறிக்க ஓடிவந்து, “ஆச்சி! ஆச்சி! மோசம் வந்துட்டுது!” என்று கதறினான். என்னவென்று கேட்கவும், “புலிப்பட்டி ஆட்கள் வந்து களத்திலிருக்கும் நெல்லை அள்ளறானுங்க. இருபது முப்பது வண்டி வந்து கிடக்கு. தடியுங் கையுமாய் நூறு ஆட்கள் வந்து நிக்கிறானுங்க. எல்லாரும் நன்னாப் புட்டிப் போட்டுட்டு வந்திருக்கானுங்க. கிட்ட வந்தால் மண்டையை உடைச்சுடுவேன் என்கிறானுங்க. பாருங்க, அங்கே புடிச்ச ஓட்டம் இங்கே வந்துதான் நின்னேனுங்க” என்றான்.

அதைக்கேட்ட காரியஸ்தர் முதலியார், “ஐயோ!” என்று அப்படியே உட்கார்ந்து போய்விட்டார். அவர் சாது மனுஷர். பண்ணையாரின் காலத்தில் இம்மாதிரிச் சங்கடம் ஒன்றும் நேர்ந்தது கிடையாது. ஆகவே, இந்த நிலைமையை எப்படிச் சமாளிக்கப் போகிறோமென்று அவர் ஏங்கிப் போனார்.

நெல் வியாபாரி இதுதான் சமயம் என்று, “அப்பவே போட்டுடுங்க போட்டுடுங்க என்று அடிச்சுண்டேனே, கேட்டீங்களா? இப்படி ஒரு பேச்சு காதில்படக் கொண்டுதானே அவ்வளவு தூரம் வற்புறுத்தினேன்..?” என்று சரடு விட்டான்.

கல்யாணி சற்றுநேரம் யோசனையில் ஆழ்ந்திருந்தாள். சட்டென்று அவளுடைய முகத்தில் பிரகாசம் ஏற்பட்டது. “முதலியார்! கிளம்புங்கள் களத்துக்குப் போகலாம்!” என்றாள்.

முதலியார் திகைத்துப்போனார். “ஆச்சி! என்ன சொல்றீங்க?”

“ஆமாம்; களத்துக்கு நானே வருகிறேன். வாருங்கள், போகலாம்” என்று சொல்லி, அவளே முதலில் கிளம்பினாள்.

உள்ளேயிருந்த அத்தையின் காதில் இது விழுந்தது. அவள் ஓடிவந்து, “கல்யாணி, கல்யாணி! நான் சொல்றேன், நீ போவாதே” என்று குறுக்கே மறித்தாள். கல்யாணி அதைப் பொருட்படுத்தாமல் அத்தையை இலேசாக வழியை விட்டு நகர்த்திவிட்டு விரைந்து நடந்தாள்.

அப்போது காரியஸ்த முதலியாருக்கும் ரோஸம் பிறந்து, "அடே! ஓடு! நம்ம ஆளையெல்லாம் தடியுங்கையுமாய்க் களத்துக்கு வரச் சொல்லு!" என்று கூறினார். அதற்குக் கல்யாணி, "முதலியார்! ஆளும் வேண்டாம், தடியும் வேண்டாம். நீங்கள் மட்டும் என் பின்னோடே வாருங்கள், போதும்" என்றாள்.

தூரத்தில் கல்யாணியைக் கண்டதும், நெல் அள்ளியவர்கள், தடியுங் கையுமாய் நின்றவர்கள், வண்டிக்காரர்கள் எல்லாருக்கும் ஆச்சரியமாய்ப் போயிற்று. அந்தப் பக்கங்களில் சாதாரணமாய்ப் பண்ணை வீட்டு ஸ்திரீகள் வயல்வெளிகளுக்கு வருவது கிடையாது. அதுவும் இம்மாதிரி சந்தர்ப்பத்தில் கல்யாணி ஆள்படை ஒன்றும் இல்லாமல் வருவதைப் பார்த்ததும் அவர்கள் எல்லோருக்குமே காரணம் சொல்ல முடியாத திகில் உண்டாய்விட்டது. எல்லாரும் அப்படியே நின்று கல்யாணி வரும் திக்கையே பார்த்துக் கொண்டிருந்தார்கள். கல்யாணி கம்பீரமாய் நடந்து நேரே அவர்களுக்கு மத்தியில் வந்து நின்றாள். "அடே! நீங்கள் எல்லாம் யார்?" என்று கேட்டாள்.

கொஞ்சநேரம் பதில் ஒன்றும் வரவில்லை. அவர்களில் பெருங்குடிகாரனும் வாயாடியுமான ஒருவன் "நாங்களெல்லாம் மனுஷங்க" என்றான்.

"நீங்கள் எந்தப் பண்ணை ஆட்கள்?" என்று கல்யாணி கேட்டாள்.

"புலிப்பட்டி ஆட்களுங்க."

"சரி, இது எந்தப் பண்ணைக் களம்?"

"தாமரை ஓடைப் பண்ணைக் களம்."

"பின்னே, ஏன் அப்பா இந்தக் களத்தில் வந்து நெல் வாருகிறீங்க?"

ஆட்கள் மௌனமாயிருந்தார்கள்.

"அடே! எல்லோரும் என்னை நன்றாய்ப் பாருங்க. நான் யார் தெரிகிறதா?" என்று கம்பீரமாய்க் கேட்டாள் கல்யாணி.

அப்போது அந்தப் பெருங்குடிகாரன், "அம்மா! நீ மாரியம்மனாச்சே! எனக்குத் தெரியாமே போச்சே! அடே ஆளுங்களா! எல்லாரும் விழுந்து கும்பிடுங்கடா!" என்று சொல்லி

முதலில் தானே திடீரென்று தரையில் விழுந்து கும்பிட்டான். "அம்மா! தாயே! காப்பாத்தணும்" என்று புலம்பத் தொடங்கினான். மற்ற ஆட்கள் எல்லாம் பிரமை பிடித்தவர்கள் போல் நின்றார்கள்.

"அடே! உங்களையெல்லாம் காப்பாற்றத்தான் நான் வந்தேன். நீங்கள் இப்போது செய்வதற்கு வந்தது பெரிய தப்புக் காரியம். பகல் கொள்ளை அடிப்பதற்காக வந்திருக்கிறீர்கள். இதற்காக உங்களைப் பிடித்துக் காலிலேயும் கையிலேயும் விலங்கு மாட்டி, ஏழு ஏழு வருஷம் ஜெயிலிலே போட்டு விடுவார்கள். நீங்கள் ஜெயிலுக்குப் போய்விட்டால், உங்கள் பெண்சாதி, பிள்ளைகளை உங்கள் எசமான் காப்பாத்திவிடுவாரா?" என்றாள் கல்யாணி.

"ஐயோ! எங்க எசமானா? செய்யற வேலைக்கு வயத்திலே அடிக்காமே கூலி கொடுத்தால் போதாதா?"

"பின்னே, அவர் சொல்றதைக் கேட்டுக்கொண்டு இந்தத் திருட்டு வேலைக்கு வந்தீர்களே! எல்லாரும் திரும்பிப் போய்ச் சேருங்கள். சாயங்காலம் உங்கள் வீட்டுப் பெண் பிள்ளைகளை வரச்சொல்லுங்கள். தலைக்கு பதக்கு நெல்லு கொடுத்தனுப்பச் சொல்கிறேன். ஏன் நிற்கிறீர்கள்? போங்கள்!" என்றாள்.

"ஆமாண்டா, போகலாம் வாங்கடா! நமக்கென்னத்துக்கடா தண்டா!" என்றான் ஒருவன். முதலில் பத்துப் பேர் கிளம்பினார்கள். அவர்கள் பின்னால் இன்னும் சிலர் போனார்கள். பிறகு பாக்கியுள்ளவர்களும் "நமக்கு மாத்திரம் என்னடா?" என்று சொல்லிக்கொண்டு கிளம்பிச் சென்றார்கள்.

பிறகு, கல்யாணி வண்டிக்காரர்களை அழைத்துப் பேசினாள். அதன் பயனாக, எல்லா வண்டிக்காரர்களும் நெல் மூட்டைகளுடன் தாமரை ஓடை வீதிக்குச் சென்று, அங்கே, பண்ணையின் சேர் கட்டும் முற்றத்தில் நெல்லைப் போட்டுவிட்டு வண்டிச் சத்தத்தை வாங்கிக்கொண்டு போய்ச் சேர்ந்தார்கள்.

இந்த விவரமெல்லாம் புலிப்பட்டி ரத்தினத்தின் காதுக்கு எட்டியபோது, அவன் அவமானத்தினால் குன்றிப் போனான். அவ்வளவுக்கு அவனுடைய குரோதமும் அதிகமாயிற்று. அப்போதுதான், கொள்ளிடக்கரைத் திருடனுக்குப் பணம் கொடுத்துக் கல்யாணி வீட்டில் கொள்ளையடிக்கச் செய்ய வேண்டுமென்ற அபூர்வ யோசனை அவனுடைய மூளையில் உதயமாயிற்று.

28

சந்திப்பு

பஞ்சநதம் பிள்ளை ஜீவியவந்தராயிருந்த காலத்தில் கல்யாணி தன்னுடைய இருதயமாகிய கோட்டையைக் கண்ணுங் கருத்துமாய்ப் பாதுகாத்து வந்தாள். அதில் முத்தையன் பிரவேசிப்பதற்கு அவள் இடங்கொடுக்கவில்லை. அவ்வாறு இடங்கொடுப்பது பாவம் என்று அவள் கருதினாள். ஆகவே, முத்தையனுடைய நினைவு வரும்போதெல்லாம் சட்டென்று வேறு குடும்பக் காரியங்களில் மனத்தைச் செலுத்தி அந்த நினைவைப் போக்கடித்துக் கொள்வாள். "ஸ்வாமி பாவ எண்ணம் என் மனத்தில் தோன்றாமல் காப்பாற்று" என்று கடவுளை வேண்டுவாள். சீதை, தமயந்தி, நளாயினி முதலிய கற்பரசிகளை நினைந்து, மனத்தை உறுதிப்படுத்திக் கொள்வாள். இப்படிச் சதா விழிப்புடனிருந்து மனத்தைக் கட்டப்படுத்தி வைப்பதிலேயே கவனமாயிருந்தவளுடைய முகத்தில் பஞ்சநதம் பிள்ளை சிரிப்பையும் குதூகலத்தையும் காணாமற்போனது வியப்பில்லையல்லவா?

புருஷன் உயிர் வாழ்ந்த காலத்தில் கல்யாணி தன்னுடைய உள்ளத்தை எவ்வளவு தூரம் கட்டுப்படுத்தி வைத்திருந்தாளோ, அவ்வளவுக்கு அவருடைய மரணத்திற்குப் பிறகு அதைக் கட்டில்லாமல் சுயேச்சையாக விட்டுவிட்டாள். அதிலும் அவர் தன்னை விவாக பந்தத்திலிருந்து விடுதலை செய்வதாகச் சொல்லிவிட்டபடியால், இனி முத்தையனைப் பற்றி நினைப்பதில் யாதொரு தவறுமில்லையென்று அவள் கருதினாள். அப்படிக் கட்டவிழ்த்து விடப்பட்ட அவளுடைய உள்ளம் தட்சணமே முத்தையனைச் சென்று அடைந்து, பிறகு அவனை விட்டு அசையவே மாட்டேன் என்று பிடிவாதம் பிடித்தது. கனவிலும் முத்தையனுடைய நினைவைத் தவிர வேறு நினைவே அவளுக்கு இல்லாமல் போயிற்று.

முத்தையன் இப்போது எங்கே இருக்கிறான், என்ன செய்கிறான் என்று அறிய அவள் அளவில்லாத ஆவல் கொண்டாள். ஒரு வேளை அவன் கல்யாணம் செய்து கொண்டிருப்பானோ என்ற நினைவு தோன்றும்போது, அவளுடைய நெஞ்சில் யாரோ ஈட்டியினால் குத்துவது போன்றிருக்கும்.

"இருக்காது; ஒருநாளும் இருக்காது" என்று எண்ணி மனத்தைத் திடப்படுத்திக் கொள்வாள். "அவன் எங்கேயோ? நாம் எங்கேயோ? இனிமேல் எங்கே அவனைக் காணப் போகிறோம்?" என்று எண்ணி ஒரு சமயம் ஏக்கமுறுவாள். "இல்லை, இல்லை! கட்டாயம் இந்த ஜன்மத்தில் அவனை மறுபடியும் பார்க்கத்தான் போகிறேன். அவனிடம் நான் கொண்ட அன்பு உண்மையானதானால், அவனை எப்படிப் பார்க்காமலிருக்க முடியும்?" என்று தேற்றிக்கொள்வாள். "அந்தக் காலத்திலேயே 'நீ பணக்காரி; நான் ஏழை' என்று சொல்லிக் காட்டினானே! இப்போது பெரிய பணக்காரியாகி விட்டேனே! அதனால் அவனுடைய வெறுப்பு அதிகமாகுமோ என்னமோ?" என்று ஒருசமயம் பீதியடைவாள். "அதெல்லாம் இல்லை. இதற்குள் முத்தையன் தன்மேல் தவறு என்று உணர்ந்திருப்பான். 'இவ்வளவு செல்வமும் உன்னுடையது; உன் இஷ்டம்போல் செய்யலாம்' என்று நான் சொல்வேன். உடனே அவனுடைய மனது இளகிவிடும்" என்று இன்னொரு சமயம் உற்சாகப்படுவாள்.

முத்தையன் பூங்குளத்தில் இல்லை, எங்கேயோ மடத்தில் கணக்குப் பிள்ளையாய்ப் போய்விட்டான் என்ற சமாசாரம் மட்டும் அவளுக்கு அவள் தகப்பனார் மூலமாய்த் தெரிந்திருந்தது. அவன் இருக்குமிடம் எப்படிக் கண்டுபிடிப்பது, அவனை எப்படிச் சந்திப்பது என்பது பற்றி அவள் ஆயிரம் யோசனை செய்தாள். ஆனால் ஒவ்வொன்றிலும், ஏதாவது ஒரு குறை தோன்றிற்று.

இப்படிப்பட்ட நிலைமையிலேதான், கொள்ளிடக்கரைத் திருடனைப்பற்றி வதந்தி அவள் காதில் விழுந்தது. அவனுடைய பெயர் முத்தையன் என்று கேட்டதும், அவள் உடம்பு சிலிர்த்தது. அவனுடைய பூர்வோத்தரத்தைப் பற்றிக் கொஞ்சம் விசாரித்து, மடத்தில் கணக்குப் பிள்ளையாய் இருந்தவன் என்று தெரிந்ததும், அவளுடைய சந்தேகங்கள் நிவர்த்தியாயின. அப்போதே, முத்தையனைச் சந்திப்போமா என்ற கவலையும் அவளுக்குத் தீர்ந்துபோயிற்று. கட்டாயம் ஒருநாள் தன்னுடைய வீட்டிலும் அவன் திருட வருவான் என்ற எண்ணம் அவள் மனத்தில் தோன்றி, அது நாளுக்கு நாள் உறுதிப்பட்டு வந்தது. அப்போது எவ்வாறு அவனை வரவேற்பது என்ன பேசுவது என்றெல்லாம் சிந்திக்கலானாள்.

அப்படி அவன் வருங்காலத்தில் வீட்டில் மனுஷர்கள் அதிகமாக இருக்கக்கூடாதல்லவா? இதற்காகவே, கோபித்துக்கொண்டு ஊருக்குப்போன அவளுடைய தகப்பனரை அவள் திரும்பிக் கூப்பிடவில்லை. திருச்சிற்றம்பலம் பிள்ளை தம்முடைய இளைய சம்சாரம், குழந்தைகளுடன் தாமரை ஓடைக்கே வந்துவிடத்

தயாராயிருந்தார் என்பது அவளுக்குத் தெரிந்திருந்தும்; அதைப்பற்றி அவள் பிரஸ்தாபிக்கவில்லை.

முத்தையனை எதிர்பார்த்து அவள் இராத்திரியில் அநேக நாள் தூங்குவதே கிடையாது. அப்படித் தூங்கினாலும், ஏதாவது கொஞ்சம் சத்தம் கேட்டால் திடுக்கென்று எழுந்து விடுவாள். அவன் எப்படி வருவான்? ஓட்டு மேலால் ஏறிக் குதித்து வருவானா? கன்னம் வைத்து வருவானா? அல்லது தீவட்டிக் கொள்ளைக்காரர்களைப் போல் பகிரங்கமாய் வந்து வாசல் கதவை இடித்து, "கதவைத் திற" என்று அதட்டுவானா? இப்படியெல்லாம் எண்ணமிடுவாள். அப்படி வாசல் கதவை அவன் இடித்து, தான் கையில் விளக்குடன் போய்க் கதவைத் திறந்தால் அவன் எப்படித் திகைத்து நிற்பான் என்பதை நினைத்து நினைத்துத் தானே சிரித்துக் கொள்வாள்.

நிலவு எரிக்கும் இரவு நேரங்களில் அவள் வீட்டு முற்றத்தில் உட்கார்ந்து வானத்தையே பார்த்துக்கொண்டிருப்பாள். "இந்த நிலவு முத்தையன் இருக்கும் இடத்திலும் எரிக்குமல்லவா? இந்தச் சந்திரனை அவனும் பார்த்து சந்தோஷப்பட்டுக் கொண்டிருப்பானல்லவா?" என்று எண்ணமிடுவாள். "ஒரு வேளை இந்த நேரத்தில் அவனும் என்னைப் பற்றி நினைக்கக் கூடுமல்லவா?" என்று எண்ணும்போது அவளுக்கு உடல் சிலிர்க்கும்.

இருட்டுக் காலத்திலும் அவள் முற்றத்தில் உட்கார்ந்து, வானத்தில் மினுக்கிக்கொண்டிருக்கும் நட்சத்திரங்களைப் பார்த்துக்கொண்டிருப்பாள். "இந்த நேரத்தில் முத்தையன் கொள்ளிடக்கரையில் எங்கேயோ தன்னந்தனியாய்ப் படுத்திருப்பான்; இந்த நட்சத்திரங்களுடனே அவன் பேசிக்கொண்டிருப்பான்" என்று எண்ணுவாள். அச்சமயம் இரவு நேரங்களில் கொள்ளிடக்கரையில் நரிகள் ஊளையிடுமென்பது அவள் நினைவுக்கு வரும். "ஒரு வேளை இருபது முப்பது நரிகளாகச் சேர்ந்து முத்தையனை வளைத்துக் கொண்டால்..." என்று நினைக்கும்போது அவளுடைய உடம்பெல்லாம் பதறும். சில சமயம் அவளுடைய மனோபாவத்தில், நரிகள் போலீஸ்காரர்களாக மாறிவிடும். "ஐயோ! அப்படி ஒன்றும் நேராமல் இருக்க வேண்டுமே!" என்று அவள் பதை பதைப்பாள்.

முத்தையன் திருடனாய்ப் போனது பற்றி அவளுக்கு அவனிடம் எவ்விதத்திலும் அவமதிப்பு ஏற்படவில்லை. முத்தையன் தப்புக் காரியம் எதுவும் செய்வானென்று அவளால் எண்ண முடியவேயில்லை. 'இந்தப் புலிப்பட்டி ரத்தினத்தைப் போன்ற பாதகர்களைக் கொள்ளையடித்தால் என்ன பிசகு' என்ற நினைவே மேலிட்டிருந்தது.

முத்தையனைப் பற்றி மற்றவர்களிடம் பேசுவதில் அவள் இப்போது ரொம்பவும் விருப்பம் கொண்டிருந்தாள். காரியஸ்தர் முதலியாரிடமும் அக்கம் பக்கத்தாரிடமும் அடிக்கடி அவனைக் குறித்துப் பேசுவாள். பிரசித்தமான அத்திருடனைப் பற்றி அச்சமயம் எல்லாரும் பேசிக்கொண்டிருந்தார்களாதலால், இவளும் எவ்விதச் சந்தேகத்துக்கும் இடமின்றி அவனைப் பற்றிப் பேசுவது சாத்தியமாயிருந்தது. அவனுடைய பிரதாபங்களை யாராவது வியந்து பேசினால் இவள் அவனை இகழ்ந்து பேசுவாள். யாராவது அவனைத் தூற்றினாலோ, இவள் அவனுக்காகப் பரிந்து பேசுவாள். "ஆமாம்; உங்கள் வீட்டுக்கு வந்து கொள்ளையடித்தால் தெரியும்" என்று அவர்கள் சொன்னால், "என் வீட்டுக்கு அவன் வரமாட்டானே? ஓடுகிற ஆண் பிள்ளைகளைக் கண்டால்தான் திருடர்கள் விரட்டுவார்கள்! பெண் பிள்ளைகளைக் கண்டாலே பயந்து ஓடிப்போவார்கள்!" என்பாள்.

முத்தையன் திருடனாகப் போனதின் காரணம் பெரிதும் மிகைப்படுத்தப்பட்ட வதந்தியாகப் பரவியிருந்தது. அவனுடைய தங்கையைப் பண்டார சந்நிதியே கெடுக்கப் பார்த்தாரென்றும், முத்தையன் அவரைக் குற்றுயிராய்ப் பண்ணிவிட்டான் என்றும், இப்படியெல்லாம் சொல்லிக்கொண்டார்கள். அபிராமிக்குக் கஷ்டம் நேர்ந்த விஷயம் கல்யாணியின் உள்ளத்தில் சிறிது மகிழ்ச்சியை ஊட்டிற்று. "அந்த அபிராமிக்காகத்தானே என்னை முத்தையன் புறக்கணித்தான்? இப்போது என்ன ஆயிற்று?" என்று ஒரு கணம் உவகையோடு எண்ணினாள். அப்புறம் அந்தப் புத்தி மாறிற்று. "ஐயோ! அந்தப் பெண் இப்போது எங்கே அநாதையாய்த் தவிக்கிறாளோ?" என்று உருகினாள். அவளை அழைத்துக்கொண்டு வந்து தன்னோடு வைத்துக்கொள்ள வேண்டுமென்று ஆசைப்பட்டாள். ஆனால் அதனால் என்ன சந்தேகம் உண்டாகுமோ என்னமோ? முதலில் முத்தையனைப் பார்த்து, அவனைத் திருட்டுத் தொழிலை விடச் சொன்ன பிறகுதான், அபிராமியைத் தேடவேண்டுமென்று தீர்மானித்தாள்.

நாளாகஆக, முத்தையனைப் பார்க்க வேண்டுமென்ற அவளுடைய ஆவல் அளவிலடங்காமல் பெருகிற்று. "முத்தையா! முத்தையா! நீ எங்கெங்கேயோ, யார் யார் வீட்டுக்கெல்லாமோ திருடப் போகிறாயே? இந்தப் பாவியின் வீட்டுக்கு வரக்கூடாதா?" என்று அவளுடைய இருதயம் கதறியது.

இப்படிப்பட்ட நிலையில்தான், ஒருநாள் இராத்திரி முத்தையன் உண்மையாகவே அவளுடைய வீடு ஏறிக் குதித்து வந்தான்.

அவளைப் பார்த்து அவன் பிரமித்து நின்றான். அந்தச் சந்தர்ப்பத்தில் அவனுடன் என்ன பேசவேண்டும், எப்படி நடந்துகொள்ள வேண்டும் எத்தனையோ நாளாக யோசித்து வைத்திருந்தாளாதலால், பளிச்சென்று "முத்தையா! உனக்கு என் நகைகள்தானா வேண்டும்?" என்று கேட்டாள்.

அதன் பிறகு அவள் தொடர்ந்து சொன்ன எண்ணியிருந்த வார்த்தைகளெல்லாம் அவளுடைய நெஞ்சிலேயே அமுங்கிப் போயின. அவற்றைச் சொல்ல அவளுக்குச் சந்தர்ப்பமே கிடைக்கவில்லை.

கல்யாணியைப் பார்த்ததும் ஒரு கணம் திகைத்துப்போன முத்தையன் அடுத்த கணத்தில் சொல்லமுடியாத அவமானம் அடைந்தான். "ஆகா! இவள் வீட்டிலா திருட வந்தோம்?" என்று நினைத்தபோது அவன் உடம்பும் உள்ளமும் குன்றிப்போயின. தட்சணமே அவன் வந்த வேகத்துடனே திரும்பினான். ஒரு தாவுத் தாவிக் கூரை மீதேறி அடுத்த கணம் மாயமாய் மறைந்து போனான்.

ஓடு நொறுங்கிய சத்தமும் கொல்லையில் இரண்டு தடவை விஸில் அடித்த சத்தமும் மட்டும் கேட்காமலிருந்திருந்தால் கல்யாணி இது அவ்வளவும் தன்னுடைய மனப்பிராந்தியில் ஏற்பட்ட சம்பவங்களே என்று எண்ணியிருப்பாள்.

29

ராவ்சாகிப் உடையார்

ராவ் சாகிப் சட்டநாத உடையார் ராயவரம் தாலூகாவில் ஒரு பெரிய பிரமுகர், முனிசிபல் கௌன்சிலர், ஜில்லா போர்டு மெம்பர், தேவஸ்தான கமிட்டி பிரஸிடெண்ட் முதலிய பல பதவிகளைத் திறமையுடன் தாங்கிப் புகழ்பெற்றவர். இம்மாதிரிப் பொது ஸ்தாபனத் தேர்தல்களில் ஈடுபட்ட அநேகர் அந்தத் தாலூகாவில் வெகுவாகச் சொத்து நஷ்டமும் கஷ்டமும் அடைந்திருக்க, இவர் மட்டும் நாளொரு மேனியும் பொழுதொரு வண்ணமுமாக மேலோங்கி வந்தார். இவருடைய செல்வமும் செல்வத்தைப்போல் செல்வாக்கும் நாளுக்கு நாள் வளர்ந்து வந்தன. இதற்குக் காரணம் அவர் பிறந்த வேளை என்றார்கள் சிலர். "மகா கெட்டிக்கார மனுஷன், வாயைப்போல் கை; கையைப் போல வாய்" என்றார்கள்

வேறு சிலர். "ஆசாமி திருடன்; ஸ்தல ஸ்தாபனங்களைக் கொள்ளையடித்தும், கோயில்களைச் சுரண்டியுமே இப்படிப் பணம் சேர்த்துவிட்டான்" என்றனர் வேறு சிலர். இன்னும் பலர் பலவிதமாகச் சொன்னார்கள்.

அன்றைய தினம் உடையார், ராயவரம் டவுனை அடுத்துச் சாலை ஓரத்தில் பெரிய தோட்டத்தின் மத்தியில் கட்டியிருந்த தமது புதிய பங்களாவில் டிராயிங் ரூமில் உட்கார்ந்து தினசரி பத்திரிகைகளுக்கு ஒரு கடிதம் எழுதிக் கொண்டிருந்தார்கள். உடையார் அவ்வளவு பிரபலமாகித் தமது செல்வாக்கை வளர்த்துக்கொள்ளக் காரணமாயிருந்த வழிகளில் இது ஒன்றாகும். அடிக்கடி அவர் பத்திரிகைகளுக்குக் காரசாரமான கடிதங்கள் எழுதிக் கொண்டிருப்பார். சர்க்கார் விவசாய இலாகா கவனிக்க வேண்டிய காரியங்களிலிருந்து, சர்வதேசச் சங்கம் உலக யுத்தத்தைத் தடுப்பதற்காகச் செய்யவேண்டிய காரியங்கள் வரையில் அவர் சகல விஷயங்களையும் பற்றிப் பிய்த்து வாங்கி எழுதும் சக்கையான கடிதங்கள் வாரம் இரண்டு தடவையாவது பத்திரிகைகளில் வெளியாகிக் கொண்டிருக்கும். அம்மாதிரியாக, அன்றைய தினம் அவர் எழுதி முடித்த கடிதத்தை இதோ கீழே படியுங்கள்.

'மகா-ஸ்ரீ... பத்திரிகாசிரியர் அவர்களுக்கு,
ஐயா!

இந்தக் கொள்ளிடக்கரைப் பிரதேசத்தில் முத்தையன் என்னும் துணிச்சலுள்ள திருடனின் அட்டகாசங்கள் நாளுக்குநாள் அதிகமாகியே வருகின்றன. சமீபத்தில் கோவிந்தநல்லூரில் நடந்த பிரபல விவாகத்தின்போது, அவன் செய்த சாகஸச் செயல்களினால் இந்தத் தாலூகா முழுவதும் கதிகலங்கிப் போயிருக்கிறது. ஜனங்கள் தங்கள் சொத்துக்கும் உயிருக்கும் எந்த நிமிஷத்தில் ஆபத்து வருமோ என்று சதா சர்வகாலமும் வயிற்றில் நெருப்பைக் கட்டிக்கொண்டு வாழ்ந்து வருகிறார்கள்.

நேற்றைய தினம் முத்தையனிடமிருந்து எனக்கு ஒரு கடிதம் வந்தது. அதில் அவன் என்னுடைய வீட்டுக்கு ஒருநாள் விருந்தாளியாக வரப்போவதாகவும், வரவேற்புக்கு ஏற்பாடு செய்யும்படியாக எழுதியிருக்கிறான்.

திருடன் ஒருவனுக்கு இவ்வளவு தைரியமும் துணிச்சலும் ஏற்படுவதற்குக் காரண புருஷர்களாகயிருக்கும் இந்தத் தாலூகா போலீஸ்காரர்களின் சாமர்த்தியத்தை ஜனங்கள் பெரிதும்

பாராட்டுகிறார்கள்! கூடிய சீக்கிரத்தில், அவர்கள் எல்லோருக்கும் தக்க 'பிரமோஷன்' கொடுக்க வேணுமாய் ஜனங்கள் கோருகிறார்கள்!

இப்படிக்கு,
ராவ் சாகிப் கே.என். சட்டநாத உடையார்'

உடையார் மேற்படி கடிதத்தை எழுதி முடித்து உறையில் போட்டுக்கொண்டிருக்கையில், ஒருவன் உள்ளே வந்து, "எஜமான்! அந்த ஆசாமி வந்திருக்கிறான்" என்றான். உடையாரின் முகத்தில் ஒரு சிறிது திகிலின் சாயை காணப்பட்டது. அதை அவர் உடனே மாற்றிக்கொண்டு, "வரச் சொல்லு, இங்கு வேறு யாரையும் உள்ளே விடாதே! தலைபோகிற காரியமானாலும் சரிதான்!" என்றார்.

அவன் போனவுடன் உள்ளே வந்தவன் வேறு யாரும் இல்லை; முத்தையன்தான். முகமூடித் திருடனாய் வராமல் சாதாரண முத்தையனாய் இப்போது வந்தான்.

வந்தவன், "குட்மார்னிங், சார்!" என்று சொல்லிவிட்டு நின்றான்.

உடையார் அவனைச் சற்று நேரம் அதிசயத்தடன் உற்றுப் பார்த்துக்கொண்டிருந்தார். "அடே அப்பா! இவ்வளவூண்டு இருந்துகொண்டு என்னவெல்லாம் அமர்க்களம் செய்து வருகிறாயடா!" என்றார்.

"உடையார்வாள்; கொஞ்சம் மரியாதையாகவே பேசிவிட்டால் நல்லதில்லையா?" என்றான் முத்தையன்.

"அப்படியே யாகட்டும், ஸார்! உட்காருங்கள், ஸார்! தங்களை இங்கு விஜயம் செய்யச் சொன்னது எதற்காக என்று ஏதாவது தெரியுமா, ஸார்?" என்று ராவ் சாகிப் கேட்டார்.

"உங்கள் ஆள் எனக்கு அதெல்லாம் சொல்லவில்லை. நீங்கள் என்னுடைய முகத்தைப் பார்ப்பதற்கு ரொம்ப ஆவலாக இருப்பதாய் மட்டும்தான் சொன்னான். ஆனால் காரியமில்லாமல் தாங்கள் அப்படியெல்லாம் ஆசைப்பட மாட்டீர்கள். என்று எனக்குத் தெரியும்" என்றான் முத்தையன்.

உடையார் சற்று யோசனை செய்தார். அவனிடம் எப்படி விஷயத்தைப் பிரஸ்தாபிப்பது என்று அவர் தயங்குவதுபோல் காணப்பட்டது. அப்போது முத்தையன் அவரைத் தைரியப்படுத்துகிற பாவனையாக, "என்ன யோசிக்கிறீர்கள்? தாராளமாய்ச் சொல்லுங்கள். திருடர்களுக்குள் ஸங்கோசம் என்ன?" என்றான்.

உடையார் திடுக்கிட்டு, "என்ன அப்படிச் சொல்கிறாய்?" என்றார்.

"ஆமாம்; அதைப்பற்றி என்ன? நான் வெறுந்திருடன்; தாங்கள் மிஸ்டர் திருடர். அவ்வளவுதான் வித்தியாசம்! பரவாயில்லை, சொல்லுங்கள்."

"எல்லோரும் உன்னைப் பற்றிச் சொல்வது சரியாய்த்தான் இருக்கிறது. வெகு வேடிக்கை மனுஷனாய் இருக்கிறாய். இருக்கட்டும். உன்னைக் கூப்பிட்ட காரியத்தைச் சொல்கிறேன். என் சிநேகிதர் ஒருவருக்குப் புதுச்சேரியிலிருந்து இரகசியமாய்க் கொஞ்சம் சரக்குக் கொண்டுவர வேணுமாம். அதற்கு உன் ஒத்தாசை வேண்டுமென்கிறார். இதிலே எனக்கு ஒரு சம்பந்தமும் கிடையாது. உனக்குச் சம்மதமானால் சொல்லு. அபாயம் அதிகம்தான்; வரும்படியும் அதற்குத் தகுந்தபடி ஜாஸ்தி. என்ன சொல்கிறாய்?"

இதைக்கேட்ட முத்தையன் வாயைக் கையினால் மூடிக்கொண்டு விழுந்து விழுந்து சிரித்தான். இடையிடையே உடையாரையும் பார்த்தான்.

உடையார் தம்முடைய ஆடை அலங்காரங்களில் அதிகக் கவலையுள்ளவர். அவற்றில் ஏதாவது கோளாறா என்ன என்று அவர் சுவரிலிருந்த நிலைக் கண்ணாடியில் தம்மைப் பார்த்துக்கொண்டார்.

முத்தையன், "அலங்காரமெல்லாம் சரியாய்த்தான் ஸார் இருக்கிறது. ஒன்றும் பிசகில்லை. நான் சிரிக்கிறது வேறு விஷயம். ஐந்தாறு வருஷத்துக்கு முன்னால், இதே மாதிரி திருட்டு வேலைக்காக என்னை நீங்கள் கார் ஓட்டச் சொன்னீர்கள். நான் மாட்டேன் என்றேன். அதற்காக என்னை டிஸ்மிஸ் பண்ணிவிட்டீர்கள். அப்போதும் இதே மாதிரிதான் 'ஒரு சிநேகிதருக்காக, இதில் எனக்கு ஒரு சம்பந்தமும் இல்லை' என்று சொன்னீர்கள். இதெல்லாம் ஞாபகம் இருக்கிறதா?" என்று கேட்டான்.

உடையார் குதித்து எழுந்தார். "அடே பாவிப்பயலே! நீதானா!" என்றார். பிறகு அவர் நின்றபடியே கூறினார்.

"உன்னைக் கோவிந்தநல்லூர் கல்யாணத்தில் ஒரு நிமிஷம் பார்த்தபோதே நீயாய்த்தான் இருக்க வேண்டுமென்று சந்தேகப்பட்டேன். அதனால்தான் உன்னை எப்டியாவது கூட்டிக்கொண்டு வரச் சொல்லியிருந்தேன். ஜில்லென்று மீசை வைத்துக்கொண்டு விட்டாயல்லவா! அதனால் நிச்சயமாக

அடையாளந் தெரியவில்லை. போகட்டும்; அப்போது வெகு யோக்கியன் மாதிரி, 'திருட்டுப் புரட்டிலே இறங்க மாட்டேன்' என்று சொன்னாயே? இப்போது என்ன ஆயிற்று? பெரிய பக்காத் திருடனாய் ஆகிப்போனாய். என்னோடு இருந்திருந்தால் உனக்கு அபாயமே கிடையாது. இப்போது நித்யகண்டம் பூரணாயுசாய் இருக்கிறாய். நான் சொல்கிறதைக் கேள், இப்போதாவது என்னோடு சேர்ந்துவிடு. நான் ஒரு விதத்திலே சூரனாயிருந்தால், நீ இன்னொரு விதத்தில் சூரன். நாம் இரண்டுபேரும் சேர்ந்து வேலை செய்தோமானால் உலகத்தையே விலைக்கு வாங்கிவிடலாம்; என்ன சொல்கிறாய்?" என்றார்.

"ஆமாம். அதெல்லாம் எனக்குத் தெரியும். இப்போது இப்படிச் சொல்வீர். சமயத்தில் கழுத்தை அறுத்துவிடுவீர். என்னைக் காட்டிக் கொடுத்துவிட்டு நீர் மேலே அழுக்குப் படாமல் தப்பித்துக்கொள்வீர். உத்தியோகஸ்தர்களுக்கோ உம்மைக் கண்டால் பயம். அவர்கள் யாராவது முறைத்தால், மேலே ஹோம் மெம்பர் வரையில் உம்முடைய கட்சி. எப்படியாவது தப்பித்துக் கொண்டுவிடுவீர். நான் பலியாக வேண்டியதுதான். ஆனால் அதற்கெல்லாம் இப்போது நான் துணிந்த கட்டை. ஒரு தடவை பாண்டிச்சேரி போய் வந்தால் என்ன கொடுப்பீர்? சொல்லும் பார்க்கலாம்!"

"முழுசாய் ஒரு நோட்டு. ஆயிரம் ரூபாய் தருகிறேன்."

"சீ; இதுதானா? நான் இப்போது வந்ததற்குப் பதிலாக உம்முடைய வீட்டிற்கே இராத்திரி வந்தேனானால் அடித்த அடியில் ஐயாயிரம் ரூபாய் கொண்டுபோய் விடுவேன்!"

இதைக் கேட்டதும் சட்டநாத உடையார் திடுக்கிட்டார்.

"தீட்டிய மரத்திலே கூர் பார்ப்பாய் போலிருக்கிறதே!" என்றார்.

"பயப்படவேண்டாம், உடையார்! அப்படியெல்லாம் செய்யமாட்டேன். திருடன் வீட்டில் திருடன் புகுவது தொழில் முறைக்கு விரோதமல்லவா? போகட்டும், நான் உமக்கு உதவி செய்கிறேன். உம்மால் எனக்கு ஒன்று ஆக வேண்டியதாயிருக்கிறது. உம் வேலையெல்லாம் முடிந்த பிறகு எனக்கு ஒரு மோட்டார் வண்டி நீர் கொடுக்கவேண்டும். நான் ஒரு தடவை சென்னைப் பட்டணம் போய்வர விரும்புகிறேன்" என்றான் முத்தையன்.

உடையார் சற்று நிதானித்து, "ஆகட்டும்; பார்க்கலாம்" என்றார்.

30

வஸந்த காலம்

மறுநாள் உச்சிப்போதில், ஜலம் வறண்ட ராஜன் வாய்க்காலின், மணலில் இருபுறமும் அடர்த்தியாய் வளர்ந்திருந்த புன்னை மரங்களின் நிழலில், முத்தையன் மேல்துணியை விரித்துக்கொண்டு படுத்திருந்தான். அப்போது இளவேனிற்காலம். சித்திரை பிறந்து சில நாட்கள்தான் ஆகியிருந்தன. மரஞ்செடி கொடிகள் எல்லாம் தளதளவென்று பசும் இலைகள் தழைத்துக் கண்ணுக்குக் குளிர்ச்சியளித்தன. அவற்றின்மேல் இளந்தென்றல் காற்று தவழ்ந்து விளையாடிக்கொண்டிருந்தது. சற்று தூரத்தில் ஒரு வேப்பமரம் பூவும் பிஞ்சுமாய்க் குலுங்கிக் கொண்டிருந்தது. அதிலிருந்து வந்த மனோகரமான வாசனையை முத்தையன் நுகர்ந்து கொண்டிருந்தான். அந்த மரத்தின் அடர்த்தியான கிளைகளில் எங்கேயோ ஒளிந்து கொண்டு ஒரு குயில் 'கக்கூ,' 'கக்கூ' என்று கூவிக்கொண்டிருந்தது.

சென்ற சித்திரைக்கு இந்தச் சித்திரை ஏறக்குறைய ஒரு வருஷ காலம் முத்தையன், இந்தப் பிரதேசத்தில் திருடனாகப் பதுங்கி வாழ்ந்து காலங் கழித்தாகிவிட்டது. அந்த நாட்களில் இரண்டு பெரிய தாலூக்காக்களிலுள்ள ஜனங்களெல்லாம் தன்னுடைய பெயரைக்கேட்ட மாத்திரத்தில் கதிகலங்கும் படியும் அவன் செய்திருந்தான். அத்தகைய பிரதேசத்தைவிட்டு இப்போது ஒரேயடியாகப் போய்விடப் போகிறோம் என்பதை எண்ணியபோது அவனுக்கு ஏக்கமாய்த்தானிருந்தது.

மேற்படி தீர்மானத்துக்கு அவன் வந்து சில தினங்கள் ஆகிவிட்டன. திருடப்போன வீட்டில் எதிர்பாராதபடி கல்யாணியைச் சந்தித்து, அதனால் சொல்லமுடியாத அவமானமும், வெருட்சியும் அடைந்து, ஒரு வார்த்தைகூடப் பேசாமல் திரும்பி ஓடினான் என்று சொன்னோமல்லவா? போலீஸ் லாக்அப்பிலிருந்து தப்பிய அன்று எப்படி வழிதிசை தெரியாமல் ஓடினானோ அதே மாதிரிதான் இன்றும் ஓடினான். கடைசியாக எப்படியோ தன்னை, சென்ற ஒரு வருஷமாக ஆதரித்துக் காப்பாற்றி வரும் கொள்ளிடக்கரை பிரதேசத்தை அடைந்தான். இரவுக்கிரவே ஆற்றைத் தாண்டி அக்கரைப் படுகைக்கும் வந்துவிட்டான். அந்த இரவிலேயே அவன்

தன் வருங்காலத்தைப் பற்றிச் சிந்திக்கவும் தொடங்கினான். இனி வெகுகாலம் இப்படியே காலந்தள்ள முடியாது என்று அவனுக்கு நிச்சயமாகிவிட்டது. போலீஸ் பந்தோபஸ்துகள் நாளுக்கு நாள் அதிகமாகிக்கொண்டு வந்தன. எப்படியும் ஒருநாள் பிடித்துவிடுவார்கள். அப்படிப் பிடிக்காவிட்டாலும் இவ்வாறு நிர்ப்பயமாய் வெகுகாலம் நடமாட முடியாது என்று அவனுக்குத் தோன்றிவிட்டது. கல்யாணியைப் பார்க்கும் ஆசைதான் அவனை இத்தனைக் காலமும் அந்தப் பிரதேசத்தில் இருத்திக் கொண்டிருந்தது. அந்த ஆசை இவ்வளவு விபரீத முறையில் நிறைவேறவே, முத்தையன் மனங்கசந்து போனான்.

தான் இதுவரை சேர்த்து வைத்திருந்த பணத்தை எடுத்துக் கொண்டு எங்கேயாவது அக்கரைச் சீமைக்குக் கப்பல் ஏறிப் போய்விடுவதென்று அவன் தீர்மானித்தான். அதற்கு முன்னால், சென்னைக்குப்போய் அபிராமியை எப்படியாவது ஒரு தடவை பார்த்துவிட வேண்டுமென்ற ஆசையும் அவனுக்கு இருந்தது. ஆனால் இதெல்லாம் எப்படிச் சாத்தியமாகும்?

இதைப்பற்றி யோசனை செய்துகொண்டிருந்த போதுதான் ராயவரம் உடையார் தன்னைப் பார்க்க விரும்புவதாகத் தகவல் தெரிவித்திருந்தது அவனுக்கு ஞாபகம் வந்தது. அவர் வரச்சொன்னது எதற்காக இருக்குமென்பதை அவன் ஒருவாறு ஊகித்திருந்தான். அவருடைய யோக்கியதையை முன்னே அறிவானாதலால், அவரால் அபாயம் ஏற்படும் என்று அவன் சிறிதும் பயப்படவில்லை. ஆனால் அந்தத் திருடனுக்குப்போய் உதவி செய்வதில் அவனுக்கு இஷ்டமில்லாமலிருந்தது. அதனால் தனக்கு முடிவில் நன்மை ஏற்படாதென்று அவனுடைய உள்ளத்தில் ஏதோ ஒன்று சொல்லிற்று.

ஆனால், இப்போது கப்பலேறிப் போய்விட வேணுமென்ற ஆசை பிறந்ததும், உடையாருடைய ஒத்தாசையினால்தான் அது சாத்தியமாகக் கூடுமென்று அவன் தீர்மானித்தான். அதனால்தான் அவரை அவன் போய்ப் பார்த்ததும், அவருடைய 'சுங்கத் திருட்டு வேலைக்கு உதவி செய்வதாக ஒப்புக்கொண்டதும். அதற்குப் புறப்பட வேண்டிய நாள் வரையில் கொள்ளிடக்கரைப் பிரதேசத்தில் இருப்பதே யுக்தமென்றும், அதுவரை எவ்வித சாகஸமான காரியத்திலும் இறங்குவதில்லை என்றும் முடிவு செய்து அந்தப்படியே நிறைவேற்றி வந்தான். ஆகவே கொஞ்சநாளாக அவனுடைய சந்தடி அடங்கியிருந்தது.

இன்று, ராஜன் வாய்க்கால் மணலில் படுத்துக் கிடந்தபோது, அவனுக்கு மறுபடியும், சல்யாணியின் ஞாபகம் வந்தது. அவளுடைய நினைவைத் தன் மனத்தில் வளர்த்துக்கொண்டு வந்ததே பெரும் பிசகென்றும், அவளை மறந்துவிடத்தான் வேண்டுமென்றும் அவன் தீர்மானித்திருந்தானாயினும், அவனை அறியாமலே அவனுடைய உள்ளம் அவள்பால் சென்றது. அன்று இரவு அவளைப் பார்த்தபோது, "முத்தையா! என் நகைகள்தானா உனக்கு வேண்டும்?" என்று அவள் சொன்ன வார்த்தைகள் திரும்பத் திரும்ப அவனுடைய நினைவுக்கு வந்தன. அவ்வார்த்தைகளின் பொருள் என்ன என்று அறிய அவன் தாபங்கொண்டான். அவள் ஏன் அவ்வீட்டில் தன்னந்தனியாக ஒரு கிழவியுடன் மாத்திரம் இருந்தாள் என்பதை நினைக்கும்போது அவனுக்கு வியப்பாயிருந்தது. "ஐயோ! ஒரு நிமிஷம் அவள் முகத்தை நன்றாய்ப் பார்த்துவிட்டு, 'சௌக்கியமாய் இருக்கிறாயா? என்று ஒரு வார்த்தைக் கேட்டுவிட்டுத்தான் வந்தோமா?" என்று அவன் மனது ஏங்கிற்று. இப்படியெல்லாம் நினைக்க நினைக்க, அவனுடைய மனத்தில் திடீரென்று ஓர் ஆசை எழுந்தது. தானும் கல்யாணியும் குழந்தைப் பருவந்தொட்டு ஓடி விளையாடி எத்தனையோ நாள் ஆனந்தமாய்க் காலங்கழித்த அந்தப் பாழடைந்த கோயிலை ஒருதடவைப் பார்க்கவேண்டும் என்பதுதான் அந்த ஆசை. கல்யாணியின் கல்யாணத்துக்கு முன்பு அவளைத் தான் கடைசியாகப் பார்த்த இடமும் அதுவேயல்லவா? அன்று அவள் 'ஏன் வந்தேனென்றா கேட்கிறாய்? வேறு எதற்காக வருவேன்? உன்னைத் தேடிக்கொண்டுதான் வந்தேன் என்று கண்ணில் நீர்த் ததும்பக் கூறிய காட்சி இப்போது அவன் கண் முன்னால் நின்றது. இந்தப் பிரதேசத்தைவிட்டு தான் அடியோடு போவதற்கு முன்பு, அந்தக் கோயிலை இன்னொரு தடவைப் பார்த்துவிட வேண்டுமென்று எண்ணினான். இந்த எண்ணம் தோன்றிச் சிறிது நேரத்திற்கெல்லாம், தன்னை மீறிய ஏதோ ஒரு சக்தியினால் கவரப்பட்டவன்போல் அவன் பூங்குளத்தை நோக்கி விரைந்து நடக்கலானான். அந்தச் சக்தி இத்தகையது என்பது அன்று சாயங்காலம் மேற்படி பாழடைந்த கோயிலை நெருங்கியபோது அவனுக்கே தெரிந்துபோயிற்று. ஆம்; அந்தச் சக்தி கல்யாணிதான்!

முத்தையன் கோயிலை அடைந்தபோது, அங்கே தான் எத்தனையோ நாள் உட்கார்ந்து ஆனந்தமாய்ப் பாடிக் காலங்கழித்த அதே மேடையின் மீது, கல்யாணி உட்கார்ந்திருப்பதைக் கண்டான். அவனுடைய நெஞ்சு 'திக்திக்' என்று அடித்துக்கொண்டது.

31

காதலர் ஒப்பந்தம்

கோயிலுக்குப் பக்கத்திலிருந்த மாமரத்தில் பட்டுப்போல் சிவந்த இளம் இலைகளுக்கு மத்தியில் கொத்துக்கொத்தாக மாம்பூக்கள் பூத்திருந்தன. அந்தப் பூக்கள் இருக்குமிடந் தெரியாதபடி வண்டுகளும் தேனீக்களும் மொய்த்தன. அவற்றின் ரீங்கார சப்தம் அந்த வனப்பிரதேசம் முழுவதிலும் பரவிப் பிரகிருதி தேவியை ஆனந்த பரவசமாக்கிக் கொண்டிருந்தது.

சற்று தூரத்தில் ஒரு முட்புதரின் மேல் காட்டு மல்லிகைக் கொடி ஒன்று படர்ந்திருந்தது. அந்தக் கொடியில் குலுங்கிய பூக்களிலிருந்து இலேசாக வந்துகொண்டிருந்த நறுமணத்தினால் கவரப்பட்டுத்தான் போலும், அதன்மேல் அத்தனை பட்டுப்பூச்சிகள் பறந்துகொண்டிருந்தன! அவற்றின் இறகுகளுக்குத்தான் எத்தனை விதவிதமான நிறங்கள்! அவற்றில் எவ்வளவு விதவிதமான வர்ணப் பொட்டுக்கள்! நல்ல தூய வெள்ளை இறகுகளும், வெள்ளையில் கருப்புப் பொட்டுக்களும், ஊதா நிற இறகுகளில் மஞ்சள் புள்ளிகளும், மஞ்சள் நிற இறகுகளில் சிவப்புக் கோலங்களும் – இப்படியாக ஒரே வர்ணக்காட்சிதான்! பிரம்ம தேவன் இந்தப் பட்டுப்பூச்சிகளைச் சிருஷ்டித்த காலத்தில் விதவிதமான வர்ணங்களைக் கலந்து வைத்துக்கொண்டு அவற்றை விசித்திரம் விசித்திரமாய்த் தீட்டி வேடிக்கைச் செய்திருக்க வேண்டும்.

பட்டுப்பூச்சிகள் ஒரு நிமிஷம் அந்தக் காட்டு மல்லிகைக் கொடியின்மீது உட்கார்ந்திருக்கும். அடுத்த நிமிஷம் ஒரு காரணமுமின்றி அவை கொல்லென்று கிளம்பி வானவெளியில் எல்லாம் பறக்கும். அவை பறக்கும்போது அவற்றின் இறகுகள் படபடவென்று அடித்துக்கொள்வதைப் பார்த்தால், “ஐயோ! இந்த அழகான பூச்சி இப்படித் துடிக்கின்றதே! அடுத்த கணத்தில் கீழே விழுந்து உயிரை விட்டுவிடும் போலிருக்கிறதே!” என்று நாம் தவித்துப் போவோம்.

பட்டுப்பூச்சியின் இறகுகள் எப்படித் துடித்தனவோ, அதைப்போலவே துடித்தது அந்த நேரத்தில் கல்யாணியின் இருதயம் என்று சொல்லலாம். பாழடைந்த கோயிலைச் சுற்றி

அடர்த்தியாயிருந்த செடி கொடிகளை விலக்கிக்கொண்டு முத்தையன் வருவதை அவள் பார்த்தாள். பார்த்த கணத்தில் அவளுடைய உள்ளம் ஆனந்த பரவசம் அடைந்தது. ஆனால், அடுத்த கணம், முன்போல் அவன் மறுபடியும் தன்னைப் பார்த்துவிட்டு ஓடிப் போகாமலிருக்க வேண்டுமே என்று எண்ணியபோது அவளுடைய இருதயம் மேற்சொன்னவாறு துடிதுடித்தது.

அன்றிரவு, முகமூடி தரித்த கள்வனாய் வந்த முத்தையன் அப்படி ஒரே நிமிஷத்தில் மாயமாய் மறைந்துபோன பிறகு கல்யாணி அடைந்த ஏமாற்றத்துக்கும் ஏக்கத்திற்கும் அளவே கிடையாது. அவ்வாறு நேர்ந்துவிட்டதற்குக் காரணம் தன்னுடைய புத்தியீனம்தான் என்று அவள் கருதினாள். இத்தனை நாளும் அவனைப் பார்க்கலாம், பார்க்கலாம் என்ற நம்பிக்கையில் ஒருவாறு காலம் போய்விட்டது. இனிமேல் அந்த நம்பிக்கைக்குக்கூட இடமில்லையே? முத்தையன் இப்படியே திருடனாயிருந்து ஒருநாள் போலீஸாரிடம் அகப்பட்டுக்கொண்டு தண்டனையடைய வேண்டியது; தான் இப்படியே தன்னந்தனியாக உலகத்தில் வாழ்ந்து காலந்தள்ள வேண்டியது என்பதை நினைக்க நினைக்க அவளால் சகிக்க முடியவில்லை. இதற்கு முன்னமெல்லாம் அவள் சாதாரணமாய்க் கண்ணீர்விட்டு அழுவது கிடையாது. பஞ்சநதம் பிள்ளையைக் கல்யாணம் செய்துகொண்டபோது அவள் தன்னுடைய நெஞ்சை இரும்பாகச் செய்துகொண்டாள் என்று பார்த்தோமல்லவா? ஆனால், அன்றிரவு சம்பவத்திற்குப் பிறகு அவளுக்குத் தன்னை அறியாமல் அழுகை அழுகையாய் வந்தது.

கல்யாணியின் அத்தை இதையெல்லாம் பார்த்துவிட்டுப் பயந்துபோனாள். அன்று இராத்திரியே அவள் கூச்சல் போட்டுத் தடபுடல் பண்ணித் திருடனைப் பிடிக்க ஏற்பாடு செய்ய வேணுமென்று சொன்னாள். கல்யாணி அதெல்லாம் கூடவே கூடாதென்று பிடிவாதமாய்ச் சொல்லிவிட்டாள். அதற்குப் பிறகு கல்யாணி தானே அழுதுகொண்டும் கண்ணீர்விட்டுக் கொண்டும் இரவு எல்லாம் தூங்காமல் புரண்டுகொண்டும் இருப்பதைப் பார்த்து அத்தை, "அடி பெண்ணே! உனக்கு என்னமோ தெரியவில்லை. அன்று இராத்திரி திருடன் வந்ததிலிருந்து பயந்து போயிருக்கிறாய். மாரியம்மனுக்கு மாவிளக்கு ஏற்றவேண்டும். கொஞ்ச நாளைக்குப் பூங்குளத்துக்குப் போய் எல்லாருடனும் கலகலப்பாய் இருந்துவிட்டு வருவோம், வா! அப்போதுதான் உனக்குப் பயம் தெளிந்து சித்தம் சரியாகும்" என்றாள்.

பூங்குளத்துக்குப் போகலாம் என்றதும் அத்தை ஆச்சரியப்படும்படியாகக் கல்யாணி உடனே சம்மதித்தாள். அவளுக்கு என்னவெல்லாமோ பழைய ஞாபகங்கள் வந்தன. கொள்ளிடக்கரைக் காடும், பாழடைந்த கோயிலும் அவளைக் கவர்ந்து இழுத்தன. ஆகவே, தகப்பனாருக்குக் கடிதம் போட்டு வரவழைத்து எல்லாருமாகப் பூங்குளம் போய்ச் சேர்ந்தார்கள்.

கல்யாணி இரண்டொரு நாள் வீட்டுக்குள்ளேயே இருந்தாள். பிறகு, இடுப்பில் குடத்தை எடுத்து வைத்துக்கொண்டு ஆற்றுக்குக் குளிக்கப்போகிறேன் என்று கிளம்பினாள். அவள் சிறு பெண்ணாயிருந்த காலத்திலேயே அவளை யாரும் எதுவும் சொல்ல முடியாதென்றால், இப்போது பெரிய பணக்காரியாய், சர்வ சுதந்திர எஜமானியாய் ஆகிவிட்டவளை யார் என்ன சொல்ல முடியும்?

முத்தையனை இப்போது பார்த்ததும் கல்யாணி எழுந்து நின்றாள். இருவரும் ஒருவரையொருவர் பார்த்த வண்ணம் சற்றுநேரம் பிரதிமைகளைப் போல் நின்றார்கள். கல்யாணிக்கு எதிர்பாராமல் அவனைச் சந்தித்ததினால் ஏற்பட்ட திகைப்பு ஒருபுறம், ஏதாவது தான் தவறாகச் சொல்லி அல்லது செய்து அதனால் மறுபடியும் முத்தையன் போய்விடப் போகிறானே என்ற பயம் இன்னொருபுறம்.

ஆனால் முத்தையன் இந்தத் தடவை அப்படியொன்றும் ஓடிப் போகிறவனாயில்லை. திகைப்பு சற்று நீங்கியதும், கல்யாணியின் சமீபமாக வந்தான்.

“கல்யாணி! நீதானா? அல்லது வெறும் மாயைத் தோற்றமா? என்னால் நம்ப முடியவில்லையே!” என்றான்.

“அம்மாதிரிச் சந்தேகம் உன்னைப்பற்றி எனக்கு உண்டாவதுதான் நியாயம். இந்த நிமிஷம் நீ என்முன் இருப்பாய்; அடுத்த நிமிஷம் மாயமாய் மறைந்துபோவாய்!” என்று கல்யாணி சொல்லி, சட்டென்று அவன் ஓடிப்போகாமல் தடுப்பவள் போல் கைகளை விரித்துக்கொண்டு நின்றாள்.

முத்தையன் கலகலவென்று சிரித்தான். கல்யாணிக்கும் தன்னையறியாமல் சிரிப்பு வந்தது. இருவரும் சிரித்தார்கள். எத்தனையோ காலமாகச் சிரிக்காதவர்களாதலால், இப்போது அதற்கெல்லாம் சேர்த்துவைத்துக் குலுங்கக்குலுங்கச் சிரித்தார்கள். அந்தச் சிரிப்பின் ஒலியைக் கேட்டு, நாவல் மரத்தின்மேல் கூட்டிற்குள் இருந்த குருவிக் குஞ்சுகள் வெளியே தலையை நீட்டி,

பயம் நிறைந்த சின்னஞ்சிறு கண்களால் அவர்களைப் பார்த்து விழித்தன.

முத்தையன் சிரிப்பைச் சிரமப்பட்டு அடக்கிக்கொண்டு, "கல்யாணி! என்னால் நம்ப முடியவில்லைதான். எதற்காக நீ இங்கே வந்தாய்? பழைய முத்தையனைத் தேடிக்கொண்டா? அந்த முத்தையன் இப்போது இல்லையே! கொள்ளைக்கார முத்தையன் அல்லவா இப்போது இருக்கிறான்? அவனுக்கும் உனக்கும் நடுவில் இப்போது இந்தக் கொள்ளிடத்தைவிட அகண்டமான பள்ளம் ஏற்பட்டிருக்கிறதே!" என்றான்.

"முத்தையா! நானும் இப்போது பழைய கல்யாணி அல்ல; காட்டில் குதூகலமாய்த் திரிந்துகொண்டிருந்த 'வனதேவதைக் கல்யாணி' செத்துப் போய்விட்டாள். இப்போது இருப்பவள் கைம்பெண் கல்யாணி."

"ஐயோ! நிஜமாகவா! அந்தப் பாவி இதற்காகத்தானா உன்னைக் கல்யாணம் செய்துகொண்டான்?" என்று திடுக்கிட்டுக் கேட்டான் முத்தையன்.

"அவரை ஒன்றும் சொல்லாதே, முத்தையா! அவர் புண்ணிய புருஷர். அவரைப் போன்றவர்கள் சிலர் இந்த உலகத்தில் இருப்பதால்தான் இன்னும் மழைப் பெய்கிறது."

"புருஷனிடம் அவ்வளவு பக்தியுள்ளவள் இங்கு ஏன் வந்தாய், இந்தத் திருடனைத் தேடிக்கொண்டு?" என்று முத்தையன் ஆங்காரமாய்க் கேட்டான்.

கல்யாணியின் கண்களில் கலகலவென்று ஜலம் வந்தது. முத்தையன் மனம் உருகிற்று. "கல்யாணி! நான் சுத்த முரடன். 'முரட்டு முத்தையா', என்ற பெயர் எனக்குத் தகும். உன்னைக் காணாதபோது ஒவ்வொரு நிமிஷமும் உன்னைப் பற்றியே நினைத்துக்கொண்டிருந்தேன். 'இந்த ஜன்மத்தில் காண்போமா?' என்று துடிதுடித்துக் கொண்டிருந்தேன். ஆனால் உன்னைப் பார்த்த பிறகு முரட்டுத்தனமாய்ப் பேசி உன் கண்களில் ஜலம் வரச்செய்கிறேன். என்னால் உலகத்தில் எல்லோருக்கும் கஷ்டந்தான். எதற்காக இந்த உலகில் பிறந்தோம் என்று சில சமயம் தோன்றுகிறது."

"எதற்காகப் பிறந்தாய்?" இந்தத் தாயில்லாப் பெண் கல்யாணியின் வயிற்றெரிச்சலைக் கொட்டிக்கொள்ளத்தான் பிறந்தாய். முத்தையா! வாழ்க்கையில் ஒருதடவை நாம் பெரிய பிசகு

செய்துவிட்டோம். கடவுள் நம் இருவருடைய இருதயத்தையும் ஒன்றாகச் சேர்த்து வைத்தார். அதற்கு விரோதமாக இருவரும் ஆத்திரத்தினாலும் பிடிவாதத்தினாலும் காரியம் செய்தோம். மறுபடியும் அம்மாதிரி தப்பு செய்ய வேண்டாம். நான் சொல்வதைக் கேள். இப்படி வெகுகாலம் உன்னால் காலங்கழிக்க முடியாது. கட்டாயம் போலீஸார் ஒருநாள் பிடித்துவிடுவார்கள். கொஞ்சநாள் அடக்கமாய் இருந்துவிட்டு, கலவரம் அடங்கியதும் கப்பலில் ஏறி அக்கரைச் சீமைக்குப் போய்விடு. சிங்கப்பூர், பினாங்கு எங்கேயாவது கண்காணாத தேசத்துக்குப் போய் சௌக்யமாயிருக்கலாம்.........."

முத்தையன் மறுபடியும் திடுக்கிட்டான். தன் மனத்தில் இருந்ததையே அவளும் சொன்னதைக் கேட்டு அவன் வியப்படைந்தான். ஆனால் அதை வெளியில் காட்டிக்கொள்ளாமல், "கல்யாணி! என்னை ஊரைவிட்டு ஓட்டுவதில்தான் உனக்கு எவ்வளவு அக்கறை" என்றான்.

"இன்னும் என்னை நீ தெரிந்துகொள்ளவில்லையா, முத்தையா! உன்னை மட்டுமா போகச் சொல்கிறேன் என்று நினைக்கிறாய்? நீ முதல் கப்பலில் போனால் நான் அடுத்த கப்பலில் வருவேன்."

"நிஜமாகவா, கல்யாணி! இன்னொரு தடவை சொல்லு. இவ்வளவு சொத்து சுதந்திரம், வீடுவாசல், ஆள்படை எல்லாவற்றையும் விட்டுவிட்டு, இந்தத் திருடனுடன் கடல் கடந்து வருகிறேன் என்றா சொல்கிறாய்?"

"ஆமாம்; இவை எல்லாவற்றையும்விட நீதான் எனக்கு மேல். இந்தச் சொத்துக்களையெல்லாம் பண்ணையாரின் விருப்பத்தின்படி நல்ல தர்மங்களுக்கு எழுதி வைத்துவிடுவேன். போகிற இடத்தில் நாம் உழைத்துப் பாடுபட்டு ஜீவனம் செய்வோம்."

"மறுபடியும் நீதானே எனக்காகத் தியாகம் செய்கிறாய், கல்யாணி! நான் என்னவெல்லாமோ எண்ணியிருந்தேன்! கொள்ளையடித்த பணத்தையெல்லாம் ஒருநாள் உன் காலடியில் போடவேணுமென்று நினைத்தேன். ஆனால் நீயோ குபேர சம்பத்தைக் காலால் உதைத்துத் தள்ளிவிட்டு வருகிறேன் என்கிறாய். ஆனால், முன்தடவை மாதிரி இந்தத் தடவை நான் பிடிவாதம் பிடிக்கமாட்டேன். கப்பலேறிப் போய்விட நான் தயார். ஆனால், அதற்கு முன்னால் நான் ஒப்புக்கொண்ட காரியம் ஒன்றை மட்டும் செய்துவிட வேண்டும். சென்னைப் பட்டணத்துக்குப் போய் அபிராமியை ஒரு தடவைப் பார்த்துவிட வேண்டும்! அதற்கு ஏற்பாடெல்லாம் செய்துவிட்டேன். கல்யாணி! ஒரு மாதம், இரண்டு மாதம் பொறுத்துக் கொள்..."

"ஐயோ! அவ்வளவு நாளா? அதற்குள்ளே அபாயம் நேர்ந்துவிட்டால் என்ன செய்வது?"

"இல்லை, கல்யாணி! ரொம்ப ஜாக்கிரதையாய் இருப்பேன். நேற்றுவரை இந்த உயிர் எனக்கு இலட்சியமில்லாமல் இருந்தது. சாவை எதிர்நோக்கிக் கொண்டிருந்தேன். ஆனால் இன்று உன்னைப் பார்த்த பிற்பாடு, இத்தனைக்குப் பிறகும் உன்னுடைய அன்பு மாறவில்லையென்று தெரிந்த பிறகு, இந்த உயிர்மேல் எனக்கு ஆசை பிறந்துவிட்டது. வெகு ஜாக்கிரதையாய் இருப்பேன்" என்றான் முத்தையன்.

32

கவிழ்ந்த மோட்டார்

அஸ்தமித்து ஒரு நாழிகை இருக்கும். மேற்குத் திசையில் நிர்மலமான வானத்தில் பிறைச் சந்திரன் அமைதியான கடலில் அழகிய படகு மிதப்பதுபோல் மிதந்துகொண்டிருந்தது. வெள்ளித் தகட்டினால் செய்து நட்சத்திரங்களுக்கு மத்தியில் பதித்த ஓர் ஆபரணம்போல் விளங்கிய அப்பிறைமதி அழகுக்காக ஏற்பட்டது என்றே தோன்றும்படி, அதன் வெளிச்சம் அவ்வளவு சொற்பமாயிருந்தது. ஆனால் அதுகூட அதிகமென்று நினைத்து, எப்போது அந்த இளம்பிறை, அடிவானத்தில் மறையுமென்று கவலையுடன் எதிர்பார்த்த சில பிரகிருதிகள் இருக்கத்தான் செய்தார்கள். புதுச்சேரிக்குச் சமீபத்தில் ஏழெட்டு மைல் தூரத்தில் வயல் காடுகளின் வழியாக ஊர்ந்து வந்துகொண்டிருந்த ஒரு மோட்டார் வண்டியில் இவர்கள் இருந்தார்கள். அந்த வண்டி சிகப்புச் சாயம் பூசப்பட்ட வண்டி; அதற்கு நம்பர் பிளேட் கிடையாது. அதனுடைய முன் விளக்குகள் மங்கலாக எரிந்தன. வண்டி கிளம்பி அரைமணி நேரமாகியிருந்தும், இதுகாறும் ஒருதடவைகூட டிரைவர் அதன் ஹாரனை உபயோகப்படுத்தவில்லை.

வண்டியில் இருந்த நாலுபேரில் முத்தையனும் ஒருவன். அவன் கையில் ஒரு சுழல் துப்பாக்கி இருந்தது. அவன் அதைத் தயாராய் கையில் பிடித்துக்கொண்டு, வண்டிக்குப் பின்புறமே பார்த்துக்கொண்டு வந்தான். பின்னால் போலீஸ் வண்டி தொடர்ந்து வந்தால் அதை நோக்கிச் சுடவேண்டுமென்பது அவனுக்கு உத்தரவு.

விதி என்றும், தலையெழுத்து என்றும், பூர்வஜென்ம கர்மம் என்றும் சொல்கிறார்களே, அதிலெல்லாம் ஏதோ உண்மை இருக்கத்தான் வேண்டும். இல்லாது போனால் கல்யாணியைப் பார்த்தபிறகு, அவளுடைய அழியாத காதலை அறிந்தபிறகு முத்தையனுக்கு இந்தக் காரியத்தில் ஈடுபட ஏன் புத்தி தோன்றுகிறது?

பிறைச்சந்திரன் மறையும் தருணத்தில், இதுகாறும் காடு மேடுகளில் வந்துகொண்டிருந்த அந்த மோட்டார், நல்ல சாலையை அடைந்தது. அந்த இடத்தில் அச்சாலை ஒரு பெரிய ஏரியின் கரைமீது அமைந்திருந்தது. ஏரியில் ஜலம் நிறைந்து அலை மோதிக்கொண்டு காணப்பட்டது. சுமார் அரைமைல் தூரம் சாலை இப்படி ஏரிக்கரையோடு போய், அப்பால் வேறு பக்கம் திரும்பிச் சென்றது.

மோட்டார் அச்சாலையில் ஏறியதும், டிரைவர் வண்டியின் ஆக்ஸிலேட்டரைக் காலால் ஒரு மிதி மிதித்தான். வண்டி பிய்த்துக்கொண்டு கிளம்பிற்று. "இனி அபாயம் இல்லை" என்று எண்ணி வண்டியில் இருந்தவர்கள் பெருமூச்சுவிட்டார்கள். முத்தையன்கூட ரிவால்வரின் பிடியைச் சிறிது தளர்த்தினான்.

திடீரென்று "ஹால்ட்" என்ற ஒரு சத்தம் கேட்டது. பல போலீஸ் விளக்குகளின் வெளிச்சம் பளீரென்று மோட்டாரின் மேல், விழுந்தது. சாலை, ஏரிக்கரையிலிருந்து திரும்பும் இடத்தில் இருபது முப்பது போலீஸ்காரர்கள் எழுந்து நின்றார்கள். அதே சமயம் பின்னாலிருந்து ஒரு மோட்டார் அதிவேகமாக வரும் சத்தம் கேட்டது. வண்டிக்குள், "நிறுத்தாதே; விடு" என்ற ஒரு உத்தரவு பிறந்தது. டிரைவர் 'ஆக்ஸிலேட்டரை' இன்னும் ஒரு அழுத்து அழுத்தினான். வண்டி பாய்ந்து சென்றது.

"ஷுட்" என்று ஒரு பெருங்குரல் அப்போது கிளம்பிற்று. அநேக துப்பாக்கியிலிருந்து ஏககாலத்தில் குண்டுகள் கிளம்பின. முத்தையன் சுட்டான். ஆனால், ஒரு தடவை அவன் விசையை இழுத்துவிட்டு இன்னொரு தடவை இழுப்பதற்குள்ளே எங்கேயோ அதல பாதாளத்தில் தான் விழுந்து கொண்டிருப்பதை உணர்ந்தான்.

போலீஸ்காரர்களுடைய குண்டுகளில் ஒன்று மோட்டாரின் டயரில் பட்டு, டயர் கிழிந்தது. வண்டி ஒரு திரும்புத் திரும்பி ஏரியை நோக்கிச் சென்றது. இது ஒரு விநாடி; அடுத்த விநாடி வண்டி தண்ணீரில் தலைகீழாய் விழுந்து முழுகியே போயிற்று.

முத்தையன் ஒருகணம் திக்குமுக்காடினான். அடுத்த கணத்தில் நிலைமை இன்னதென்பதை ஒருவாறு உணர்ந்தான். மோட்டாருடன்

தண்ணீரில் முழுகியிருக்கிறோம் என்பது அவனுக்கு ஞாபகம் வந்ததும், 'சரி, பிழைத்துக் கொள்ளலாம்' என்று அவனுக்குத் தைரியம் வந்தது. தண்ணீர் என்பது அவனுக்குத் தாயின் மடியைப்போல் அவ்வளவு பிரியமானதல்லவா?

காலாலும் கையாலும் துழாவி, மோட்டாரின் கதவைத் திறந்துகொண்டு வெளியில் வந்தான். மெதுவாகத் தலையைச் சிறிதளவு தண்ணீரின்மேல் உயர்த்தினான். அநேக போலீஸ்காரர்கள் கையில் விளக்குகளுடனும் துப்பாக்கிகளுடனும் சாலையிலிருந்து ஏரிக்கரைக்கு ஓடி வருவது தெரிந்தது. உடனே மறுபடியும் தண்ணீரில் அமுங்கி உத்தேசமாகக் கரையோரமாகவே போகத் தொடங்கினான். மூச்சு நின்ற வரையில் அவ்வாறு போன பிறகு தலையை மறுபடி தூக்கினான். வண்டி விழுந்த இடத்தில் ஏக அமர்க்களமாயிருந்தது. வண்டியைத் தூக்கிக் கரையேற்றிக் கொண்டிருந்தார்கள்.

இவன் தப்பித்துக்கொண்டு சென்றதை யாரும் கவனிக்கவில்லை என்று தெரிந்தது. கவனித்திருந்தால் இதற்குள் தடபுடல் பட்டிராதா? ஏரிக்கரையோமாகப் போலீஸார் ஓடி வரமாட்டார்களா? மோட்டாரில் எவ்வளவு பேர் இருந்தார்கள் என்பது போலீஸாருக்குத் தெரிந்திராது. தன்னுடைய சகபாடிகள் சொல்லாவிட்டால் அவர்களுக்கு, தான் தப்பிப் போனது தெரியவே நியாயமில்லை.

துரதிர்ஷ்டத்திலும் தனக்குக் கொஞ்சம் அதிர்ஷ்டம் இருப்பதாக எண்ணிக்கொண்டே முத்தையன், மறுபடியும் தண்ணீரில் மூழ்கிக் கரையோரமே சென்றான். மோட்டார் விழுந்த இடத்திலிருந்து சுமார் அரைமைல் தூரம் சென்றபிறகு, ஏரிக்கரையில் புதர்கள் அடர்ந்திருந்த ஓர் இடத்தில் கரையேறினான். துணிகளைப் பிழிந்து உலர்த்திய வண்ணம் ஏரிக்கரையோடு நடக்கலானான்.

இராத்திரி சுமார் ஒரு மணி இருக்கும். கொஞ்ச தூரத்தில் ரயில் சத்தம் கேட்கவே, முத்தையன் அந்தத் திசையை நோக்கி நடந்தான். சித்திரை மாதமாகையால் அவனுடைய துணிகளெல்லாம் அதற்குள் நன்றாய் உலர்ந்துவிட்டன. அவனுக்கு என்னமோ அப்போது வெகு உற்சாகமாயிருந்தது. அவ்வளவு பெரிய துர்ச்சம்பவம் நடந்தும்கூட, தான் மட்டும் தப்பி வந்ததை நினைக்குங்கால், அவனுக்குத் தன்னிடம் ஏதோ ஒரு அற்புதச் சக்தியிருப்பதாகவே தோன்றிற்று. ஆகையால் அவனுடைய தைரியமும் துணிச்சலும் அதிகமாயின.

சமீபத்தில் கைகாட்டி மரத்தின் சிகப்பு வெளிச்சம் தெரிந்தது. அதை நோக்கி முத்தையன் சென்றான். அவன் ஸ்டேஷனை அடைந்ததும் சென்னைக்குப் போகும் ரயில் வந்து நின்றதும்

சரியாயிருந்தது. நல்ல வேளையாய் அவன் இடுப்பில் கட்டியிருந்த பணப்பை பத்திரமாயிருந்தது. சென்னைக்கு ஒரு டிக்கெட் எடுத்துக்கொண்டு ரயில் ஏறினான். அவன் ஏறிய வண்டியில் ஒரே கூட்டம். அத்துடன் பாட்டும் கூத்தும் பிரமாதப்பட்டன. அவ்வண்டியில் இருந்தவர்களுடைய நடை உடை பாவனைகள் எல்லாமே சிறிது விசித்திரமாயிருந்தன. முத்தையன் தன் பக்கத்திலிருந்தவனுடன் பேச்சுக் கொடுத்தான். அவர்கள் ஒரு பிரபல நாடகக் கம்பெனியைச் சேர்ந்தவர்களென்றும் சென்னையில் நாடகம் நடத்துவதற்காகப் போகிறார்கள் என்றும் தெரிந்துகொண்டான்.

33

முத்தையன் எங்கே?

முன் அத்தியாயத்தில் கூறிய சம்பவங்கள் நடந்து சுமார் இரண்டு மாதம் ஆகியிருக்கும். திருப்பரங்கோயிலில் ஸப்-இன்ஸ்பெக்டர் ஸர்வோத்தம சாஸ்திரி ஒருநாள் மாலை மிகுந்த மனச்சோர்வுடன் வீட்டுக்குத் திரும்பி வந்தார். அவர் வரும்போது, உள்ளே,

> **'போது போகுதில்லையே - எனக்கொரு தூது**
> **சொல்வாரில்லையே!'**

என்று இனிமையாகப் பாடுங்குரல் கேட்டுக்கொண்டிருந்தது. சாஸ்திரியார் உற்சாகமாயிருந்திருக்கும் பட்சத்தில், நேரே கூடத்திற்குப்போய் தாமும் ஒரு அடி இரண்டடி தம் மனைவியுடன் சேர்ந்து பாடியிருப்பார் கொஞ்சம் அபிநயம் பிடித்துக்கூடக் காட்டியிருப்பார்! ஆனால் இன்றைய தினம் மிகவும் மனச்சோர்வுக்கு அவர் ஆளாகியிருந்தபடியால், கூடத்துக் காமரா உள்ளில் பிரவேசித்து, தலைப்பாகையை எடுத்து ஆணியில் மாட்டிவிட்டு ஈஸிசேரில் பொத்தென்று விழுந்தார்.

அவர் மனச்சோர்வு கொள்வதற்குக் காரணம் இல்லாமற் போகவில்லை. அன்றைய தினம் அவரை ஜில்லா போலீஸ் சூபரின்டென்டெண்டு துரை மாட்டுமாட்டென்று மாட்டிவிட்டார். திருடன் முத்தையனை உயிருடனோ உயிரில்லாமலோ கூடிய சீக்கிரத்தில் பிடிக்காத வரையில் சாஸ்திரியின் உத்தியோகத்துக்கே ஆபத்து வந்துவிடலாமென்று தோன்றிற்று, துரை அவ்வளவு கடுமையாகப் பேசினார்.

முத்தையன் திருப்பரங்கோயில் லாக்-அப்பிலிருந்து தப்பி ஓடிய புதிதில் அவனைப் பிடிப்பதில் சாஸ்திரி அவ்வளவு சுறுசுறுப்புக் காட்டவில்லை என்பது உண்மைதான். அபிராமியின் மீது அவருக்கு ஏற்பட்ட வாத்ஸல்யம் முத்தையனைப் பிடிப்பதில் உள்ள ஆர்வத்தை ஓரளவு மழுங்கச் செய்திருந்தது. மேலும், முத்தையனுடைய துணிகரமான செயல்கள் மூன்று சர்கிள் இன்ஸ்பெக்டர்களுடைய எல்லைக்குள் நடந்தபடியால், இவருக்கு அவனைப் பிடிப்பதில் தனிப்பட்ட பொறுப்பு அப்போது ஏற்படவில்லை.

சமீபத்தில், அதாவது மூன்று மாதத்துக்கு முன்னால்தான் முத்தையனைப் பிடிப்பதற்கென்று ஸர்வோத்தம சாஸ்திரியை 'ஸ்பெஷல் டியூடி'யில் போட்டார்கள். இதில் இவருக்கு அவ்வளவு இஷ்டமில்லையென்றாலும் உத்தரவை மீற முடியாமல் ஒப்புக்கொண்டார்.

அவர் இந்த 'ஸ்பெஷல் டியூடி'யில் போடப்பட்டதிலிருந்து, மிகவும் ஆச்சரியகரமாக, களவுகளும் கொள்ளைகளும் நின்றுபோயின. சாஸ்திரி கொள்ளிடக்கரைப் படுகைக் காடுகள், நாணல் காடுகள் எல்லாவற்றையும் ஒரு அடி இடம்கூட பாக்கியில்லாமல் தேடிவிட்டார்; கொள்ளிடத்து மணலையே சல்லடை போட்டு சலித்துவிட்டார். ஆனாலும் பலனில்லை. ஒருவேளை அவன் கொள்ளிடத்து முதலைக்கு இரையாகி மாண்டு போனானோ என்றுகூடச் சந்தேகப்படலானார்.

ஆனால், மேலதிகாரிகளுக்கு இந்த நம்பிக்கை ஏற்படவில்லை. ஏற்கெனவே அவர்களுக்குச் சாஸ்திரியின் மீது ஒருவாறு சந்தேகம் ஏற்பட்டிருந்தது. முத்தையனுடைய துணிகரத் திருட்டுக்களுக்குச் சாஸ்திரியும் உடந்தை என்பதாக அவர்மேல் 'மொட்டை விண்ணப்பங்கள்' வந்திருந்தன. இதன் உண்மையைப் பரிசோதிப்பதற்காகவே ஜில்லா சூபரின்டென்டெண்ட் துரை சாஸ்திரியை இந்த 'ஸ்பெஷல் டியூடி'யில் போட்டார். அவர் வந்ததிலிருந்து முத்தையனுடைய ஆர்ப்பாட்டம் ஓய்ந்திருக்கவே துரைக்கும் சாஸ்திரியின் மேல் சந்தேகம் உண்டாயிற்று. இவர் எச்சரிக்கை செய்துதான் முத்தையனை ஜாக்கிரதையாய் இருக்கப் பண்ணிவிட்டார் என்று ஊகிக்க இடமிருந்ததல்லவா?

உண்மையில் ஸர்வோத்தம சாஸ்திரி இந்த மூன்று மாதமும் சும்மா இருக்கவில்லை. குறவன் சொக்கனையும், அவனுடைய ஆட்கள் மூன்றுபேரையும் கைது செய்திருந்தார். முத்தையனுக்குச் சாப்பாடு கொடுத்துக்கொண்டிருந்த அங்காடிக் கடைக்காரியையும்

அவர் கைது செய்துவிட்டார். இவர்கள் எல்லாம் இப்போது ஸப்ஜெயிலில் இருந்தனர். இவர்களிடம் துப்பு விசாரித்து முத்தையன் கொள்ளையடித்து வைத்திருந்த பணம், நகை இவற்றில் ஒரு பகுதியைக்கூடக் கைப்பற்றிவிட்டார். ஆனால், முத்தையனைப் பற்றி மட்டும் அவர்களிடமிருந்து எவ்விதத் தகவல்களும் தெரிந்து கொள்ள முடியவில்லை. இன்று பகல் முழுவதும் அவர்களைப் பயத்தினாலும் நயத்தினாலும் மற்றும் போலீஸார் வழக்கமாகக் கையாளும் முறைகளைக் கைக்கொண்டும் விசாரிப்பதில்தான் அவர் ஈடுபட்டிருந்தார். ஒன்றும் பிரயோஜனப்படவில்லை. அவர்களுக்கு ஏதாவது முத்தையனைப் பற்றித் தெரிந்தால்தானே சொல்வார்கள்?

இதனால் மனச்சோர்வு அடைந்துதான், ஸர்வோத்தம சாஸ்திரி அவ்வளவு அலுப்புடன் அன்று வீடு திரும்பி வந்து ஈஸிசேரில் படுத்துக்கொண்டது. படுத்துக்கொண்ட சற்றுநேரத்திற்கெல்லாம், அன்று வந்த தினசரி பத்திரிகையை எடுத்துப் புரட்டினார். அதில் வெளியாகியிருந்த ஒரு செய்தியின் தலைப்பைப் பார்த்ததும் சட்டென்று நிமிர்ந்து உட்கார்ந்து அதைக் கவனமாய்ப் படிக்கத் தொடங்கினார். அந்தச் செய்தி வருவாறு:

> 'மதுரை ஒரிஜனல் மீனாக்ஷி சுந்தரேசுவரர் நாடகக் கம்பெனியின் 'சங்கீத சதாரம்' என்னும் நாடகம் இந்நகரில் சென்ற ஒரு மாதமாய்த் தினந்தோறும் மேற்படி தியேட்டரில் நடந்து வந்த போதிலும், இன்னும் அபரிமிதமான கூட்டத்தைக் கவர்ந்து வருகிறது. பிரசித்திப்பெற்ற மைசூர் குப்பி கம்பெனியாரைக்கூட இந்தக் கம்பெனியார் மிஞ்சிவிட்டார்கள் என்று சொல்லலாம். இந்த நாடகத்தில் திருடனாக நடிப்பவர் சென்னை வாசிகளின் உள்ளத்தைக் கொள்ளை கொண்டுவிட்டார் என்று சொல்வது மிகையாகாது. உண்மையில் சதாரம் அத்திருடன் மீது காதல் கொள்ளவில்லையென்பது நம்பத்தகாத ஆச்சரியமாகவே இருக்கிறது. நாடக மேடையில் இவர் நடிக்கும்போது அசல் திருடனாகத் தோன்றுகிறாரே தவிர திருடன் வேஷம் போட்டு நடிக்கிறார் என்பதே சபையோருக்கு ஞாபகம் இருப்பதில்லை...'

இந்தச் செய்தியைப் படித்து வரும்போது, ஸப்-இன்ஸ்பெக்டரின் முகத்தில் பெரிதும் பரபரப்புக் காணப்பட்டது. படித்து முடித்தபின் சுமார் ஐந்து நிமிஷ நேரம் அவர் ஆழ்ந்த யோசனையில் இருந்தார். பிறகு அவசரமாய் "மீனாக்ஷி! மீனாக்ஷி! இங்கே வா!" என்று அலறினார்.

அவருடைய மனைவி பாடிக்கொண்டிருந்த பாட்டை அப்படியே அந்தரத்தில் நிறுத்திவிட்டு ஓடிவந்தாள்.

"என்ன? என்ன? திருடன் பிடிபட்டானா?" என்று கேட்டுக் கொண்டே வந்தாள்.

சாஸ்திரி மறுபடியும் பத்திரிகையில் ஆழ்ந்தவராய், "திருடனுமில்லை; பிடிபடவுமில்லை. நீ சுருக்க இரண்டு சட்டையிலே ஒரு பெட்டியை வச்சுக்கொண்டா!" என்றார்.

"அப்படியேயாகட்டும் நான் சட்டையிலே பெட்டியை வச்சுக்கொண்டு வந்தால், நீங்கள் செருப்பிலே காலைப் போட்டுண்டு, கண்ணாடியிலே மூக்கைப் போட்டுண்டு எவ்விடத்துக்குப் பயணப்படப் போறயள்! சொன்னால் தேவலை?"

"ஓகோ! அது தெரியாதா? பட்டணத்திலே யாரோ திருடனுக்குக் கலியாணம் என்று சொன்னாயே? அதற்குப் போகிறதற்குத்தான்."

"எங்கள் அக்காளுக்கு வரப்போகிற மாப்பிள்ளையை இப்படி நீங்கள் திருடன் என்று சொன்ன செய்தி தெரிந்தால் அவள் உங்களை இலேசில் விடமாட்டாள். போனால் போகட்டும், உங்களை எப்படியும் கல்யாணத்துக்கு அழைச்சுண்டு போகிறதென்று தீர்மானம் பண்ணி மூட்டையெல்லாம் கட்டி வைத்துவிட்டேன். சாப்பிட்டுவிட்டுக் கிளம்ப வேண்டியதுதான். ஆனால், ஒரு சமாசாரம். வண்டியிலே நீங்கள் ஏறிக்கொண்டு வரவேண்டுமே தவிர, 'வண்டிதான் என்மேலே ஏறிண்டு வரணும்' என்று பிடிவாதம் பிடிக்கக்கூடாது..."

"மீனாக்ஷி! நீ மகாகெட்டிக்காரி; உன் சாமர்த்தியத்துக்குத் திருடப்போக வேண்டியதுதான்."

"ஆமாம், திருடனைப் பிடிக்கத்தான் யோக்யதை இல்லை; திருடவாவது போகலாம்! சீக்கிரம் கிளம்புங்கள்."

இப்படியாக, இந்தக் குதூகலம் நிறைந்த தம்பதிகள் சென்னைக்குப் பிரயாணமானார்கள்.

34

சங்கீத சதாரம்

சென்னைப் பட்டணத்தில், ஸ்ர்வோத்தம சாஸ்திரியின் மைத்துனி பெண்ணுக்குக் கல்யாணம் நடந்து முடிந்தது. ஒருநாள் கல்யாணந்தான். அன்றிரவு சாஸ்திரி அவசரம் அவரசமாகச்

சாப்பிட்டுவிட்டு வெளிக் கிளம்பினார். வழியில் ஒரு டிராம் வண்டி மின்சார விளக்குகளால் ஜகஜ்ஜோதியாக அலங்கரிக்கப்பட்டு, ஒளிமயமான நாடக விளம்பரத்துடன் போய்க்கொண்டிருப்பதை அவர் பார்த்தார்.

சங்கீத சதாரம்

எங்களுடைய புதிய நட்சத்திர நடிகரை
திருடன் பார்ட்டில் கண்டு களியுங்கள்

என்று அந்த மின்சாரஜோதி விளம்பரம் பிரகாசப்படுத்திக் கொண்டு போயிற்று.

நாடகக் கொட்டகைக்கு அவர் போய்ச் சேர்ந்தபோது அங்கே ஏராளமானக் கூட்டம் நின்றுகொண்டிருக்கக் கண்டார். ஜனங்கள் டிக்கட் வாங்குவதற்கு 'நான் முந்தி' 'நீ முந்தி' என்று பிரமாதமான சண்டைபோட்டுக் கொண்டிருந்தார்கள். போலீஸ்காரர்கள் சிலர் கையில் குண்டாந்தடிகளுடன் கூட்டத்தைச் சமாளிக்கும் வேலையில் ஈடுபட்டிருந்தார்கள். சற்று நேரத்துக்கெல்லாம் 'ஸீட் காலியில்லை' என்று நோட்டீஸ் போடப்பட்டது. அநேகம் பேர் ஏமாற்றத்துடன் திரும்பிச் சென்றார்கள்.

இந்த வேடிக்கையைச் சற்றுநேரம் பார்த்துக்கொண்டிருந்துவிட்டு, சப் இன்ஸ்பெக்டர், கொட்டகைக்குள் சென்று, தாம் ஏற்கெனவே ரிஸர்வ் செய்திருந்த இடத்தில் உட்கார்ந்தார். ஆரம்பத்திலெல்லாம் நாடகம் ரொம்பவும் சாதாரணமாயிருந்தது. இதைப் பார்ப்பதற்குத் தானா இவ்வளவு ஜனங்கள் மண்டையை உடைத்துக்கொள்கிறார்கள் என்று அவர் ஆச்சரியப்பட்டார்.

நாடகத்தில், திருடன் வரும் கட்டம் வந்ததும் அவருக்கு மற்ற ஞாபகமெல்லாம் போய்விட்டது. தான் துரத்தி வந்த முயலைக் கொஞ்சதூரத்தில் கண்டதும் ஒரு வேட்டை நாய்க்கு எத்தகைய பரபரப்பு உண்டாகுமோ அத்தகைய பரபரப்பு அவருக்கு உண்டாயிற்று. ஆனால் அந்த முயலைப் போய்ப் பிடிக்க முடியாமல் நடுவில் மிகவும் உயரமான ஒரு வேலி தடுத்துக்கொண்டிருந்தால், அந்த வேட்டை நாய் எப்படித் துடிதுடிக்கும்? அப்படித் துடித்தார் ஸர்வோத்தம சாஸ்திரி.

'இந்தத் திருடன் வேஷக்காரன்தான் முத்தையன்' என்று அவருடைய உள்ளுணர்வு சொல்லிற்று. ஆனால் அதை ஊர்ஜிதம் செய்துகொள்வதற்கு அவருக்கு வழி எதுவும் புலப்படவில்லை. முத்தையனைக் கண்டுபிடிப்பதில் அவருக்கு ஏற்கெனவே இருந்த இடையூறு இதுதான்! அவர் முத்தையனைப் பார்த்தது கிடையாது.

அங்க அடையாளங்களைக் கொண்டு ஓரளவு ஊகிக்கலாம். நிச்சயமாய் எப்படிச் சொல்லமுடியும்?

முத்தையனைக் கைதுசெய்து லாக் – அப்பில் அடைத்த இரண்டு போலீஸ்காரர்களும் அன்றிரவு அஜாக்கிரதையாயிருந்து அவனைத் தப்பித்துக்கொண்டு போகவிட்டதற்காக 'டிஸ்மிஸ்' செய்யப்பட்டிருந்தார்கள். இது சாஸ்திரிக்குச் சம்மதமில்லை. அவர்கள்தான் முத்தையனைப் பார்த்திருக்கிறார்களாதலால், அவனைப் பிடிப்பதில் அவர்களுடைய உதவி மிகவும் உபயோகமாயிருக்குமென்று அவர் கருதினார். ஆதலின் அவர்கள் 'டிஸ்மிஸ்' செய்யப்பட்ட பிறகுங்கூட, அவர்களை அவர் உபயோகப்படுத்தி வந்தார். அவர்களுடைய முயற்சியினால் திருடன் பிடிபட்டால், மறுபடியும் உத்தியோகம் வாங்கித்தருவதாகவும் வாக்களித்திருந்தார்.

அந்த இரண்டு கான்ஸ்டபிள்களில் ஒருவன் இரண்டு வாரத்துக்குமுன் சென்னைக்கு வந்திருந்தான். சென்னையில் இருந்த அவனுடைய மைத்துனன், வேலைத் தேடித்தருவதாகச் சொன்னதின் பேரில் அவன் வந்தான். வந்தவன் ஒருநாள் 'சங்கீத சதாரம்' பார்க்கப் போனான். அங்கே, திருடன் வேஷக்காரனைக் கண்டதும் அவனுக்குச் சந்தேகம் உண்டாயிற்று. 'முத்தையன் மாதிரியல்லவா இருக்கிறான்?' என்று நினைத்தான். நினைக்க, நினைக்க, சந்தேகம் உறுதிப்பட்டது. உடனே, திருப்பரங்கோயிலுக்குத் திரும்பிச் சென்று சாஸ்திரியிடம் தன்னுடைய சந்தேகத்தைத் தெரியப்படுத்தினான்.

சாஸ்திரி முதலில் 'பூ பூ' என்றார். துளிக்கூட நம்பிக்கையில்லாமல் சிரித்துப் பரிகாசம் செய்தார். "திருடனைப் பிடிக்க உன்னைத்தான் அனுப்பவேணும்" என்றார்.

ஆனால் அவர் மனத்திலும் எப்படியோ சந்தேகத்தின் விதை போட்டாய்விட்டது. இரண்டு மாதமாய் முத்தையனுடைய ஆர்ப்பாட்டம் அந்தப் பக்கத்தில் ஒன்றுமே இல்லாததால், அவருடைய சந்தேகம் வளர்ந்து வந்தது. ஆனால், இத்தகைய ஆதாரமற்ற, சிரிப்புக்கிடமான சந்தேகத்தின் மேல் என்ன நடவடிக்கை எடுக்க முடியும்?

மைத்துனி பெண்ணின் கல்யாணத்தை வியாஜமாக வைத்துக்கொண்டு, தாமே ஒருமுறை சென்னைக்குப் போய்ப் பார்த்துவிட்டு வரலாமா என்று ஒரு யோசனைத் தோன்றிற்று. இப்படி அவருடைய மனத்திலே உள்ளுணர்ச்சிக்கும், புத்திக்கும் போராட்டம் நடந்துகொண்டிருந்த சமயத்திலேதான், மேற்படி

பத்திரிகைச் செய்தியை அவர் பார்த்தார். "சரி சரி! இதைப் போய்ப் பார்த்துவிட்டு வந்தாலொழிய மனத்தில் அமைதி ஏற்படாது; வேறு எந்த வேலையிலும் மனம் செல்லாது" என்று தீர்மானித்துத்தான் அவர் சென்னைக்குக் கிளம்பி வந்தது.

நாடக மேடையில் திருடன் வந்ததிலிருந்து, அவருடைய தவிப்பு நிமிஷத்துக்கு நிமிஷம் அதிகமாகிக் கொண்டிருந்தது. சில சமயம் நாம் எதையோ ஞாபகப்படுத்திக்கொள்ள விரும்புகிறோம்; இதோ ஞாபகம் வந்துவிட்டதுபோல் தோன்றுகிறது; ஆனாலும் வருவதில்லை. ரொம்பவும் தெரிந்த விஷயம்; தெளிவான சங்கதி; சந்தேகமே இல்லாத செய்தி; ஆனால் அதென்ன? நெஞ்சாங்குழியில் இருக்கிறது; நினைவுக்கு வரமாட்டேனென்கிறதே! – இப்படி எத்தனையோ தடவைகளில் நாம் தவித்திருக்கிறோமல்லவா? ஸர்வோத்தம சாஸ்திரி இப்போது அந்த நிலைமையில்தான் இருந்தார். "இவன் முத்தையன்தான்; ஆனால் அதை நிச்சயம் செய்வது எப்படி? ஏதோ ஒரு வழி இருக்கிறது; ஆனால் அது என்ன?" சாஸ்திரி தலையைச் சொறிந்துகொண்டார்; உதட்டை மடித்துப் பல்லைக் கடித்துக்கொண்டார்; நெற்றியை அமுக்கிப் பிடித்துக்கொண்டார். நல்ல வேளையாக அப்போது எல்லாரும் நாடகத்தில் மிகவும் ரஸமான கட்டத்தில் பூரணமாய் ஈடுபட்டிருந்தபடியால், சாஸ்திரியை யாரும் கவனிக்கவில்லை. யாராவது அவருடைய சேஷ்டைகளைக் கவனித்திருந்தால், இவருக்கு என்ன பைத்தியமா என்றுதான் யோசிக்க வேண்டி இருந்திருக்கும்.

நாடகத்தில் மிகவும் ரஸமான கட்டம் சதாரமும், திருடனும் சந்திக்கும் இடம்தான். சதாரம் வேஷம் போட்டவனுக்கு ஸ்திரீ வேஷம் வெகு நன்றாய் பலித்திருந்தது. உண்மையில், அந்த வேஷம் போடுகிறவனுடைய பெயர் விளம்பரத்தில் கண்டிராமலிருந்தால், புருஷன்தான் ஸ்திரீ வேஷம் போட்டிருக்கிறான் என்று கருதவே முடியாது. அவனுடைய தோற்றத்தைப் போலவே பேச்சு, நடை, பாவனை எல்லாம் ஸ்திரீக்கு உரியனவாகவே இருந்தன. அவனுடைய கைகளின் ஒவ்வொரு அசைவிலும், உடம்பின் ஒவ்வொரு நெளிவிலும், புருவத்தின் ஒவ்வொரு நெறிப்பிலும், கண்ணின் ஒவ்வொரு சுழற்சியிலும் மெல்லியலாரின் இயற்கை பரிபூரணமாய்ப் பொருந்திருந்தது.

முகமூடியணிந்த திருடனைக் கண்டதும் சதாரம் பயந்து போனாள். அவளுடைய முகத்தில், கண்களில், நின்ற நிலையில், உடம்பின் நடுக்கத்தில் திகைப்பும் பயமும் காணப்பட்டன.

அப்போது அவளைப் பார்த்த யாருக்கும் புலியைக் கண்டு வெருண்டு நிற்கும் பெண்மானின் தோற்றம் உடனே ஞாபகம் வராமற்போகாது.

"ஐயோ! நீ யார்?" என்று சதாரம், குடல் நடுக்கத்துடன் கேட்டாள்.

"நானா? நான் மனுஷன்" என்று சொல்லிச் சிரித்தான் திருடன்.

அந்தச் சிரிப்பினால் சிறிது தைரியம் கொண்ட சதாரம், "நீ திருடனில்லையா?" என்றாள்.

"நான் திருடனில்லை, பெண்ணே! நான் கள்ளன்!"

"கள்ளனா? ஐயோ! உன்னைப் பார்த்தால் எனக்குப் பயமாயிருக்கிறது!" என்றாள் சதாரம்.

அப்போது, திருடன் தெம்மாங்கு மெட்டில் ஒரு பாட்டுப் பாடத் தொடங்கினான்.

"கண்ணே! உனக்குப் பயமேனோ?" என்று ஆரம்பித்து, அமர்க்களமாய்ப் பாடினான். தன்னுடைய குல பரம்பரையின் பெருமையையெல்லாம் அவன் எடுத்துச் சொன்னான். தன்னுடைய குலத்தின் ஆதிபுருஷன் கிருஷ்ணன் என்னும் கள்ளன் என்று கர்வத்துடன் கூறினான். "அப்பேர்ப்பட்ட கள்ளர் பரம்பரையில் வந்த வீரக்கள்ளன் நான் உனக்குக் கள்ளப் புருஷனாய் வாய்த்திருக்கிறேன்" என்று பாட்டை முடித்தான். அப்படிப் பாட்டை முடிக்கும்போது தன்னுடைய முகமூடியைச் சற்று அவன் விலக்கிச் சொந்த முகத்தைக் காட்டினான்.

அப்போது சதாரம் "ஆ!" என்று கூவி மூர்ச்சையடைந்து கீழே விழுந்தாள். ஆனால், சபையோர் எல்லாரும் அச்சமயம் பிரமாதமான குதூகலம் அடைந்து கைத்தட்டி ஆர்ப்பரித்தார்கள். அநேகர் 'ஒன்ஸ் மோர்' என்று கத்தினார்கள். அவன் திருடனாகையால், முகமூடிக்குப் பின்னால் பயங்கரமான முகம் இருக்க வேண்டுமென்று எதிர்பார்த்தவர்களுக்குக் களை சொட்டிய முத்தையனுடைய அழகான முகத்தைக் கண்டதும் அவ்வளவு உற்சாகம் உண்டாயிற்று. அச்சமயம் ஸர்வோத்தம சாஸ்திரியின் முகம்கூடப் பிரகாசம் அடைந்தது. ஆனால் அதற்குக் காரணம் மட்டும் வேறு. திருடனுடைய முகமூடி விலகிய அதே சமயத்தில் சாஸ்திரி தம்முடைய சந்தேகத்தை நிவர்த்தி செய்துகொள்ள ஒரு வழி கண்டுபிடித்துவிட்டார்! 'அபிராமி! அபிராமி!' என்று அவருடைய வாய் அவரை அறியாமலே முணுமுணுத்துக் கொண்டிருந்தது.

35

சகோதரி சாரதாமணி

ஸர்வோத்தம சாஸ்திரிக்கு அன்றிரவெல்லாம் தூக்கம் வரவில்லை. கதைகளில் வரும் காதலர்களைப்போல், 'எப்போது இரவு தொலையும், பொழுது விடியும்?' என்று அவஸ்த்தைப்பட்டுக் கொண்டிருந்தார். காலையில் முதல் காரியமாகத் தமது மனைவியை அழைத்து, "நேற்றிரவு ஒரு நாடகத்துக்குப் போயிருந்தேன், ரொம்ப நன்றாயிருந்தது. அப்படிப்பட்ட நாடகம் நான் பார்த்ததேயில்லை. இன்று இரவு உன்னையும் அழைத்துப்போக உத்தேசித்திருக்கிறேன். வருகிறாயா?" என்றார்.

"உங்களுக்கே இவ்வளவு கருணை பிறந்து ஓரிடத்துக்குக் கூட்டிக்கொண்டு போகிறேனென்று சொல்லும்போது, நான் மாட்டேனென்றா சொல்வேன்? அதற்கென்ன, போவோம். ஆனால் இன்றைக்கு அந்தப் பெண் அபிராமியைப் பார்க்கவேண்டாமா?" என்றாள் மீனாட்சி அம்மாள்.

"பார்த்தால் போகிறது. ஏன் அவளையும் நாடகத்துக்குக் கூட்டிக்கொண்டு போகவேண்டுமென்றாலும் போவோம்."

"என் மனத்திலிருக்கிறதை அப்படியே தெரிந்துகொண்டு விட்டீர்களே! ஆனால் உங்கள் தமக்கை சாரதாமணி என்ன சொல்வாரோ என்னமோ? ஒரு மாதிரி கிறுக்காயிற்றே? அழைத்துக்கொண்டு போகக்கூடாது என்று சொன்னாலும் சொல்வார்."

"ஆமாம்; அவளிடம் இதைப்பற்றி சொல்லவேண்டிய அவசியமில்லை. 'ஒரு நாளைக்கு எங்களுடன் இருக்கட்டும். நாளைக்குக் கொண்டுவந்து விட்டுவிடுகிறோம்' என்று சொன்னால் போயிற்று."

"போலீஸ்காரர்களுக்கு இதெல்லாம் சொல்லியா கொடுக்க வேணும்?" என்றாள் அவருடைய பத்தினி.

சாஸ்திரி அன்றெல்லாம் வெகு சுறுசுறுப்பாக இருந்தார். நாடகக் கொட்டகைக்குப் போய்ப் பத்துப் பதினைந்து வரிசைக்குப் பின்னால் மூன்று ஸீட்டுகள் ரிஸர்வ் பண்ணினார். முன் வரிசையிலே இடம் காலி இருக்கிறது என்று சொல்லியும், அவர் பிடிவாதமாக

"வேண்டாம்; பின் வரிசையில்தான் வேண்டும்" என்று சொல்லிவிட்டார்.

பிறகு அவர் போலீஸ் கமிஷ்னர் ஆபீஸுக்குப் போய், கமிஷ்னரைப் பேட்டி கண்டு, வெகுநேரம் பேசிக்கொண்டிருந்தார். இப்படிப் பல காரியங்கள் செய்துவிட்டு வீட்டுக்குத் திரும்பினார்.

சாயங்காலம் அவரும் அவர் மனைவியும் சரஸ்வதி வித்யாலயத்துக்குச் சென்றார்கள். அந்த வித்யாலயத்தின் தலைவி சகோதரி சாரதாமணி நமது சாஸ்திரியினுடைய ஒன்றுவிட்ட தமக்கை. அவருடைய தகப்பனார் ஹைகோர்ட்டு ஜட்ஜாயிருந்து காலஞ்சென்றவர். துரதிர்ஷ்டவசமாக சாரதாமணியின் மணவாழ்க்கை அவ்வளவு சந்தோஷமானதாயில்லை. கல்யாணமான இரண்டு மூன்று வருஷத்துக்கு அப்புறம் அவருடைய கணவன் யாரோ ஒரு சட்டைக்காரியுடன் கப்பலேறிச் சிங்கப்பூருக்குப் போய்விட்டான். அப்புறம் அவன் திரும்பி வரவேயில்லை.

இவ்வாறு பெரும் துர்ப்பாக்கியத்துக்காளான சாரதாமணிக்கு அவருடைய தகப்பனார் நிறைய சொத்துக்கள் வைத்துவிட்டுக் காலஞ்சென்றார். சாரதாமணியும் நாளடையில் தம்முடைய துக்கத்தை மறந்து சமூக சேவையில் ஈடுபட ஆரம்பித்தார். தம்மைப் போலவே பொது ஊழியத்தில் பற்றுக்கொண்ட இன்னும் சில ஸ்திரீகளுடன் சேர்ந்து இந்தச் சரஸ்வதி வித்யாலயத்தை அவர் ஆரம்பித்தார். நாளடைவில் மற்றவர்களுடைய சிரத்தைக் குறைந்து போய்விட, வித்யாலயத்தின் பொறுப்பு முழுவதும் கடைசியாக அவர் மேலேயே சார்ந்துவிட்டது.

அப்படிச் சார்ந்தது முதல், வித்யாலயத்தில் அவருடைய சிரத்தையும் பன்மடங்கு அதிகமாயிற்று. அவரது உலகமே வித்யாலயத்துக்குள் அடங்கிவிட்டதென்று கூறலாம். ஒரு சங்கீத வித்வான் நன்றாய்ப் பாடுகிறார் என்று யாராவது சொன்னால், 'அவர் நமது வித்யாலயத்தக்கு ஒரு 'பெனிபிட் பர்பார்மன்ஸ்' (உதவிக் கச்சேரி) கொடுப்பாரா?' என்று கேட்பார். யாராவது ஒரு தலைவர் சென்னைக்கு வருகிறார் என்று கேள்விப்பட்டால், அவரை வித்யாலயத்துக்கு வரச்செய்ய உடனே முயற்சி தொடங்கிவிடுவார். யாராவது ஒரு வக்கீலுக்கு நிறைய வரும்படி வருகிறதென்று கேள்விப்பட்டால், 'அவரிடம் நமது வித்யாலயத்துக்கு ஏதாவது நன்கொடை வசூலிக்க வேண்டுமே!' என்று யோசனை செய்வார். யாராவது ஒரு பெண் முதல் வகுப்பில் பி.ஏ. பாஸ் செய்தாள் என்று அறிந்தால், 'அவளை நமது வித்யாலயத்தில் வாத்தியாராகச் செய்துவிட்டால் தேவலை' என்றுதான் எண்ணமிடுவார்.

இத்தகைய அவருடைய சுபாவத்தை நன்கு அறிந்தவராதலால், சாஸ்திரி பேச்சின் ஆரம்பத்திலேயே, "சாரதா! இந்த வித்யாலயத்தைப் பார்க்கும்போது நாங்கள் எல்லோரும் எதற்காக ஜீவித்திருக்கிறோம் என்று தோன்றுகிறது. இப்பேர்ப்பட்ட உத்தமமான காரியத்துக்கு ஒரு உதவியும் செய்யாத ஜன்மமும் ஒரு ஜன்மமா?" என்று புகழுரையும் ஆத்ம நிந்தனையும் கலந்து கூறினார்.

"அதென்ன அண்ணா, அப்படிச் சொல்கிறாய்? நீயுந்தான் பெரிய உதவி செய்திருக்கிறாயே? அந்தப் பெண் அபிராமியை எங்கள் வித்யாலயத்துக்கு அனுப்பியதே ஒரு உதவிதானே?" என்றார் சகோதரி சாரதாமணி.

"ஆனால் அந்த மாதிரி உதவி இன்னும் எத்தனையோ பேர் உங்களுக்குச் செய்யத் தயாராயிருப்பார்கள். பெண்களை அனுப்பி வைப்பதுதானா கஷ்டம்?" என்றாள் மீனாட்சி.

"அப்படியில்லை, அம்மா! அபிராமியைப் போன்ற புத்திசாலிப் பெண்ணை அனுப்பி வைத்ததே ஒரு உதவிதான்."

"நிஜமாகவா? அவள் சமர்த்தாயிருக்கிறாளா?"

"அபிராமி ரொம்ப சமர்த்து. வித்யாலயத்திலேயே சங்கீதத்தில் அவள்தான் முதல், இப்போது வித்யாலயத்துப் பெண்களைக் கொண்டு ஒரு நாடகம் தயாரித்துக்கொண்டிருக்கிறோம். அதற்கு வேண்டிய பாட்டுக்கள் எல்லாம் அவள்தான் இட்டுக்கட்டுகிறாள். அடாடா! எவ்வளவு நன்றாயிருக்கின்றன!"

"இதைக் கேட்க ரொம்பத் திருப்தியாயிருக்கிறது, அக்கா! எப்படியாவது அவள் சந்தோஷமாயிருக்க வேண்டும். இன்றைக்கு ஒருநாள் அவள் எங்களோடு இருக்கட்டுமே. அழைத்துக்கொண்டு போய் நாளைக்குக் கொண்டுவிட்டு விடுகிறோம்" என்றார் சாஸ்திரியார்.

சாரதா மணி, "அதற்கென்ன? பேஷாகச் செய்யுங்கள்" என்று சொல்லிவிட்டு, அபிராமியை அழைத்துவர ஒரு பெண்ணை அனுப்பி வைத்தார்.

"அந்தப் பெண் விஷயத்தில் ஒரே ஒரு சிரமம் இருக்கிறது. திடீர் திடீரென்று நினைத்துக்கொண்டு அழத்தொடங்கி விடுகிறாள். அப்போதெல்லாம் அவளைச் சமாதானம் செய்வது பெரும் கஷ்டமாயிருக்கிறது - அவளுடைய அண்ணன் சங்கதி என்ன ஆயிற்று?" என்று கேட்டார்.

"இன்னும் அகப்படவில்லை!" என்றார் சாஸ்திரி.

"அதற்கென்ன, ஒரு நாளைக்குப் பிடித்து அந்தப் பையனை ஜெயிலுக்கு அனுப்பிவிடுவீர்கள். உடனே போலீஸ் இலாகாவுக்கு ரொம்பக் கிதாப்பு வந்துவிடும்..."

"பின்னே என்ன சொல்கிறாய், அக்கா! திருடர்களைப் பிடித்து ஜெயிலுக்கு அனுப்பாவிட்டால், சமூகம் எப்படி நடைபெறும்?"

"ஆமாம்; திருடர்களையெல்லாம் பிடித்து ஜெயிலுக்கு அனுப்புவதென்றால், முதலில் இந்த ஊரிலே இருக்கிற ஐகோர்ட் ஜட்ஜுகள், வக்கீல்கள், உத்தியோகஸ்தர்கள், சட்டசபை மெம்பர்கள் எல்லாரையும் ஜெயிலுக்கு அனுப்பி வைக்கவேண்டும். நீயும் நானுங்கூடப் போகவேண்டியதுதான். மகாத்மா காந்தி என்ன சொல்கிறார்? நம்முடைய கையால் உழைத்துப் பாடுபட்டுச் சம்பாதிப்பதைத் தவிர பாக்கி விதத்தில் பெறும் சொத்தெல்லாம் திருட்டுத்தான் என்கிறார். அந்தப்படி பார்த்தால் இன்றைய தினம் பங்களாக்களில் வாழ்ந்த மோட்டார் சவாரி செய்து கொண்டிருப்பவர்களெல்லாம் முதலிலே ஜெயிலுக்குப் போயாக வேண்டும், இல்லையா?"

"சாரதா! அவ்வளவு பெரிய தத்துவம் நமக்குக் கட்டி வராது. அது வருகிறபோது வரட்டும். ஆனால் இன்னொரு விதத்தில் நீ சொல்கிறதை நான் ஒப்புக்கொள்கிறேன். சாதாரணமாய் ஜெயிலுக்குப் போகிற திருடர்களைவிட வெளியில் இருக்கும் திருடர்கள்தான் அதிகம். இதைக்கேள். எங்கள் ஜில்லாவில் ராவ்சாகிப் சட்டநாத உடையார் என்று ஒரு பெரிய மனுஷர் இருக்கிறார். அவர் சுங்கத் திருடர் என்பது எல்லாருக்கும் தெரியும், காரைக்காலிலிருந்தும் புதுச்சேரியிலிருந்தும் வரி கொடாமல் சாமான் கொண்டு வருவதுதான் அவருக்கு வேலை. இதிலேயே கொழுத்த பணக்காரராகி விட்டார். ஆனாலும் அவரை இதுவரையில் ஒன்றும் செய்ய முடியவில்லை. முதலிலே போலீஸையே கையில் போட்டுக்கொண்டு விடுகிறார். அது முடியாமற் போனால் கொஞ்சம் மனச்சாட்சியுள்ள போலீஸ்காரன் நடவடிக்கை எடுக்க முயன்றால் மாஜிஸ்ட்ரேட்டுகள் அவர் பக்கம், தப்பித்தவறி மாஜிஸ்ட்ரேட்டும் யோக்யராயிருந்து விட்டால் உடையார் இன்னம் மேலே போய்க் காரியத்தை ஜயித்துக்கொண்டு வந்து விடுகிறார். எங்களுக்குத்தான் அசட்டுப் பட்டம் கிடைக்கிறது. இரண்டு மாதத்துக்கு முன்பு நடந்த ஒரு மோட்டார் கேஸில் அவர் கலந்திருந்ததற்கு நல்ல ருசு இருந்தது. ஆனாலும் பிரயோசனமில்லை. இரண்டு நாளைக்கு முன்பு அவருக்கு ஆனரரி மாஜிஸ்ட்ரேட் வேலை கொடுத்திருப்பதாய்ப் பத்திரிகைகளிலே வெளியாகியிருந்தது. இதற்கு என்ன சொல்கிறாய்?"

"என்னத்தைச் சொல்கிறது? உங்கள் உடையாரைப் போன்ற எத்தனையோ உடையார்கள் நமது சமூகத்தில் இருக்கிறார்கள். இதற்கெல்லாம் விமோசனம் ஒன்றே ஒன்றுதான்; மகாத்மா சொல்கிறபடி அவரவர்களும் கையால் உழைத்து ஜீவனம் செய்யவேண்டும். ஒருவருடைய உழைப்பைக் கொண்டு இன்னொருவர் வாழ்வு நடத்துவது என்பது கூடாது. இந்த நோக்கத்துடனே தான், வித்யாலயத்தில் எல்லாப் பெண்களுக்கும் ஏதாவது ஒரு கைத்தொழில் கற்றுக்கொடுக்கிறோம். அவர்களுடைய கைவேலைகளை எல்லாம் நீங்கள் பார்க்கவில்லையே? வாருங்கள் காட்டுகிறேன்" என்று சகோதரி சாரதாமணி சொல்லி, சாஸ்திரியையும் அவருடைய மனைவியையும் வித்யாலயத்தைச் சுற்றிக்காட்ட அழைத்துச் சென்றார்.

36

குயில் பாட்டு

அபிராமியை நாம் பார்த்து ஒரு வருஷத்திற்கு மேலாகி விட்டதல்லவா? திருப்பரங்கோயிலிலிருந்து சென்னைக்குப் போகும் ரயிலில் ஸ்ரீமதி மீனாட்சி அம்மாளுடன் அவளை நாம் கடைசியாகப் பார்த்தோம். இப்போது, சரஸ்வதி வித்யாலயத்தின் மதில் சூழ்ந்த விஸ்தாரமான தோட்டத்தின் ஒரு மூலையில், பூத்துக் குலுங்கிக் கொண்டிருந்த ஒரு மரமல்லிகை மரத்தின் அடியில், ஏறக்குறைய சம வயதுடைய ஒரு தோழியுடன் அவளைக் காண்கிறோம். ஒரு நிமிஷம் அபிராமியை அடையாளங் கண்டுபிடிப்பதுகூட நமக்குக் கஷ்டமாயிருக்கிறது. முன்னே அவளை நாம் பார்த்தபோது இன்னும் குழந்தையாகவே இருந்தாள். இப்போது யுவதியாகிவிட்டாள். முன்னே பட்டிக்காட்டுப் பெண்ணைப்போல் பாவாடை, தாவணி அணிந்துகொண்டிருந்தாள். இப்போது காலேஜ் மாணவியைப்போல் ஜோராகப் பின்னால் தலைப்புத் தொங்கவிட்டுப் புடைவை உடுத்திக்கொண்டிருந்தாள். தலைமயிரைக் கோண வகிடு பிளந்து தளர்ச்சியாகப் பின்னிவிட்டுக் கொண்டிருந்தாள். முகத்திலே இருந்த குறுகுறுப்பு மட்டும் அப்படியே இருந்தது. எதைப் பார்த்தாலும், எதைக் கேட்டாலும், அதிசயத்துடன் மிரண்டு விழிக்கும் கண்களும் அப்படியே மாறுதலின்றி இருந்தன.

அவர்கள் உட்கார்ந்திருந்த இடத்துக்குச் சற்றுதூரத்தில் ஒரு கிணறும், அதைச்சுற்றிச் சில கமுகு மரங்களும் இருந்தன. அந்த மரங்களில் ஒன்றிலிருந்து ஒரு குயில் 'கக்கூ' 'கக்கூ' என்று கூவிற்று.

"அபிராமி! பிலஹரியில் ஒரு குயில் பாட்டுப் பாடுவாயே! அதைப் பாடு" என்றாள் லலிதா. அபிராமி பாடத் தொடங்கினாள்:

ராகம்: பிலஹரி   தாளம் : ஆதி

வேலனையே அழைப்பாய் - விந்தைக் குயிலே
கோலக் கிளியைத் துணைகூட்டிச் சென்றாகிலுமென்   (வேல)

நீல வெளிதனிலே நிமிர்ந்து பறந்துபாடி
நேரஞ் செய்யாமலிருந்த நிமிஷம் எழுந்துவர   (வேல)

சோலையழகும் சொர்ணம் ஓடி ஒளிந்து பாயும்
ஓலைக் குருத்தும் தென்னம் பாளை வெடித்த பூவும்
மாலை வெயிலும் மஞ்சள் கோலமுங் கண்டு மனம்
பாலித்தருள் செய் யென்றிப் பேதையுரைத்ததாக   (வேல)

நெடிது வளர்ந்து அடர்த்தியாகத் தழைத்திருந்த மரமல்லிகை மரத்தின்மேல் சற்று பலமான காற்று அடிக்க அதிலிருந்து புஷ்பங்கள் பொலபொலவென்று உதிர்ந்து, அபிராமியின் மேலும், அவள் தோழியின் மேலும் விழுந்தன.

"பார் அபிராமி! உன்மேல் புஷ்பமாரி பெய்கிறது. உன்னுடைய பாட்டைக் கேட்டுவிட்டுத் தேவர்கள்தான் பூ மழைப் பெய்கிறார்கள் போலிருக்கிறது!" என்றாள் லலிதா.

இப்படிச் சொன்னவள், அபிராமியின் கண்களில் ஜலம் துளித்திருப்பதைக் கண்டு மனம் கலங்கி "இதென்ன அபிராமி! உன் கண்களில் ஏன் ஜலம் வருகிறது? இவ்வளவு உருக்கமாய்க் கூப்பிட்டும் அந்த வேலவன் வரவில்லையே என்றா?" என்பதாகப் பாதிக் கவலையுடனும் பாதிப் பரிகாசமாகவும் லலிதா கேட்டாள்.

"லலிதா! திருப்பரங்கோயிலில் நானும் என் அண்ணனும் சந்தோஷமாயிருந்த காலத்தில் இந்தப் பாட்டை நான் இட்டுக் கட்டினேன். அதைத் திருப்பித்திருப்பிப் பாடச் சொல்லிக் கேட்டு அவன் சந்தோஷப்படுவான். கடைசி நாள் அன்றைக்குக்கூட..." என்று அபிராமி கூறி மேலே பேசமுடியாமல் விம்மினாள்.

"சற்று இரு, அபிராமி! – ஏதோ சத்தம் கேட்டதே! - அது என்ன?" என்று லலிதா நாலா பக்கமும் கலக்கத்துடன் திரும்பிப் பார்த்தாள். ஒன்றும் தெரியவில்லை.

“வேறு, யாரோ விம்மி அழுதாற்போலிருந்தது என்னுடைய பிரமையோ, அல்லது பக்கத்துச் சாலையில்தான் யாராவது அழுதுகொண்டு போகிறார்களோ?” என்றாள்.

அபிராமிக்கு என்னமோ அன்று பழைய ஞாபகங்கள் பொங்கிக்கொண்டு வந்தன. “லலிதா! பாவி நான் இங்கே சௌக்கியமாயிருக்கிறேன். சந்தோஷமாய் ஆடிப்பாடிக் கொண்டு காலங்கழிக்கிறேன். முத்தையன் எந்தக் காட்டில் என்ன கஷ்டப்பட்டுக் கொண்டிருக்கிறானோ? ஐயோ! என் அண்ணன்! உலகத்தில் ஒருவருக்கு ஒரு தீங்கு நினைக்காதவன். அவனுக்கு வந்த கஷ்டமெல்லாம் என்னால்தான். ஆனாலும் நான் இங்கே சுகமாயிருக்கிறேன். பகவானே!” என்று பரபரப்புடன் பேசிக்கொண்டு போனாள்.

“ஏன் அபிராமி உன்னை நீயே அநாவசியமாய் நொந்து கொள்கிறாய்? உன் அண்ணனுடைய தலைவிதி அது. திருட்டுக் கொள்ளையில் ஒருவன் இறங்கின பிற்பாடு அவனைப் பற்றிக் கவலைப்படுவதில் என்ன பிரயோஜனம்?”

“லலிதா! உனக்கென்ன தெரியும்? என் அண்ணனா திருடன்? அவனா கொள்ளையடிக்கக் கூடியவன்! ஒரு நாளுமில்லை. எல்லாம் பொய். நான் பிறந்த வேளை, அவன் இப்படியெல்லாம் கஷ்டப்பட வேண்டுமென்று ஏற்பட்டிருக்கிறது.”

அவள் இவ்வாறு சொல்லிக்கொண்டிருந்தபோது. தூரத்திலிருந்து, “அபிராமி! அபிராமி!” என்று கூப்பிடும் குரல் கேட்டது. சற்று நேரத்துக்கெல்லாம் ஒரு பெண் வந்து, “அபிராமி இங்கே என்ன செய்கிறாய்? உன்னைத் தோட்டமெல்லாம் தேடிக்கொண்டு வருகிறேன். யாரோ திருப்பரங்கோயிலிலிருந்து மனுஷாள் வந்திருக்கிறார்களாம். அம்மாள் உன்னை உடனே கூட்டிக்கொண்டு வரச் சொன்னார்கள்” என்றாள்.

சாஸ்திரியும் அவர் மனைவியும் அபிராமியைச் சந்தித்தது குறித்து அதிகம் விஸ்தரிக்க வேண்டிய அவசியமில்லை. எத்தனையோ தினங்களுக்குப் பிறகு தன்னுடைய ஊர் மனுஷ்யர்களைக் கண்டதும் அபிராமிக்குச் சந்தோஷமாய்த்தானிருந்தது. அவர்கள் தங்களுடன் ஒருநாள் இருக்கும்படி அழைத்தபோது உற்சாகத்துடன் சென்றாள். நாடகம் பார்க்கப்போகவும் மகிழ்ச்சியுடன் சம்மதித்தாள்.

அன்றிரவு நாடகக் கொட்டகையில் ஏற்கெனவே ‘ரிசர்வ்’ செய்திருந்த இடங்களில் மூன்றுபேரும் சென்று உட்கார்ந்தார்கள்.

உட்கார்ந்தவுடனே சாஸ்திரி சுற்றுமுற்றும் பார்த்தார். அவருக்குப் பின்னால் இரண்டு வரிசைத் தள்ளி நாலைந்து ஆசாமிகள் சேர்ந்தாற்போல் உட்கார்ந்திருந்தார்கள். குறிப்பிட்ட சந்தேகத்தின் மூலம் அவர்கள் போலீஸ்காரர்கள் என்பது அவருக்குத் தெரிந்துபோயிற்று.

அபிராமி நாடகத்தின் ஆரம்ப முதலே மிக்க ஆவலுடன் பார்த்து வந்தாள். ஆனால் மேடைக்குத் திருடன் வந்ததிலிருந்து அவள் மகுடியின் சங்கீதத்தினால் கட்டுண்ட பாம்பைப்போல் ஆனாள். கண்ணைக்கூடக் கொட்டாமல் அவனைப் பார்த்த வண்ணமிருந்தாள். இடையிடையே அவளுடைய தேகத்தில் இன்னதென்று விவரிக்க முடியாத படபடப்பு உண்டாயிற்று. அப்போதெல்லாம், பக்கத்திலிருந்த மீனாட்சி அம்மாளைக் கெட்டியாகப் பிடித்துக் கொண்டாள்.

37

கமலபதி

"கண் எல்லாவற்றையும் பார்க்கிறது; காது, பேசுவோர் வார்த்தைகளை எல்லாம் கேட்கிறது; வாய், காரியம் இருக்கிறதோ இல்லையோ, பலரிடத்திலும் பேசுகிறது. ஆனால் கண்ணானது ஒருவரைப் பார்க்கும்போது மற்ற யாரைப் பார்க்கும்போதும் அடையாத இன்பத்தை அடைகிறது. அவர் பேசுவது சாமானிய விஷயமானாலும், அவருடைய குரலில் விசேஷமான இனிமையிரா விட்டாலும், அவருடைய வார்த்தையைக் காது தேவாமிருதத்தைப் பருகுவதுபோலப் பருகுகிறது. அவரிடத்தில் பேசும்போது வாய் குளறுகிறது; நாக்கு கொஞ்சுகிறது; இதெல்லாம் அன்பின் அடையாளம், ஆனால் இவ்வன்பு எப்படிப் பிறக்கிறது என்றாலோ, அது தேவரகசியம் மனிதரால் சொல்ல முடியாது" என்று லைலா மஜ்னூன் கதையாசிரியர் வ.வெ.சு. ஐயர் சொல்கிறார். காதலுக்கு மட்டுமன்றி சிநேகத்துக்கும் இது ஒருவாறு பொருந்துவதைக் காண்கிறோம். சிலபேரை வாழ்நாள் முழுவதும் பார்த்துப் பழகிக்கொண்டிருந்தாலும் அவர்களுடன் நமக்கு அந்தரங்கச் சிநேகிதம் ஏற்படுவதில்லை. ஆனால் வேறு சிலரை முதல் தடவைப் பார்த்தவுடனேயே நமக்குப் பிடித்துப்போய்விடுகிறது. பிறகு அவர்களிடமுள்ள குறைகளையெல்லாம் நாம் அலட்சியம் செய்யத்

தயாராகிவிடுகிறோம். அவற்றுக்குச் சமாதானம் கண்டுபிடிக்கவும் முயல்கிறோம். ஒருவர் என்னதான் குரூபியாகட்டும் அவரை நமக்குப் பிடித்துப்போனால் 'முகம் எப்படி இருந்தாலென்ன? குணத்தையல்லவா பார்க்கவேண்டும்? என்ன சாந்தம்! என்ன அடக்கம்!' என்று எண்ணி மகிழ்கிறோம். படிப்பில்லாத நிரக்ஷரகுக்ஷியாய் இருக்கட்டும், அவரிடம் பிரியம் உண்டாகி விட்டால், 'படிப்பாவது, மண்ணாங்கட்டியாவது? படித்தவர்கள் பரம முட்டாள்களாய் இருக்கிறார்கள். இவரிடம்தான் என்ன புத்திசாலித்தனம்? என்ன சாதுர்யமாய்ப் பேசுகிறார்?' என்றெல்லாம் எண்ணிச் சந்தோஷப்படுகிறோம்.

இப்படி உண்டாகும் சிநேகத்தின் இரகசியந்தான் என்ன? ஏன் சிலர் மட்டும் வெகுசீக்கிரத்தில் பிராண சிநேகிதர்களாகி விடுகிறார்கள்? அவர்களைப் பார்ப்பதிலும் ஏன் அவ்வளவு ஆவல் உண்டாகிறது? நமது அந்தரங்க மனோரதங்களையும், நம்பிக்கைகளையும் அவர்களிடம் சொல்லவேண்டுமென்று ஏன் தோன்றுகிறது? 'பூர்வ ஜன்மத்துச் சொந்தம்' 'விட்டகுறை தொட்டகுறை' என்றுதான் அதற்குக் காரணம் சொல்ல வேண்டியிருக்கிறது.

முத்தையனுக்கும், கமலபதிக்கும் ஏற்பட்ட சிநேகத்தை வேறுவிதமாய்ச் சொல்வதற்கில்லை. கமலபதி, மதுரை ஒரிஜினல் மீனாட்சி நாடகக் கம்பெனியின் பிரசித்த ஸ்திரீ பார்ட் நடிகன். முத்தையன் மோட்டார் விபத்திலிருந்து தப்பிச்சென்ற இரவு ஏறிய ரயில் வண்டியிலேதான் முதன்முதலாக அவனைச் சந்தித்தான். பார்த்தவுடனே, ஒருவருக்கொருவர் பிடித்துப் போய்விட்டது. கமலபதியின் வற்புறுத்தலின் பேரிலேயே முத்தையனை நாடகக் கம்பெனியில் சேர்த்துக்கொண்டார்கள்.

சில தினங்களுக்குள் அவர்களுடைய நட்பு முதிர்ந்து இணைபிரியாத தோழர்கள் ஆயினர். முத்தையன் ஒருநாள் தன்னுடைய கதையை எல்லாம் உள்ளது உள்ளபடி கமலபதியிடம் சொன்னான். கப்பல் ஏறிப் போய்விடுவதென்ற தன்னுடைய தீர்மானத்தையும், அதற்கு முன்னால் அபிராமியைப் பார்க்க வேண்டுமென்ற ஆசையையும் தெரிவித்தான். கமலபதி அவனுக்கு உதவி செய்வதாக வாக்களித்தான். அத்துடன் அந்த நாடகக் கம்பெனியே கூடிய சீக்கிரம் சிங்கப்பூருக்குப் போகப் போவதாகவும் அப்போது சேர்ந்தாற்போல் முத்தையன் போய்விடலாம் என்றும் கூறினான்.

பின்னர், கமலபதி சென்னையிலுள்ள பெண்களின் கல்வி ஸ்தாபனம் ஒவ்வொன்றிற்கும் போகத் தொடங்கினான். தனக்கு விதவையான தங்கை ஒருத்தி இருப்பதாகவும், அவளை ஏதாவது ஒரு பெண் கல்வி ஸ்தாபனத்தில் சேர்க்க வேண்டுமென்றும், அதற்காக விவரங்கள் தெரிந்துகொள்ள வந்ததாகவும் அவன் ஒவ்வோரிடத்திலும் கூறினான். அத்துடன், அம்மாதிரி பள்ளிக்கூடங்களில் நடக்கும் நாடகங்கள், கதம்பக் கச்சேரிகள் முதலியவற்றுக்கும் தவறாமல் போய்வந்தான். எல்லாமும் அபிராமியைக் கண்டுபிடிக்கும் நோக்கத்துடன்தான் என்று சொல்ல வேண்டியதில்லை. கடைசியாக, சரஸ்வதி வித்யாலயத்தின் தலைவி, சகோதரி சாரதாமணி அம்மையுடன் அவன் பேசிக்கொண்டிருந்த போது, தற்செயலாக அபிராமி அங்கு வரவே, முகஜாடையிலிருந்து அவள் முத்தையன் தங்கையாய்த்தான் இருக்க வேண்டுமென்று அவன் ஊகம் செய்தான். சாரதாமணி அவளை "அபிராமி" என்று கூப்பிட்டதும் அவனுடைய சந்தேகம் முழுதும் நீங்கிவிட்டது. மிகவும் குதூகலத்துடன் அன்று திரும்பிச்சென்று, "பலராம்! உன்னுடைய தங்கையைக் கண்டுபிடித்து விட்டேன்" என்று உற்சாகமாய்க் கூறினான். அதைத் தொடர்ந்து மெதுவானக் குரலில் "என்னுடைய காதலியையும் கண்டுபிடித்தேன்" என்று சொன்னான்.

முத்தையன் தன்னுடைய பெயரை மாற்றி "பலராம்" என்று கூறியிருந்தான். நாடக விளம்பரங்களில் அந்தப் பெயர்தான் அச்சிடப்பட்டிருந்தது. கமலபதிக்கு அவனுடைய சொந்தப்பெயர் தெரிந்தபிறகும், சந்தேகம் ஏற்படாதபடி "பலராம்" என்றே அழைத்து வந்தான்.

முத்தையனுக்கு இருந்த பரபரப்பில் கமலபதி பின்னால் சொன்னதை அவன் கவனிக்கவில்லை.

அபிராமியை முத்தையன் எப்படிப் பார்ப்பது என்பதைப் பற்றி அவர்கள் யோசிக்கத் தொடங்கினார்கள். நேரே போய்ப் பார்த்தால், கட்டாயம் அபிராமி முத்தையனைக் கண்டதும், "அண்ணா!" என்று அலறிவிடுவாள். அபாயம் நேர்ந்துவிடும் கமலபதி அவளை அழைத்து வரலாமென்றால், அது எப்படி முடியும்? அன்னியனாகிய அவனுடன் அபிராமியை அனுப்பிவைக்க வித்யாலயத்தின் தலைவி சம்மதிப்பாளா? அபிராமிதான் வருவாளா?

ஏதேதோ யோசனைகளெல்லாம் செய்தார்கள். யுக்தியெல்லாம் பண்ணினார்கள். ஒன்றும் சரியாய் வரவில்லை.

முத்தையனுக்கு அபிராமி படிக்கும் பள்ளிக்கூடத்தைச் சுற்றிப் பார்த்துவிட்டாவது வரவேண்டும் என்று ஆவல் இருந்தது. கமலபதி

அதெல்லாம் கூடாது என்று தடுத்து வந்தான். முத்தையனுடைய ஆவல் மேலும்மேலும் வளர்ந்தது. ஒருநாள் அவன் கமலபதிக்குக்கூடச் சொல்லாமல் வெளியே போனான்.

முத்தையன் அன்று திரும்பி வந்ததும், அவசரமாகக் கமலபதியை அழைத்துத் தனி இடத்துக்குச் சென்று "கமலபதி நான் அபிராமியைப் பார்த்துவிட்டேன்" என்றான். அவனுடைய கண்களில் ஜலம் ததும்பிற்று.

"ஐயோ! என்ன காரியம் செய்தாய்? இப்படிப் பண்ணலாமா?" என்று கமலபதி கவலையுடன் கேட்டான்.

"கமலபதி! நான் இன்றைக்கு அவளைப் பார்த்ததே நல்லதாய்ப் போயிற்று. இனிமேல் எனக்கு அத்தகைய சந்தர்ப்பம் கிடைக்குமோ, என்னமோ?" என்றான் முத்தையன்.

பிறகு, அவன் அன்று சாயங்காலம் நடந்ததையெல்லாம் விவரமாய்க் கூறினான். அபிராமியின் பள்ளிக்கூடத்தைத் தூரத்தில் இருந்து பார்த்துவிட்டாவது வருகிறதென்றுதான் கமலபதியிடம் சொல்லிக்கொள்ளாமல் போனதாகவும், பள்ளிக்கூடத்து மதிற்சுவரைச் சுற்றி வருகையில்,

'வேலனையே அழைப்பாய் விந்தைக் குயிலே'

என்ற பாட்டை அபிராமியின் குரலில் கேட்டுப் பிரமித்து நின்றதாகவும், மதில் சுவரின் மேலாக எட்டிப் பார்த்தபோது, மருதாணிப் புதர்களுக்கு அப்புறத்தில் மரமல்லிகை மரத்தடியில் அபிராமியும் இன்னொரு பெண்ணும் இருந்ததாகவும், அப்பால் போக கால் எழாமல், தான் அங்கேயே நின்றதாகவும் கூறினான்.

"கமலபதி! என்மனம் இன்றுதான் ஆறுதல் பெற்றது. அபிராமியை நான் பார்த்துவிட்டேன். அவள் என்ன நினைத்துக் கொண்டிருக்கிறாள் என்றும் அறிந்தேன். என்னை அவள் திருடன் என்று வெறுக்கவில்லை. என்னிடத்தில் அவளுடைய அன்பும் மாறவில்லை. இனிமேல் எனக்கு வேறு என்ன வேண்டும்..?"

"கல்யாணியைத் தவிர!" என்றான் கமலபதி.

முத்தையன் பெருமூச்சுவிட்டான். "கமலபதி! நீ எனக்கு ஒரு வாக்குறுதி கொடுக்கவேண்டும்" என்று அவன் கைகளைப் பிடித்துக் கொண்டான்.

"ஒன்றாய்ப் போவானேன்? எத்தனை வேணுமானாலும் தருகிறேன்."

"தயவு செய்து இப்போது விளையாட்டுப் பேச்சு வேண்டாம், கமலபதி! புராணங்களில் சொல்வார்களே, இடது கண் துடிக்கிறது, இடது தோள் துடிக்கிறது என்றெல்லாம். அப்படியொன்றும் எனக்குத் துடிக்கவில்லை. ஆனாலும் ஏதோ விபரீதம் வரப் போகிறதென்று மட்டும் என் மனது சொல்கிறது. இதைக்கேள், அபிராமியும் அவள் தோழியும் பேசிக்கொண்டிருந்தார்கள் அல்லவா? நானும் மெய்ம்மறந்து கேட்டுக்கொண்டிருந்தேனல்லவா? அப்போது இன்னொரு பெண் வந்து, 'அபிராமி! உன்னைக் கூப்பிடுகிறார்கள்! யாரோ திருப்பரங்கோயிலிலிருந்து உன்னைப் பார்க்க மனுஷாள் வந்திருக்கிறார்களாம்' என்றாள். உடனே அபிராமி எழுந்து போனாள். அதைக் கேட்டது முதல் என் மனத்தில் கலக்கம் ஏற்பட்டிருக்கிறது. திருப்பரங்கோயில் மனுஷர்கள் இப்போது எதற்காக இங்கே வரவேணும்?"

கமலபதி சிரித்தான். "எத்தனையோ உற்பாதங்கள், அபசகுனங்களைப் பற்றி நான் கேட்டிருக்கிறேன். இது எல்லாவற்றையும் தூக்கி அடிப்பதாயிருக்கிறது" என்றான்.

முத்தையன், "அது எப்படியாவது இருக்கட்டும். என்னுடைய பயம் பொய்யாய்ப் போனால் ரொம்ப நல்லது. ஒரு வேளை நிஜமானால், என்னைப் போலீசார் பிடித்துவிட்டால், அல்லது நான் இறந்துபோனால், அபிராமியை நீதான் காப்பாற்ற வேணும். கமலபதி, அவளுக்கு வேறு திக்கே கிடையாது. அப்படிக் காப்பாற்றுவதாக எனக்கு வாக்குறுதி கொடுப்பாயா?" என்று கேட்டான்.

அப்போது கமலபதி, "கடவுள் சாட்சியாய் அபிராமியை நான் காப்பாற்றுகிறேன், பலராம்! பாதிக் கல்யாணம் ஆகிவிட்டது அவளைக் காப்பாற்ற எனக்குப் பூர்ண சம்மதம். என்னைக் காப்பாற்ற அவள் சம்மதிக்க வேண்டியதுதான் பாக்கி!" என்றான்.

38

"ஐயோ! என் அண்ணன்!"

அன்றிரவு வழக்கம்போல், 'சங்கீத சதாரம்' நாடகம் நடந்து கொண்டிருந்தது. கமலபதி சதாரம் வேஷத்தில் மேடையில் வந்து நடித்துக்கொண்டிருந்தபோது, தற்செயலாக அவனுடைய பார்வை

அபிராமியின் மீது விழுந்தது. ஒரு நிமிஷம் அவன் மெய்மறந்து போனான். அச்சமயம் மேடையில் சொல்லவேண்டியதைக்கூட மறந்துபோய் நின்றான். கோமுட்டி செட்டியாரின் மகன், வேஷம் போட்டவன் கெட்டிக்காரனாதலால், அவன் கமலபதியின் கால்விரலைத் தன் கால்விரலால் அமுக்கி "என்ன நான் கேட்கிறேன், சும்மா இருக்கிறாயே?" என்றுகூறி, மறுபடியும் கேள்வியைப் போட்ட போதுதான் கமலபதிக்கு நாடகக் கட்டம் ஞாபகம் வந்தது. அந்தக் காட்சி முடிந்து திரைவிட்டதும், கமலபதி முத்தையனிடம் அவசரமாகச் சென்று, "முத்தையா! ஒரு அதிசயம்!" என்றான். முத்தையன் என்னவென்று கேட்கவும், அபிராமி நாடகம் பார்க்க வந்திருக்கிறாள் என்பதைத் தெரிவித்து, "நல்ல வேளை நான் முதலில் அவளைப் பார்த்தேன். எனக்கே ஒரு நிமிஷம் திணறிப் போய்விட்டது. நீ மேடையிலிருக்கும்போது திடீரென்று அவளைப் பார்த்திருந்தால் என்ன செய்திருப்பாயோ என்னமோ?" என்றான்.

முத்தையன் அளவிலாத ஆவலுடனும் பரபரப்புடனும் மேடையின் பக்கத் தட்டிக்குச் சமீபம் வந்து, இடுக்கு வழியாக, கமலபதி காட்டிய திக்கை நோக்கினான். அடுத்த நிமிஷம் அவன் கமலபதியைக் கெட்டியாகப் பிடித்துக்கொண்டான். அவன் உடம்பு நடுங்கிற்று. கமலபதியை அவன் தனி இடத்துக்கு அழைத்துச்சென்று, "கமலபதி! நான் சாயங்காலம் சொன்னது நிஜமாய்ப் போய்விடும் போலிருக்கிறது. அபிராமியின் பக்கத்திலருப்பது யார் தெரியுமா? அவர்தான் திருப்பரங்கோயில் போலீஸ் ஸப்இன்ஸ்பெக்டர். ஏதோ சந்தேகம் தோன்றித்தான் அவர் அபிராமியை இந்த நாடகத்துக்கு அழைத்து வந்திருக்கவேண்டும்" என்றான்.

ஸர்வோத்தம சாஸ்திரி முத்தையனைப் பார்த்ததில்லையே தவிர, முத்தையன் திருப்பரங்கோயிலில் இருந்தபோது பல தடவை சாஸ்திரியைப் பார்த்திருக்கிறான். ஒரு ஊரில் ஸப்-இன்ஸ்பெக்டர் உத்தியோகம் பார்ப்பவரை அந்த ஊரில் உள்ளவர்களுக்குத் தெரியாமல் இருக்க முடியுமா?

நண்பர்கள் இருவரும் கவலையுடனே ஆலோசனை செய்தார்கள். முத்தையன் நாடகம் முழுவதும் நடித்துவிட வேண்டியதுதான் என்று தீர்மானித்தார்கள். அவன் அபிராமியின் பக்கம் திரும்பிப் பார்க்கக்கூடாது. பார்த்தாலும் தெரிந்தவள் என்பதாகக் காட்டிக்கொள்ளக் கூடாது. வேறு வழி ஒன்றுமில்லை. இப்போது மேடைக்கு வரமாட்டேனென்றால், எல்லாம் ஒரே குழப்பமாக முடிவதோடு சந்தேகமும் ஊர்ஜிதமாகுமல்லவா?

ஏதாவது அபாயத்துக்கு அறிகுறி தென்பட்டால் என்ன செய்ய வேண்டுமென்பதையும் அவர்கள் யோசித்து முடிவுசெய்தார்கள். கமலபதி சென்னைக்கு வந்ததும், ஒரு 'ஸெகண்ட் ஹாண்ட்' மோட்டார் கார் வாங்கியிருந்தான். நடிகர்கள் வருவதற்கென்று கொட்டகைக்குப் பின்னால் ஒரு தனி வழியிருந்தது. அவனுடைய காரை அங்கேதான் நிறுத்தி வைப்பது வழக்கம். அவசியம் ஏற்பட்டால், முத்தையன் அந்தக் காரில் ஏறி ஓட்டிக்கொண்டு போய்விட வேண்டியது. அப்புறம் பகவான் விட்ட வழி விடுகிறார்.

"கமலபதி! உன் வாக்குறுதியை மறந்துவிடாதே!" என்று கடைசியாகக் கேட்டுக்கொண்டான் முத்தையன்.

நாடகம் நடந்துகொண்டு வந்தது. சதாரமும் திருடனும் சந்திக்கிறார்கள். திருடன் பாடுகிறான்:

'கண்ணே உனக்குப் பயம் ஏனோ - நீ
கவலை கொள்ளவும் விடுவேனோ – அடி
பெண்ணே பிரமாதம் பண்ணிடாதே – கள்ளப்
பிறப்பென்று அவமதிக்காதே!
கண்ணன் என்பானொரு கள்ளன் – முன்னம்
கன்னியர் மனங்களைக் கவர்ந்தான் – அவன்
கன்னமிடா இதயமில்லை – காதல்
கொள்ளையிடாத உள்ள மில்லை
வெண்ணெய் திருடி அந்தக் கள்வன் – எங்கள்
வம்சத்துக்கே வழி முதல்வன் – அந்தக்
கண்ணன் குலத்தில் பிறந்தேனே – ஏற்ற
கள்ளப் புருஷனாய் வாய்த்தேனே!'

கடைசி அடியைப் பாடும்போது, திருடன் தன் முகமூடியை விலக்குகிறான். உடனே சதாரம் மூர்ச்சித்து விழுகிறாள்.

அதே சமயத்தில் சபையில் குடிகொண்டிருந்த நிசப்தத்தைப் பிளந்துகொண்டு, "ஐயோ! என் அண்ணன்!" என்று ஒரு குரல் எழுந்தது. அடுத்த கணத்தில் அபிராமி நிஜமாகவே மூர்ச்சையடைந்து விழுந்தாள். மீனாட்சி அம்மாள் அவளைத் தாங்கிக்கொண்டாள்.

ஸப்இன்ஸ்பெக்டர் ஒரு துள்ளுத்துள்ளி எழுந்து பின்புறம் நோக்கிச் சமிக்ஞை செய்தார். உடனே அங்கிருந்த நாலுபேரும் எழுந்து விரைந்து சென்றார்கள்.

இதற்குள் சபையில் பாதிப் பேருக்குமேல் எழுந்து நிற்கவும், "என்ன? என்ன?" என்று ஒருவரையொருவர் கேட்கவும் காரணந் தெரியாமல் சிலபேர் விழுந்தடித்து வெளியே ஓடவும் – இம்மாதிரி

அல்லோல கல்லோலமாகிவிட்டது. மேடையிலும் திரையை விட்டுவிட்டார்கள்!

உடுப்பணியாத போலீஸார் நாலுபேரும் வெளியே சென்று அங்கே தயாராயிருந்த உடுப்பணிந்த போலீஸ்காரர்களையும் அழைத்துக்கொண்டு மேடைக்குள் ஓடினார்கள். அங்கே மூலை முடுக்குகளில் எல்லாம் தேடியுங்கூடத் திருடன் அகப்படவில்லை!

கமலபதி கவலை தேங்கிய முகத்துடன், ஆவலுடன் எதையோ எதிர்நோக்குபவன்போல் இருந்தான். சில நிமிஷங்களுக்குப் பிறகு, சற்று தூரத்துக்கப்பாலிருந்து அவனுடைய மோட்டார் ஹாரனின் சப்தம் வரவும் அவனுடைய முகம் பிரகாசம் அடைந்தது!

39

திருப்பதி யாத்திரை

திருப்பதியிலுள்ள ஸ்ரீ வெங்கடேசப் பெருமானுக்கு உலகத்திலே நாம் எங்கும் கேட்டறியாத ஓர் அபூர்வமான சபலம் இருந்து வருகிறது, தம்மிடம் வரும் பக்தர்களின் தலையை மொட்டையடித்துப் பார்ப்பதில் அவருக்கு ஒரு திருப்தி. வேறே எங்கேயாவது மொட்டையடித்துக்கொண்டு வந்தால் பிரயோஜனமில்லை. அவருடைய சந்நிதியிலேயே மொட்டை யடித்துக்கொண்டு தலைமயிரையும் அவ்விடமே தான் அர்ப்பணம் செய்யவேண்டும். சாதாரணமாய்க் குழந்தைகளை அப்படிப் பார்ப்பதிலேதான் அவருக்கு அத்தியந்த ஆசை. ஆனால் சில சமயம் மீசை முளைத்த, தலை நரைத்த பெரியவர்களுங்கூட அங்கே போனதும் கடவுளுக்கு நாம் குழந்தைகள்தானே என்ற எண்ணத்திலே தலையை மொட்டையடித்துக்கொண்டு விடுகிறார்கள். 'சாமியாவது, பூதமாவது? அப்படி ஒரு சாமி இருந்தால் அவர்தான் என்னை வணங்கட்டுமே? நான் ஏன் அவரை வணங்கவேண்டும்?' என்று பேசும் பகுத்தறிவுப் பெரியவர்கள்கூடத் திருப்பதிக்குப் போனதும் பகுத்தறிவெல்லாம் பறந்துபோகத் தலையை மழுங்கச் சிரைத்துக்கொண்டு விடுகிறார்கள். கூந்தல் வளரும் தைலங்கள் தடவி அருமையாக வளர்த்த அளகபாரத்தை எத்தனையோ ஸ்திரீகள் அங்கே பறிகொடுத்துவிட்டு வருகிறார்கள்.

அந்த வருஷம் கல்யாணியின் தகப்பனார் திருச்சிற்றம்பலம் பிள்ளைக்கும் குடும்பத்துடனே திருப்பதி போய்வர வேணுமென்ற

விருப்பம் ஏற்பட்டது. தலை மொட்டையடிப்பதற்கு அவருடைய இளையதாரத்தின் குழந்தைகள் ஏராளமாய் இருந்தார்கள். வெங்கடேசப் பெருமாளுக்குக் குடும்பத்திலே வேண்டுதலும் இருந்தது. கல்யாணி அவ்வளவு பெரிய சொத்துக்காரியாய் இருக்கும்போது, செலவுக்குப் பணத்துக்குத்தான் என்ன குறைவு? திருப்பதிக்குப் போய் வந்து, விமரிசையாகக் 'கம்பசேர்வை' நடத்தி, கூத்துவைக்க வேணுமென்றும் அவர் முடிவு செய்திருந்தார். கல்யாணியிடம் இதைப் பிரஸ்தாபித்தபோது, அவள் ஆவலுடன் தானும் வருவதாகத் தெரிவித்தாள்.

கல்யாணி பூங்குளத்துக்கு வந்து மூன்று மாதம் ஆயிற்று. ஆரம்பத்தில் முத்தையனைச் சந்தித்துப் பேசியதின் பயனாக அவளுடைய உள்ளத்தில் சிறிது அமைதி ஏற்பட்டிருந்தது. நாளாக ஆக அந்த அமைதி குன்றி, பரபரப்பு அதிகமாகிக் கொண்டிருந்தது. "முத்தையன் ஏன் இன்னும் வரவில்லை? அவன் எங்கே போனான்? என்ன செய்கிறான்?" என்று அவள் உள்ளம் ஒவ்வொரு கணமும் கேட்டுக்கொண்டிருந்தது. அவனைப் பார்க்கவேணுமென்ற தாபத்தினால் அவளுடைய இருதயம் துடித்துக்கொண்டிருந்தது. அவளுடைய தாபம் மிதமிஞ்சிப் போகாத வண்ணம் ஒருவாறு ஆறுதல் அளித்து வந்தது அந்த நதிக்கரைப் பிரதேசந்தான். இந்த இரண்டு மூன்று மாத காலமாகக் கல்யாணி பழையபடி கொள்ளிடக்கரை வனதேவதையாக விளங்கினாள். தினந்தவறினாலும் அவள் நதிக்குக் குளிக்கப்போவது தவறுவதில்லை. அப்படிப் போகிறவள் திரும்பி வீட்டுக்குவர அவசரப்படுவதுமில்லை. நெடுநேரம் காடுகளில் சுற்றிக்கொண்டிருப்பாள். அவள் கன்னிப்பருவத்தில் பழம் பறித்துத் தின்ற நாவல் மரம், இலந்தை மரம் இருக்குமிடமெல்லாம் இப்போதும் தேடிச் செல்வாள்; கிளைகளை உலுக்குவாள். உதிர்ந்த பழங்களை ஓடிஓடிப் பொறுக்கிச் சேர்ப்பாள். அப்போது முத்தையனுடைய ஞாபகம் வந்துவிடும். அப்படியே தரையில் உட்கார்ந்து பகற்கனவில் ஆழ்ந்துவிடுவாள். ஐயோ! தன்னை மட்டும் முத்தையனுக்குக் கட்டிக் கொடுத்திருந்தால் வாழ்க்கை எவ்வளவு ஆனந்தமயமாக இருந்திருக்கும்?

தினம் ஒரு தடவை பாழடைந்த கோயிலுக்குச் சென்று பார்ப்பாள். ஒவ்வொரு நாளும், "இன்றைக்கு வந்திருப்பானோ?" என்ற அடங்காத ஆவலுடனே செல்வாள். படபடவென்று அடித்துக்கொள்ளும் மார்பை அமுக்கிப் பிடித்துக் கொண்டுபோய்ப் பார்ப்பாள். முத்தையன் வழக்கமாய் உட்காரும் மேடை வெறிதாயிருக்கக் கண்டதும் அவள் நெஞ்சு துணுக்கமடையும்.

ஒருவேளை தன்னை அலக்கழிப்பதற்காகப் பக்கத்தில் எங்கேயாவது ஒளிந்திருப்பானோ என்றுகூட நாலாபுறமும் தேடிப் பார்ப்பாள்.

ஏன் இன்னும் வரவில்லை? அபிராமியை ஒரு தடவை பார்த்துவர வேணுமென்றுதானே போனான்? பார்த்தானோ இல்லையோ? ஒருவேளை அவள் அவனைப் பிரியமாட்டேன் என்று சொல்லிவிட்டாளோ? இருவருமாகக் கப்பலேறிப் போய் விட்டார்களோ?

சகிக்கமுடியாத இந்த எண்ணம் தோன்றும்போது அவளுக்கு அபிராமியின் மீது கோபம் அசாத்தியமாக வரும். அந்தப் பாழும் அபிராமியினாலேதான் தன்னுடைய வாழ்க்கைப் பாழானதெல்லாம்! அவள் எதற்காகப் பிறந்தாள்? அவள் பிறக்க வேண்டியது அவசியமென்றால் தன்னை எதற்காகப் பகவான் படைக்கவேணும்?

இப்படி ஒவ்வொரு நாளும் கல்யாணிக்கு முடிவில்லாத ஒரு யுகமாகப் போய்க்கொண்டிருந்தது. இத்தகைய சந்தர்ப்பத்திலேதான் திருச்சிற்றம்பலம் பிள்ளை குடும்ப சகிதமாகத் திருப்பதி யாத்திரை கிளம்பினார். ஆடி பிறந்து நடவு ஆரம்பமாகிவிட்டால் அப்புறம் எங்கும் கிளம்ப முடியாதென்றும் யாத்திரைப் புறப்பட இதுதான் சரியான தருணம் என்றும் அவர் எண்ணினார்.

நாளுக்கு நாள் உள்ளக் கிளர்ச்சி அதிகமாகிக் கொண்டிருந்த கல்யாணிக்கு, தான் பூங்குளத்திலேயே இன்னும் இருந்தால் பைத்தியமே பிடித்துவிடும்போல் தோன்றிற்று. யாத்திரை கிளம்பிச் சென்றால், பல இடங்களைப் பார்ப்பதில் சிறிது மனத்தைச் செலுத்தலாமல்லவா? ஒருவேளை போகுமிடங்களில் எதாவது முத்தையனைப் பற்றிய செய்தி காதில் விழுந்தாலும் விழலாமல்லவா – இந்த எண்ணத்துடனேதான் கல்யாணியும் திருப்பதிக்குக் கிளம்பச் சித்தமானாள்.

குறிப்பிட்ட நல்ல நாளில் திருச்சிற்றம்பலம் பிள்ளையின் குடும்பம் திருப்பதிக்குப் பிரயாணமாயிற்று.

40

ராயவரம் ஜங்ஷன்

சாதாரணமாகவே ஒரு ரயில்வே ஜங்ஷனைப்போல் கலகலப்பான இடம் வேறு கிடையாது என்று சொல்லலாம். அதிலும், ராயவரம்

ஜங்ஷனைப் பற்றிச் சொல்ல வேண்டியதில்லை. அங்கே நாலு முக்கியமான இடங்களுக்குப் போகும் நாலு ரயில் பாதைகள் வந்து சேர்கின்றன. ஆகவே பகல், இரவு இருபத்துநான்கு மணிநேரமும் ஸ்டேஷன் கலகலவென்றுதான் இருக்கும்.

ஆஹா! அங்கே எத்தனை விதமான வாசனைகள்தான் கலந்து வருகின்றன? தாழம்பூ, ரோஜாப்பூ, வெட்டிவேர், மருக்கொழுந்து வாசனை; மசால்வடை, காரா பூந்தி வாசனை; சாம்பார் சாதம், தயிர் சாதம் வாசனை; ரொட்டி-பன் பிஸ்கோத்து வாசனை; புகையிலை வாசனை; சுருட்டுப் புகை வாசனை; அழுகிய ஆரஞ்சுத் தோல், வாழைப்பழத் தோல் வாசனை; மனுஷர்கள் மேலிருந்து வரும் ஸெண்டு, ஜவ்வாது, வேப்பெண்ணெய் வாசனை; கங்கையிலே முழுகிய பின், ராமேசுவரத்தில்தான் குளிப்பது என்ற திட சங்கல்பத்துடன் வரும் வடக்கத்தியார்களுடைய அழுக்கடைந்த துணிகளிலிருந்து வரும் வாசனை; அம்மம்மா! அந்த வாசனைகளை எல்லாம் தனித்தனியாகப் பிரித்து எடுத்து எண்ணினால் குறைந்தது முப்பதினாயிரம் வாசனை இராதா?

அப்புறம் எத்தனை தினுசான மனிதர்களை நாம் அங்கே பார்க்கிறோம்! பட்டிக்காட்டு குடியானவர்கள்; பட்டணத்து நாகரிக புருஷர்கள்; உச்சிக்குடுமி மனிதர்கள்; கிராப்புத் தலைக்காரர்கள்; குல்லா அணிந்தவர்கள்; தொப்பி தரித்தவர்கள்; பட்டை நாமங்கள்; சந்தனப் பொட்டுக்கள்; முறுக்கு மீசைகள்; முகக்ஷவரங்கள்; நீண்ட தாடிகள்!

ஸ்திரீகளிலேதான் எத்தனை விதம்? கொரநாட்டுப் புடவை தரித்தவர்கள்; புதுச்சேரி ஸில்க் அணிந்தவர்கள்; நெற்றி நிறையும்படி குங்குமப் பொட்டு இட்டவர்கள்; கண்ணுக்குத் தெரியாதபடி சிறு சாந்துப்பொட்டு வைத்தவர்கள், தலை பின்னித் தொங்கவிட்டவர்கள்; பின்னலை எடுத்துக் கட்டியவர்கள்; பின்னாமல் கொண்டை போட்டுக் கொண்டவர்கள்; வைரக் கம்மல்கள், தொங்குகிற டோலக்குகள்!

அங்கே கிளம்புகிற சப்தங்கள் எத்தனை வகை! ரயில் ஊதும் சப்தம்; எஞ்சின் புகைவிடும் சப்தம்; மணி அடிக்கும் சப்தம்; ‘மசால்வடை முந்திரிப்பருப்பு’ என்று விற்கும் சப்தம்; குழந்தைகள் கூக்குரலிடும் சப்தம்; ஸ்டெஷனுக்கு வெளியே ஜட்கா வண்டிகள் கடகடவென்று ஓடும் சப்தம்; மோட்டார் ஹாரன்களின் சப்தம்; எல்லாவற்றிற்கும் மேலாக ஜனங்கள் பேசுகிற கலகல சப்தம்.

ஒரு ரயில் பிளாட்பாரத்தில் நம்முடைய காதில் விழுகிற பேச்சுக்களைப்போல சுவாரஸ்யமானது வேறொன்றுமே கிடையாது என்று சொல்லவேண்டும்.

“கொஞ்சமாவது மூளையே இல்லாதவர்கள் ராஜ்யத்தை ஆண்டால், வேறென்னதான் நடக்கும்?” என்று ஓர் அரசியல்வாதி சொல்லிக்கொண்டு போகிறார்.

“அய்யர்வாள்! என்ன தீட்சை வளர்க்கிறாப் போலிருக்கே! ஆத்திலே எத்தனை மாதம்?” என்று கேட்கிறார் ஒரு கர்நாடகப் பேர்வழி.

“அம்மா! எனக்கு ஒரு லயிலு வண்டி வாங்கிக்கொடு!” என்று மூக்கால் அழுகிறது ஒரு சின்னக் குழந்தை. (அது வாங்கிக்கொடுக்கச் சொல்லுவது பொம்மை ரயிலைத்தான்; நிஜ ரயிலையல்ல.)

“ஏன், ஸார்! இன்றைக்குப் பேப்பரில் என்ன ஒரு இழவும் இல்லையே!” என்று சொல்லிக்கொண்டு போகிறார் ஒரு பத்திரிகைப் பிரியர்.

“அடே ராமு! பரீட்சையில் ‘கோட்’ அடிச்சுட்டயாமே? இப்படிக் கொடு கையை” என்று ஒரு வாலிபன் இன்னொரு வாலிபனுடைய கையைப் பிடித்துக் குலுக்குகிறான்.

ராயவரம் ஜங்ஷன் இப்படிக் கலகலப்பாக இருந்து கொண்டிருந்தது. சென்னைக்குப் போகும் ராமேசுவரம் எக்ஸ்பிரஸ் வண்டி வருகிற நேரம் நெருங்கிவிட்டபடியால், ஜனங்கள் பெட்டி படுக்கைகளுடனும், மூட்டை முடிச்சுகளுடனும், குழந்தை குட்டிகளுடனும் கூட்டங்கூட்டமாக வந்து பிளாட்பாரத்தில் சேர்ந்து கொண்டிருந்தார்கள். இப்படி வந்தவர்களில் திருச்சிற்றம்பலம் பிள்ளையையும் அவரது குடும்பத்தாரையும் நாம் பார்க்கிறோம்.

மேற்பாலத்துக்குப் போகும் படிக்கட்டின் அடியில் விழுந்திருந்த நிழலில் ஒரு பெட்டியின்மேல் உட்கார்ந்திருந்தாள் கல்யாணி. அத்தை அவள் பக்கத்தில் நின்றாள். திருச்சிற்றம்பலம் பிள்ளையும், அவருடைய மனைவியும் குழந்தைகள் அங்கும் இங்கும் ஓடாமல் தடுத்து நிறுத்தும் பெரும் முயற்சியில் ஈடுபட்டிருந்தார்கள். வண்டிக்காரர்கள் இரண்டுபேர் கையில் தார்க்குச்சியுடன் பயபக்தியோடு சற்றுத் தூரத்தில் நின்றார்கள்.

அந்தப் பிளாட்பாரத்தில் கூடியிருந்த அவ்வளவு ஸ்திரீகளுக்குள்ளும் கல்யாணிதான் அழகும் வசீகரமும் பொருந்தி விளங்கினாள். அவ்வழியே போன ஸ்திரீகள் அவளைப் பொறாமை

பொங்கிய கண்களுடன் பார்த்துக்கொண்டு போனார்கள். புருஷர்கள் எங்கேயோ பார்க்கிற பாவனையுடன் அவளைப் பார்த்துக்கொண்டு சென்றார்கள். பட்டு உருமாலையும் ஜவ்வாதுப் பொட்டும் தரித்த ஓர் இளைஞன் அவ்வழியாகக் குறுக்கே நெடுக்கே ஐந்தாறு தடவை போய்விட்டான்.

முதலில் இரண்டொரு நிமிஷம் கல்யாணி பிளாட்பாரத்தின் நாலாபுறமும் பார்த்துப் பார்த்து ஆச்சரியப்பட்டுக் கொண்டிருந்தாள். அப்புறம் பட்டென்று அவள் முகத்தில் ஒரு மாறுதல் உண்டாயிற்று. கவனத்துடன் எதையோ கேட்பவள் போன்ற பாவனை தோன்றிற்று. ஐந்து நிமிஷத்திற்குள் அவளுடைய முகத்தில் ஆயிரம் விதமான பாவங்கள் காணப்பட்டு மறைந்தன. வியப்பு, கோபம், ஆவல், ஆத்திரம், சந்தேகம், பரபரப்பு இவ்வளவு பாவங்களும் மாறிமாறித் தோன்றின.

அவளுக்குக் கொஞ்சதூரத்தில் சிலர் கும்பலாக நின்று பேசிக்கொண்டிருந்தது அவளுடைய காதில் விழுந்ததுதான் இதற்குக் காரணமாகும்.

கூட்டத்தில் ஒருவர் சொல்கிறார்: "அதை ஏன் கேட்கிறீர்கள்? சென்னைப் பட்டணமெல்லாம் ஒரே 'கொல்'லென்று போயிருக்கு! அடாடா! அந்தத் திருடனுடைய சாமர்த்தியத்தைச் சொல்லுகிறார்கள் சொல்லுகிறார்கள் அப்படியே சொல்லுகிறார்கள்..."

கூட்டத்தில் இன்னொருவர்: "ஏன் ஸார்! அத எப்படிப் பெரிய கூட்டத்திலே அத்தனை போலீஸ்காரனுக்கும் டிமிக்கி கொடுத்துவிட்டு அவன் தப்பித்துக்கொண்டான்? நம்ப முடியாத அதிசயமாயிருக்கிறதே!"

முதல் மனிதர்: "பாருங்கள்! ஸ்டேஜ் மேலேயிருந்து அப்படியே அலாக்கா ஒரு தாவு தாவினானாம். நாடகம் பார்க்க வந்திருந்தவர்கள் தலைமேலேயே நடந்து இரண்டு எட்டிலே போய்விட்டானாம். இன்னும் பெரிய வேடிக்கை என்ன தெரியுமா? அவனை அரஸ்ட் செய்ய வந்திருந்த போலீஸ் டிபுடி கமிஷனரின் மோட்டார் வண்டி வாசலிலே நின்றுகொண்டிருந்ததாம். அந்த வண்டியைத்தான் அவன் விட்டுக்கொண்டு போய்விட்டானாம்!"

வேறொருவர்: "அவன் எங்கேதான் போயிருப்பான் என்று ஏதாவது தெரிந்ததோ?"

"எங்கே போயிருப்பான்? பழையபடி கொள்ளிடக் கரைக்குத்தான் வந்து சேர்ந்திருப்பான். நாணற்காட்டிலே

புகுந்துவிட்டால், அப்புறம் யாராலே கண்டுபிடிக்க முடியும்! ஆயிரம் போலீஸ்காரர்கள்தான் வரட்டுமே?"

"ஆமாம்; நாணற்காட்டிலே புகுந்துவிட்டால், சாப்பாட்டுக்கு என்ன வழி?"

"அது தெரியாதா உங்களுக்கு? கொள்ளிடக்கரையில் ஏதோ ஒரு கிராமத்தில் அவனுக்கு... (மெதுவான குரலில்) யாரோ ஒரு பெண்பிள்ளை இருக்காளாம்?"

"இதற்கு என்ன, ஸார், இவ்வளவு இரகசியம்! முத்தையன் போகிற ஊரெல்லாந்தான் அவனுக்கு ஒரு பெண்டாட்டி இருக்கிறாள் என்று சொல்கிறார்களே!"

"சீச்சீ! ஏன் இப்படிக் கன்னா பின்னாவென்று பேசுகிறீர்கள்? நம்முடைய வழக்கமே இப்படித்தான்; ஒன்று என்பதைப் பத்து என்கிறது!"

"உங்களுக்கெல்லாம் என்ன தெரியும்? பட்டணத்திலே பெண் பிள்ளைகள் எல்லாம் ஒரேயடியாக அவனுடைய மோகத்திலே முழுகிக் கிடந்தார்களாம். அதென்னமோ அவனிடத்திலே ஒரு வசீகரண சக்தி இருப்பதாகச் சொல்கிறார்கள். நாடக மேடையில் அவன் முகத்தைத் திறந்து காட்டினானோ இல்லையோ, எத்தனையோ பெண்பிள்ளைகள் மூர்ச்சைப் போட்டு விழுந்துவிடுவார்களாம்! பாருங்கள்; கடைசி நாள் நாடகத்தன்றுகூட அப்படி ஒருத்தி மூர்ச்சைப்போட்டு விழுந்துவிட்டாளாம்!"

"அதென்னமோ, ஸ்வாமி! இந்தப் பக்கமெல்லாம் அவனுக்கு அது விஷயத்தில் ரொம்ப நல்ல பெயர். என்னதான் கொள்ளைக்காரனாய் இருந்தாலும், இதுவரையில் ஒரு ஸ்திரீக்காவது அவன் கெடுதல் செய்ததில்லை என்று சொல்கிறார்கள்."

"ஒரு நாளைக்கு அவன் அகப்படப்போகிறான்! அப்போது எல்லாப் பொய் நிஜமும் தெரிந்துபோகிறது."

கல்யாணி இவ்வளவுதான் கேட்டாள். உடனே ஒரு தீர்மானத்துக்கு வந்தாள். திருச்சிற்றம்பலம் பிள்ளையைக் கூப்பிட்டு, "அப்பா! எனக்கு உடம்பு ஒரு மாதிரியாய் இருக்கிறது; நான் திருப்பதிக்கு வரவில்லை. நீங்கள் போய்வாருங்கள். நானும் அத்தையும் திரும்பிப் பூங்குளத்துக்கே போய்விடுகிறோம்" என்றாள்.

திருச்சிற்றம்பலம் பிள்ளை திடுக்கிட்டு, "என்ன அம்மா! இப்படிச் சொல்கிறாய்? டிக்கட்கூட வாங்கியாய் விட்டதே!" என்று கேட்டார். அவர் என்ன சொல்லியும் பிரயோஜனப் படவில்லை.

கல்யாணி பிடிவாதமாகத் திரும்பித்தான் போவேனென்று சொன்னாள்.

இதற்குள் ரயில் வந்துவிடவே, திருச்சிற்றம்பலம் பிள்ளை வேறு வழியில்லாமல் "சரி, அம்மா! நல்ல வேளையாய் வண்டிக்காரர்களும் இருக்கிறார்கள். திரும்பி ஜாக்கிரதையாய்ப் போய்ச் சேர். வீட்டிலும் ஜாக்கிரதையாய் இரு" என்று நூறு தடவை ஜாக்கிரதைப் படுத்திவிட்டு, மனைவி மக்களுடன் ரயில் ஏறினார்.

ஸ்டேஷனைவிட்டு ரயில் நகர்ந்ததும், கல்யாணியும் அத்தையும் வெளியே வந்து மாட்டுவண்டியில் ஏறிப் பூங்குளத்துக்குப் பிரயாணமானார்கள்.

41

மறைந்த சுழல்

ஆடி மாதம். மேலக்காற்று விர்விர் என்று அடித்துக்கொண்டிருந்தது. மரங்களில் கிளைகள் அந்தக் காற்றில் பட்ட பாட்டைச் சொல்லி முடியாது. நாலா பக்கமிருந்தும் 'ஹோ' என்ற இரைச்சல் சத்தம் எழுந்தது.

பூங்குளம் கிராமம் ஜலத்திலே மிதந்துகொண்டிருப்பது போல் காணப்பட்டது. ஆறுகளிலும் வாய்க்கால்களிலும் புதுவெள்ளம் இரு கரைகளையும் தொட்டுக்கொண்டு சுழிகள் நுரைகளுடன் அதிவேகமாய்ப் போய்க்கொண்டிருந்தது. வயல்கள் எல்லாம் தண்ணீர் நிறைந்து ததும்பிக் கொண்டிருந்தன. நாற்றங்கால்களில் இளம் நாற்றுக்கள் கொழுகொழுவென்று பசுமையாய்ப் படர்ந்திருந்தன. அப்பயிரின் மீது சிலசமயம் காற்று வேகமாய்ச் சுழன்று அடித்தபோது, விதவிதமான சுழிகளும் கோலங்களும் தோன்றி மறைந்தன.

தடாகங்கள் நீர் நிறைந்து அலைமோதிக் கொண்டிருந்தன. தாமரையும் அல்லியும் புத்துயிர்ப் பெற்று, தளதளதளவென்று விளங்கிய புதிய இலைகளையும் மொட்டுகளையும் விட்டுக் கொண்டிருந்தன. அங்கொன்றும் இங்கொன்றுமாக மலர்ந்திருந்த தாமரைப் பூக்களை மேலக் காற்று படாதபாடுபடுத்திற்று.

மிருகங்களுக்கும் பட்சிகளுக்கும்கூடப் புது வெள்ளம் வாழ்க்கையில் புதிய உற்சாகத்தை ஊட்டியிருப்பதுபோல்

காணப்பட்டது. எருமை மாடுகள் தளர்ந்த நடையுடன் வந்துகொண்டிருந்தவை, நீர் நிரம்பியத் தடாகத்தைப் பார்த்ததும் அதிகவேகமாய்ப் பாய்ந்து வந்து தண்ணீரில் அமிழ்ந்தன. கொக்குகள் கூட்டங்கூட்டமாகப் பறந்து வந்து, குளக்கரைகளில் புதிதாய் முளைத்து வரும் கோரைகளுக்கு மத்தியில் உட்கார்ந்து மௌனானந்தத்தில் ஆழ்ந்துவிட்டன. பசுமையான கோரைகளுக்கு இடையில் அந்தத் தூய வெண்ணிறக் கொக்குகள் நின்ற நிலையும், அவற்றின் நிழல் கீழே தண்ணீரில் பிரதிபலித்த தோற்றமும், ஆகா! எப்பேர்ப்பட்ட கைத்தேர்ந்த சித்திரக்காரன் எழுதிய சித்திரமோ இது என்று நம்மை அதிசயிக்கச் செய்தன.

கல்யாணி பூங்குளத்துக்கு வந்து, வண்டியைவிட்டு இறங்கி, வீட்டுக்குள் போனாளோ இல்லையோ, உடனே குடத்தை எடுத்து இடுப்பில் வைத்துக்கொண்டு, "அத்தை! நான் ஆற்றங்கரைக்குப் போய்க் குளித்துவிட்டு வருகிறேன்" என்று சொல்லிவிட்டுக் கிளம்பினாள். "என்னடி, அம்மா, இது? நாளைக்குப் போய் ஆற்றில் குளித்தால் போதாதா? இன்றைக்கே அவசரமா? மேலக்காற்றோ இப்படிச் சூறாவளியாய் அடித்துக்கொண்டிருக்கிறது. இந்தக் காற்றில் போனால் உடம்புக்குத்தான் ஆகுமா? நான் தனியாயிருக்கும்போது நீ ஏதாவது உடம்புக்கு வருவித்துக்கொண்டு படுத்துக்கொண்டு விடாதே! என்னால் ஆகாது" என்றாள் அத்தை.

"நன்றாயிருக்கிறது ஆற்றிலே புதுவெள்ளம் வந்திருக்கும்போது யாராவது வீட்டில் வெந்நீரில் குளிப்பார்களா? நான் மாட்டேன்" என்று சொல்லிவிட்டு கல்யாணி கிளம்பிச் சென்றாள்.

நேரே அவள் பாழடைந்த கோயிலுக்குத்தான் சென்றாள் என்று சொல்லவும் வேண்டுமோ? இந்தத் தடவை அவள் ஏமாற்றம் அடையவில்லை. மரத்தடியில் மேடைமீது முத்தையன் தலையில் கட்டிய முண்டாசுடன் உட்கார்ந்திருந்தான். அவனுடைய முகத்தில் குதூகலம் குடிகொண்டிருந்தது. கல்யாணியைப் பார்த்ததும் அவன் "ஸ்ரீமதி கல்யாணி அம்மாள், வரவேணும்! தங்களை எதிர்நோக்கிக் கொண்டுதான் இன்று காலை ஆறுமணியிலிருந்து காத்திருக்கிறேன்" என்றான்.

கல்யாணி ஆனந்தப் பரவசமானாள். திடீரென்று தனக்கு இறகுகள் முளைத்து ஆகாசத்தில் பறப்பதுபோன்ற உணர்ச்சி அடைந்தாள். சென்ற நாலு வருஷ காலத்தில் முத்தையன் ஒரு தடவையாவது இவ்வளவு சந்தோஷமாக அவளை வரவேற்றது கிடையாது. கல்யாணியின் கல்யாணப் பேச்சு ஆரம்பித்ததிலிருந்து

அவர்களுக்குள் கோபமும் தாபமும்தான் அதிகமாயிருந்தன அல்லவா!

"நான் இன்று உன்னைப் பார்ப்பது அதிர்ஷ்டவசந்தான்! இத்தனை நேரம் திருப்பதிக்குக் கிட்டத்தட்ட நான் போயிருக்க வேண்டியது" என்றாள் கல்யாணி.

"ஓகோ! அதென்ன சமாச்சாரம்? இதோ இந்த அக்கிராசன பீடத்தில் அமர்ந்து எல்லாம் விவரமாகச் சொல்லவேணும்" என்றான் முத்தையன், அவளுடைய குடத்தை வாங்கிக் கீழே வைத்து, அவளையும் அந்த மேடையில் உட்காரச் செய்தான்.

கல்யாணி, அன்று நடந்ததையெல்லாம் ஒருவாறு சொன்னாள். ராயவரம் ஸ்டேஷனில் ரயிலுக்காகக் காத்துக்கொண்டிருந்தபோது, முத்தையனைப் பற்றிய பேச்சு காதில் விழுந்ததையும், 'கொள்ளிடக்கரைக்குத்தான் வந்திருப்பான்' என்ற வார்த்தையைக் கேட்டவுடனே, தான் திருப்பதிக்குப் போகாமல் திரும்பி வந்து விட்டதையும் கூறினாள்.

"கல்யாணி! உன்னுடைய இப்பேர்ப்பட்ட அன்புக்கு நான் எந்த வகையில் தகுந்தவன் என்றுதான் தெரியவில்லை. உன்னுடைய அன்பைக்கூட ஒரு சமயம் நான் சந்தேகித்தேனே? அதை நினைத்தால் ஆச்சரியமாய் இருக்கிறது" என்றான் முத்தையன்.

கல்யாணிக்கு அப்போது ரயில்வே ஸ்டேஷனில் காதில் விழுந்த இன்னும் சில விஷயங்கள் ஞாபகம் வந்தன. அவள் முகத்தில் உடனே துன்பக்குறி தோன்றிற்று.

"அதெல்லாம் சரிதான்; ஆனால்..." என்று கேட்க ஆரம்பித்தவள், தயக்கமடைந்து நிறுத்திவிட்டாள்.

"என்ன? என்ன?" என்று முத்தையன் கேட்டான்.

கல்யாணி பேச்சை மாற்றி, "ரயிலேறுகிற சமயத்தில் நான் வரவில்லையென்று சொல்லிவிட்டேனல்லவா? அப்பாவும் சின்னம்மாவும் என்ன நினைத்தார்களோ தெரியாது. என்னைப் பைத்தியம் என்றே முடிவு கட்டியிருப்பார்கள். ஸ்டேஷனில் இருந்தவர்கள்கூட என்னைப் பார்த்துச் சிரித்திருப்பார்கள்" என்றாள்.

"இவ்வளவுதானே கல்யாணி! நாம் இரண்டு பேரும் பைத்தியங்கள்தான். பைத்தியங்களாகவே இருப்போம். சிரிக்கிறவர்களெல்லாம் சிரித்துக்கொள்ளட்டும். இன்னும் கொஞ்சநாள்தானே சிரிப்பார்கள்? நாம் இருவரும் கப்பலேறி ஆனந்தமாகக் கடல் பிரயாணம் செய்யும்போது அவர்களுடைய

சிரிப்பு நம்மைத் தொடர்ந்துவரப் போகிறதா? அக்கரைச் சீமைக்குப்போய் ஆனந்தமாய்க் காலங்கழிக்கும் போதுதான் அவர்களுடைய பரிகாசம் நம் காதில் விழப்போகிறதா..! கல்யாணி! என்னுடைய வேலையெல்லாம் ஆகிவிட்டது. அபிராமியைப் பார்த்துவிட்டேன். அவள் சௌக்யமாயிருக்கிறாள். அவளைப் பாதுகாப்பதற்கு ஓர் ஆசாமியும் ஏற்பட்டுவிட்டான். இனிமேல் நாம் எங்கே வேணுமானாலும் போகலாம். இன்னும் கொஞ்ச நாளைக்கு இங்கே போலீஸ் ஆர்ப்பாட்டம் அதிகமாயிருக்கும். அந்தக் கலவரம் அடங்கும் வரையில் நான் ஜாக்கிரதையாய் இருக்க வேணும். அப்புறம், நாம் கப்பலேறிக் கிளம்பிவிட்டோமானால், பிறகு எது எப்படிப் போனால் நமக்கு என்ன? சொர்க்க வாழ்வே அடைந்தவர்களுக்கு மண்ணுலகத்தைப் பற்றிக் கவலை ஏன்?" என்றான்.

பிறகு சில தினங்கள் கல்யாணிக்கும் முத்தையனுக்கும் சொர்க்க வாழ்வாகவே சென்று வந்தன. அவர்கள் ஆனந்த வெள்ளத்தில் மிதந்துகொண்டிருந்தார்கள் என்றே சொல்லலாம். ஆனால் அந்த வெள்ளத்தின் அடியில் ஒரு பெருஞ்சுழல் வட்டமிட்டுச் சுழன்று கொண்டிருந்தது என்பதை அவர்கள் அறிந்திருக்கவில்லை.

42

தண்டோரா

ராயவரம் டவுன் போலீஸ் ஸ்டேஷன் பிரமாத அமர்க்களப்பட்டுக் கொண்டிருந்தது. சென்னைப் பட்டணத்திலிருந்து சாஷாத் டிபுடி இன்ஸ்பெக்டர் ஜெனரல் துரையே வந்திருந்தார். இன்னும் ஜில்லா சுபரின்டென் டெண்டு துரையும், இரண்டு டிபுடி சூபரின்டென் டெண்டுகளும், அரைடஜன் சர்க்கிள் இன்ஸ்பெக்டர், ஸப் இன்ஸ்பெக்டர்களும், முப்பது கான்ஸ்டபிள்களும் ஆஜராகியிருந்தார்கள்.

ஜில்லா சூபரின்டென்டெண்டு துரை மேஜையிலே ஓங்கிக் குத்திவிட்டுச் சொல்கிறார்: "நம்முடைய ஜில்லா போலீஸ் படைக்கு இதைவிட அவமானம் வேண்டியதில்லை. நம்முடைய மானம் போயே போய்விட்டது. சென்னையிலிருந்து டிபுடி இன்ஸ்பெக்டர் ஜெனரல் துரை வந்திருப்பதைப் பார்க்கிறீர்கள் அல்லவா? இன்று

20ம் தேதி. இந்த மாதம் 31ம் தேதிக்குள் திருடனை நாம் பிடித்தேயாக வேண்டும். தெரிகின்றதா..?"

டிபுடி இன்ஸ்பெக்டர் ஜெனரல் சொல்கிறார்: "திருடன் எடுத்துவந்த மோட்டார், கொள்ளிடம் பாலத்துக்குப் பக்கத்தில் மடுவில் கிடந்து அகப்பட்டுவிட்டது. ஆகையால் அவன் இந்தக் கொள்ளிடக்கரையில்தான் எங்கேயோ ஒளிந்திருக்கிறான். கொள்ளிடக்கரை காடுகளைச் சல்லடை போட்டுச் சலித்துவிடுங்கள். அவனுக்கு யாராவது உதவி செய்பவர்கள் இருக்கத்தான் வேண்டும். யார்மேல் சந்தேகம் ஏற்பட்டாலும் உடனே அரஸ்ட் செய்துவிடுங்கள். கொஞ்சங்கூடத் தயங்கவேண்டாம். தெரிகின்றதா?" பிறகு, டிபுடி இன்ஸ்பெக்டர் ஜெனரல் துரை, ஜில்லா சூபரின்டென்டெண்டைப் பார்த்து, "இந்தத் திருடனை உள்ளூரில் துப்பு வைக்காமல் கண்டுபிடிப்பது கஷ்டம். 'துப்புச் சொல்கிறவர்களுக்கு ஆயிரம் ரூபாய் சன்மானம் கொடுக்கப்படும்.' என்று 'டாம் டாம்' போடச் சொல்லுங்கள்" என்றார்.

முத்தையன் கொள்ளிடக்கரைக்கு வந்து பத்து நாளைக்கு மேல் ஆகிவிட்டது. அன்று காலையில் கல்யாணி சமையல் செய்து கொண்டிருந்தாள். அவள் முகத்திலே குதூகலம் குடிகொண்டிருந்தது. சிலசமயம் தனக்குத்தானே புன்னகை புரிந்துகொள்வாள். சில சமயம் தனக்குள்ளேயும் சிலசமயம் வாய்விட்டும் பாட்டுப் பாடுவாள். முத்தையனுக்காக நாம் சமையல் செய்கிறோம் என்ற எண்ணமே அவளுக்கு அத்தகைய உற்சாகத்தையும் மகிழ்ச்சியையும் அளித்தது.

சமையல் செய்த பிறகு கொஞ்சம் சாப்பாட்டைப் பக்குவமாய்ப் பிசைந்து இலையில் கட்டிக் குடத்துக்குள் வைத்துக்கொண்டு, அத்தையிடம் குளிக்கப்போகிறேன் என்று சொல்லிவிட்டுக் கல்யாணி ஆற்றுக்குக் கிளம்புவது வழக்கம். அத்தைக்குக் கண்பார்வை கொஞ்சம் மங்கல். அது இப்போது கல்யாணிக்கு ரொம்பவும் சௌகரியமாக இருந்தது.

சில சமயம் ஆற்றங்கரைக்குக் கிளம்பும்போது கல்யாணிக்குச் சங்கடம் ஏற்பட்டுவிடும். அக்கம் பக்கத்து வீடுகளிலிருந்து யாராவது வந்து, "நாங்களும் உன்னுடன் குளிக்க வருகிறோம்" என்பார்கள். அப்போது திடீரென்று அவள் தன் மனத்தை மாற்றிக்கொண்டு, "இல்லை, அம்மா! நான் இன்று குளிக்க வரவில்லை" என்று சொல்லிவிடுவாள். அப்புறம் மத்தியானத்துக்குமேல் தனியாகப் போவாள். அப்படிக் கிளம்புவது தடைபட்ட போதெல்லாம், "ஐயோ! முத்தையன் காத்திருப்பானே! பசியோடிருப்பானே?" என்று அவளுடைய உள்ளம் துடிதுடித்துக் கொண்டிருக்கும்.

அன்றைய தினம் அவள் சாப்பாட்டை குடத்துக்குள் எடுத்து வைத்துக்கொண்டிருந்தபோது வாசலில் தண்டோரா போடும் சத்தம் கேட்டது. கிராம வெட்டியான் பின்வருமாறு கூவினான்: "கொள்ளைக்கார முத்தையன் பிள்ளையைப் பிடிக்கத் துப்புச் சொல்றவங்களுக்கு சர்க்காரிலே ஆயிரம் ரூபா சன்மானம் அளிப்பாங்க. (டம் டம் டம் டம்) மேற்படி முத்தையன் பிள்ளைக்குச் சாப்பாடு போடறது, தங்க இடங்கொடுக்கிறது, பேசறது, பழகுகிறது எல்லாம் பெரிய குத்தங்களாகும். அப்படிச் செய்றவங்களைச் சர்க்காரிலே கடுமையா தண்டிச்சுப்புடுவாங்க. சாக்கிரதை, சாக்கிரதை, சாக்கிரதை!" (டம் டம் டம் டம்)

கல்யாணி வழக்கம்போல் அன்றும் இடுப்பில் குடத்துடன் கொள்ளிடத்திற்குக் குளிக்கக் கிளம்பினாள். போகும்போது அவளுடைய உள்ளத்தில் பற்பல எண்ணங்கள் தோன்றி அலைந்தன. விர்ரென்று வீசிய மேலக் காற்றினால் அவளுடைய சேலையின் தலைப்பு அலைந்ததைக் காட்டிலும் அதிவேகமாகவே அவளுடைய உள்ளம் அலைந்தது. எவ்வளவு எவ்வளோ ஆபத்துகளுக்குத் துணிந்து நாம் முத்தையனுக்கு உதவி செய்கிறோம் என்ற எண்ணம் அவளுக்கு எல்லையில்லாத பூரிப்பை அளித்தது. இந்த ஆபத்தெல்லாம் விலகி, முத்தையனும் தானும் கப்பலேறிச் சென்று நிர்பயமாயும் சந்தோஷமாயும் வாழும் காலம் வருமா என்று எண்ணியபோது, அவளுடைய இருதயம் பெரும் புயலில் அகப்பட்ட மரக்கலத்தைப்போல் கலங்கியது.

ஆனால் எல்லாவற்றையும்விட, அவளை அதிகமாய்க் கலங்கச் செய்து வந்த எண்ணம் வேறொன்றாகும். தன்னுடைய இத்தனை அன்புக்கும் முத்தையன் பாத்திரந்தானா? – இந்த நினைவு சில சமயம் தோன்றும்போது அவள் சொல்லமுடியாத வேதனை அடைவாள். அன்று ரயில்வே ஸ்டேஷனில், முத்தையனுடைய ஸ்திரீ சகவாசத்தைப் பற்றி அவள் காதில் விழுந்த பேச்சு 'தெள்ளிய பாலில் ஒரு சிறிது நஞ்சைக் கலந்தது' போல் அவளுடைய தூய உள்ளத்தில் விஷத்தின் விதையைப் போட்டுவிட்டது. "நம்முடைய முத்தையனா அப்படியெல்லாம் செய்வான்? ஒருநாளும் இல்லை!" என்று ஒரு நிமிஷம் எண்ணுவாள். மறுநிமிஷம் "பேதைப் பெண்ணாகிய எனக்கு என்ன தெரியும்! புருஷர்கள் எல்லாரும் அப்படித்தானோ, என்னமோ? என்னை மோசந்தான் செய்கிறானோ, என்னமோ?" என்று கலங்குவாள். சென்ற பத்து நாளாகவே, இது விஷயமாக முத்தையனிடம் பிரஸ்தாபித்து, அவனிடம் உறுதிபெற வேண்டுமென்று எண்ணிக்கொண்டிருந்தாள். ஆனால் அதற்குத்

தைரியம் வராமல், நா எழாமல், நாட்கள் கழிந்து வந்தன. இன்றைக்கு எப்படியாவது அந்தப் பேச்சை எடுத்து முத்தையனிடம் உறுதி பெற்றுக்கொள்ள வேண்டுமென்று வழியில் கல்யாணி தீர்மானம் செய்துகொண்டாள்.

ஆனால், ஐயோ! அந்தத் தீர்மானத்தை நிறைவேற்ற அவளுக்குச் சந்தர்ப்பம் கிடைக்கவேயில்லை. அன்று அவள் பாழடைந்த கோயிலுக்குக் கொஞ்சதூரத்தில் வந்துகொண்டிருந்தபோது காட்டின் உள்ளிருந்து பேச்சுக்குரல் வருவது கேட்டுத் திடுக்கிட்டாள். இந்த ஆபத்தான நிலைமையில் முத்தையனுடன் யார் வந்து பேசமுடியும்? அந்த இடத்திலேயே நின்று மரங்களின் இடைவெளி வழியாக உற்றுப்பார்த்தாள். ஐயோ! இது என்ன காட்சி! பார்க்க சகிக்கவில்லையே! முத்தையனுக்கு அருகில் ஒரு ஸ்திரீயல்லவா உட்கார்ந்திருக்கிறாள்? அவளுடைய தளுக்கும் குலுக்கும்! சிரிப்பைப் பார் சிரிப்பை! அழகு சொட்டுகிறது. சீ! முத்தையனுடைய முதுகில் அவள் தட்டிக்கொடுக்கிறாளே? ஐயோ! இது என்ன கோரம்? முத்தையன் திரும்பி அவளைத் தழுவிக்கொள்கிறானே?

கல்யாணிக்கு அந்த நிமிஷத்தில் சித்தபிரமையே உண்டாகி விட்டது போலிருந்தது. பார்த்தது பார்த்தபடி சில நிமிஷம் அங்கேயே நின்றாள். பிறகு அங்கே நிற்க முடியாதவளாய், இடுப்பில் குடத்துடன் வந்த வழியே திரும்பிச் செல்லலானாள்.

43

"எங்கே பார்த்தேன்?"

"கண்ணால் கண்டதும் பொய்; காதால் கேட்டதும் பொய்; தீர விசாரித்தறிவதே மெய்" என்று ஒரு முதுமொழி வழங்குகின்றது. மக்கள் இதன் உண்மையை உணர்ந்து நடக்காத காரணத்தினால் உலகத்தில் எத்தனையோ தவறுகள் நேரிட்டு விடுகின்றன. பேதை கல்யாணி இப்போது அப்படிப்பட்ட தவறுதான் செய்தாள். கண்ணால் கண்டதை நம்பிவிட்டாள். நம்பினால்தான் என்ன? அதற்காக அப்படிப் பைத்தியம் பிடித்துவிட வேண்டுமா? ஐயோ, கல்யாணி! என்ன காரியம் செய்துவிட்டாய்? என்ன விபரீதத்துக்குக் காரணம் ஆனாய்? - ஆனால் உன்னைச் சொல்லித்தான் என்ன பயன்? விதியின் சதியாலோசனைக்கு நீ என்ன செய்வாய்?

கல்யாணி செய்த தவறு எத்தகையது என்பதை நாம் தெரிந்துகொள்வதற்கு, சற்றுப் பின்னோக்கிச் செல்ல வேண்டியிருக்கிறது. கொஞ்சம் சென்னை வரையில் பிரயாணம் செய்து அங்கே நடந்தவற்றைக் கவனித்தல் அவசியமாய் இருக்கிறது.

"சங்கீத சதாரம்" எதிர்பாராத காரணத்தினால் நடுவில் தடைப்பட்டு நின்ற இரவுக்குப் பிறகு இரண்டு மூன்று தினங்கள் வரையில், அந்த நாடகக் கம்பெனியைச் சேர்ந்தவர்கள் எல்லோரும் போலீஸ் கண்காணிப்புக்கும் விசாரணைக்கும் உட்பட்டிருந்தார்கள். ஆனால் என்ன விசாரணை செய்துங்கூட அவர்களிடமிருந்து எவ்விதத் தகவலும் தெரிந்துகொள்ள முடியவில்லை. தாங்கள் சென்னைக்கு வரும் வழியில் தற்செயலாக ரயிலில் வந்து சேர்ந்தவன் முத்தையன் என்றும், தங்களிடம் "பலராம்" என்று பெயர் கொடுத்திருந்தான் என்றும், சிறந்த நடிப்புத்திறமை அவனிடம் இருந்தபடியால் தங்கள் கம்பெனியில் சேர்த்துக்கொண்டதாகவும் மற்றபடி அவனைப் பற்றித் தங்களுக்கு ஒன்றுமே தெரியாதென்றும் சொல்லிவிட்டார்கள். உண்மையிலேயே, அவர்களில் ஒருவனைத் தவிர மற்றவர்களுக்குத் தெரிந்திருந்ததே அவ்வளவுதான் அல்லவா?

ஆகவே கமலபதி ஒருவன்தான் விசாரணையின் போது பொய் சொல்லவேண்டியதாயிருந்தது. அது விஷயத்தில் அவன் கொஞ்சங்கூடத் தயக்கம் காட்டாமல் அழுத்தமான பொய்யாகவே சொல்லிச் சமாளித்துக்கொண்டான். அவன் விஷயத்தில் விசேஷ கவனம் செலுத்துவதற்கு எவ்வித முகாந்தரமும் இல்லாதபடியால் சந்தேகமும் ஏற்படவில்லை.

இரண்டு மூன்று நாளைக்குப் பிறகு, போலீஸார் நாடகக் கம்பெனியில் கண்காணிப்பை நிறுத்திவிட்டார்கள். அதில் ஒன்றும் பிரயோஜனமில்லையென்று அவர்களுக்கு நிச்சயமாகிவிட்டது. அவ்வாறே அவர்கள் அபிராமியையும் ஒருநாள் விசாரணை செய்துவிட்டு அவளிடமிருந்து ஓடிப்போனவனைப் பற்றி எவ்விதத் தகவலும் தெரிந்துகொள்ள வழியில்லையென்று விட்டுவிட்டார்கள். அந்த அநாதைப் பெண்ணிடம் சகோதரி சாரதாமணிதேவி முன்னைவிடப் பதின்மடங்கு விசுவாசம் காட்டித் தேறுதல் கூறிவந்தார். ஆனாலும் அபிராமியின் உள்ளத்தில் ஒரு கணமேனும் அமைதி ஏற்படவேயில்லை. சில சமயம் தன்னுடைய அண்ணனின் சாமர்த்தியத்தை நினைத்து அவள் வியப்படைவாள்; அப்போது அவளுக்கு மிகவும் பெருமையாய்க்கூட இருக்கும். அவன் உண்மையிலேயே கள்ளனாயிருந்து, நாடகத்திலும் கள்ளன் வேஷம் போட்டதை நினைத்துப் புன்னகை கொள்வாள். அவனுடைய

நடிப்பை நினைக்கும்போது அவளுக்கு சிரிப்புக்கூட வரும். ஆனால் இரண்டு மாதமாக அவன் சென்னை நகரில் தங்கியிருந்தும் தன்னை வந்து பார்க்கவில்லை என்பதை எண்ணி உள்ளம் நைவாள். பிறகு, தான் மூர்ச்சையடைந்து விழுந்தபடியால்தான் அவன் இன்னான் எனத் தெரிந்ததென்பதையும், அதனால்தான் அவன் ஓட வேண்டியிருந்த தென்பதையும் எண்ணும்போது, அவளுடைய நெஞ்சு வெடித்துவிடும் போலிருக்கும். "ஐயோ! இந்தப் பாவியினால் முத்தையனுக்கு எப்போதும் துன்பந்தானா?" என்று எண்ணி உருகுவாள். பிறகு, அத்தனை போலீஸ் பந்தோபஸ்துகளுக்கு இடையில் அவன் மறுபடி தப்பித்துக்கொண்டு போனதை நினைக்கும்போது அவளுக்கு உற்சாகம் உண்டாகிவிடும்.

இப்படி இருக்கும்போது ஒருநாள் அவளை யாரோ பார்க்க வந்திருப்பதாகவும் வித்யாலயத்தின் தலைவி அழைத்துவரச் சொன்னதாகவும் ஒரு மாணவி வந்து கூறினாள். நாசமாய்ப் போகிற போலீஸ்காரன்தான் யாராவது வந்திருக்க வேணுமென்ற நினைவுடன் அபிராமி, சகோதரி சாரதாமணியின் அறைக்குள் வந்ததும், அங்கே அந்த அம்மாளுடன் ஒரு வாலிபன் இருப்பதைக் கண்டாள்.

"அபிராமி! இந்தப் பையன் உன்னுடைய அண்ணனின் சிநேகிதன் என்று சொல்கிறான். முகத்தைப் பார்த்தால் பொய் சொல்லப்பட்டவனாகத் தோன்றவில்லை. உன் அண்ணன் உனக்கு ஏதோ சமாசாரம் சொல்லியிருக்கிறானாம். இதோ பக்கத்து அறையில் உட்கார்ந்து பேசுங்கள். சரியாகப் பதினைந்து நிமிஷம் கொடுத்திருக்கிறேன்" என்று சகோதரி சாரதாமணி கூறினார்.

இப்படி அவர் சொல்லி வரும்போதே அபிராமி ஆவல் ததும்பும் கண்களால் கமலபதியை நோக்கினாள். அடுத்த அறைக்குள் சென்றதும், "அம்மாள், சொன்னது நிஜந்தானா? நீங்கள் என் அண்ணனின் சிநேகிதரா? எனக்குக்கூட உங்களை எங்கேயோ பார்த்த நினைவாய் இருக்கிறதே!" என்றாள்.

"ஆமாம்; பத்து நாளைக்கு முன்பு என்னுடைய விதவைத் தங்கைக்கு இந்த வித்யாலயத்தில் ஒரு இடம் கிடைக்குமா? என்று பார்ப்பதற்காக வந்தேன். அது உங்களுடைய தலைவிக்கு ஞாபகம் இல்லை. உனக்கு நினைவு இருப்பதாகத் தோன்றுகிறது" என்றான் கமலபதி.

"ஐயோ பாவம், அப்படி ஒரு தங்கை உங்களுக்கு இருக்கிறாளா? அவளை வித்யாலயத்தில் சேர்த்துவிட்டீர்களா?"

“இல்லை; வித்யாலயத்தில் சேர்ப்பதற்குள் அவள் செத்துப்போனாள். நானே கொன்றுவிட்டேன்” என்று சொல்லிவிட்டுக் கமலபதி சிரித்தான்.

“இந்த ஆசாமிக்குப் பைத்தியம்போல அல்லவா இருக்கிறது?” என்று அபிராமி எண்ணி, அவனை வெருண்ட கண்களுடன் நோக்கினாள்.

“இல்லை, அம்மா! எனக்குப் பைத்தியமில்லை. உண்மையில் என்னுடைய தங்கையைப் பத்து நாளைக்கு முன்புதான் நான் சிருஷ்டித்தேன். உடனே அவளை விதவையாக்கினேன். அவளால் ஆகவேண்டிய காரியம் முடிந்ததும், கொன்றேவிட்டேன். அப்படி அவளை நான் சிருஷ்டித்தது, என்னுடைய ஆத்ம சிநேகிதன் ஒருவனுடைய தங்கையைத் தேடுவதற்காகத்தான். உன்னை இங்கே கண்டுபிடித்ததும்...”

“நிஜமாகவா சொல்கிறீர்கள்? என்னைத் தேடும்படி என் அண்ணன் உங்களை அனுப்பினானா? என் ஞாபகம் அவனுக்கு இருந்ததா?”

“உன் ஞாபகத்தைத் தவிர வேறு ஞாபகமே அவனுக்குக் கிடையாது, அம்மா! உண்மையில், உன்னைத் தேடிக்கொண்டுதான் அவன் சென்னைப் பட்டணத்துக்கு வந்தது. வந்த இடத்திலே நாடகக் கம்பெனியில் சேர்ந்தான்...”

அபிராமி அவன் மேலே சொன்னதைச் சரியாய்க் கவனிக்காமல் ஏதோ யோசனையில் ஆழ்ந்திருந்தாள்.

“என்ன யோசிக்கிறாய்?” என்று கமலபதி கேட்டான்.

“உங்களைப் பார்த்ததிலிருந்து, ஏதோ ஞாபகம் தொண்டையில் இருக்கிறது, மனத்திற்கு வர மாட்டேனென்கிறது. அன்று இந்த வித்யாலயத்தில் உங்களைப் பார்த்த ஞாபகமே எனக்கில்லை. வேறு எங்கேயோ பார்த்தது போலிருக்கிறது. உங்களுக்கு நினைவில்லையா?”

“ஆமாம்; இன்னும் ஒரு இடத்தில் பார்த்திருக்கிறாய். அதுவும் சமீபத்தில்தான்... நான்தான் சதாரம்” என்றான் கமலபதி.

“ஓ ஹோ?” என்று சொல்லி அபிராமி சிரித்தாள். பளிச்சென்று அவளுக்கு ஞாபகம் வந்துவிட்டது. அவனுடைய ஸ்திரீ வேஷத்தை நினைத்தபோது அவளுக்குத் தாங்க முடியாமல் சிரிப்பு வந்தது. பக்கத்து அறையில் இருந்த சாரதாமணி கோபித்துக்கொள்ளப் போகிறாரே என்று பயந்து வாயை மூடிக்கொண்டாள்.

பிறகு அபிராமி கேள்விமேல் கேள்வியாய்ப் போட்டு, கமலபதிக்கும் முத்தையனுக்கும் சிநேகம் ஏற்பட்ட வரலாற்றையெல்லாம் அறிந்துகொண்டாள். முத்தையன் மதில் சுவர் ஓரம் நின்று அபிராமியைப் பார்த்ததையும் அவளுடைய பாட்டைக் கேட்டதையும் கமலபதி சொன்னபோது அவள் கண்ணீர்ப் பெருக்கினாள். பிறகு, முத்தையன் நாடகக் கம்பெனியுடனே மலாய் நாட்டுக்குப் போக உத்தேசித்திருந்ததைச் சொன்னதும் அபிராமி, "ஐயோ! அதெல்லாம் இந்தப் பாவியினாலேதானே வீணாய்ப் போயிற்று? நான் பெண்ணாய்ப் பிறந்ததே என் அண்ணனுடைய துன்பத்துக்காகத்தான்" என்று சொல்லி விம்மி அழத்தொடங்கி விட்டாள்.

கமலபதி அவளுக்கு ஆறுதல்கூறி தைரியம் சொன்னான். "இப்போது ஒன்றும் மோசம் போய்விடவில்லை. அபிராமி! உன் அண்ணனைத் தப்புவிக்கும் பொறுப்பு என்னுடையது. இந்த நிமிஷத்தில் அவன் எங்கேயிருக்கிறான் என்று எனக்குத் தெரியும். இன்னும் இரண்டு நாளில் அவ்விடத்துக்குக் கிளம்பப் போகிறேன். எல்லா ஏற்பாடுகளும் செய்துவிட்டேன். அடுத்த மாதம் இந்த நாளில் உன் அண்ணன் இந்த நாட்டிலேயே இருக்கமாட்டான். அபாயம் இல்லாத இடத்துக்குப் போய்விடுவான். அதற்கு நான் ஆயிற்று! நீ கவலைப்படாதே!" என்றான்.

44

கோஷா ஸ்திரீ

மதுரை ஒரிஜனல் மீனாட்சி சுந்தரேசுவரர் நாடகக் கம்பெனியில் தபலா வாசிக்கும் சாயபு ஒருவர் இருந்தார். அவருக்கு முகமது ஷெரீப் என்று பெயர். சில நாடகக் கம்பெனிகளில் ஹார்மோனியக் காரரையும் தபலாக் காரரையும் மேடையில் நட்ட நடுவில் உட்கார வைப்பதுபோல் அந்தக் கம்பெனியில் உட்காரவைக்கும் வழக்கம் கிடையாது. பக்க வாத்தியக்காரர்கள் மேடையின் ஓரத்தில் மறைவான இடத்தில்தான் இருப்பார்கள். அவர்களை அதிகம் பேர் பார்த்திருக்கவே முடியாது.

மேற்படி ஜனாப் முகமது ஷெரீப் சாயபு ஒருநாள் ராத்திரி எழும்பூர் ரயில்வே ஸ்டேஷனுக்கு ஒரு கோஷா ஸ்திரீயுடன் வந்து சேர்ந்தார். கோஷா என்றால், புடவைத் தலைப்பைச் சிறிது

இழுத்துவிட்டுப் பாதி முகத்தை மூடும் அரைகுறை கோஷா அல்ல. உயர்ந்த முஸ்லிம் குடும்பத்து மாதரைப்போல் தலையிலிருந்து பாதம் வரையில் ஒரு பெரிய அங்கியால் மூடி, கண்களுக்கு மட்டும் துவாரம் வைத்திருக்கும் சம்பூரண கோஷா. அந்த கோஷா ஸ்திரீயை அவர் பெண்கள் வண்டியில் ஏற்றிவிட்டு தாம் வேறு வண்டியில் ஏறி உட்கார்ந்தார்.

மறுநாள் அதிகாலையில் இவர்கள் கொள்ளிடத்துக்கு அடுத்து புரசூர் ஸ்டேஷனில் இறங்கி, ஒரு மாட்டுவண்டி பிடித்துக்கொண்டு, மேற்குநோக்கிப் பிரயாணமானார்கள் கொஞ்சதூரம் போன பிற்பாடு அவர்கள் பிரயாணம் செய்த சாலை, கொள்ளிடக்கரை லயன்கரைச் சாலையோடு சேர்ந்தது. அந்தச் சாலையோடு ஏழெட்டு மைல் சென்றதும் அங்கே பெரும்பாலும் முஸ்லிம்கள் வாழும் ஒரு கிராமம் இருந்தது. வண்டியை அவ்விடத்திலேயே நிறுத்திவிட்டு, "நாங்கள் திரும்பி வரும்வரை காத்திரு" என்று வண்டிக்காரனிடம் சொல்லிவிட்டு, சாயபுவும் கோஷா ஸ்திரீயும் கொள்ளடத்துப் படுகையில் இறங்கி சென்றார்கள்.

முத்தையன் பாழடைந்த கோயிலுக்கு அருகில் நாவல் மரத்தின் வேரில் தலையை வைத்துப்படுத்த வண்ணமாக, கல்யாணிக்குக் கோபம் வரும்போது அவளுடைய புருவங்கள் எப்படி வளைகின்றன என்பதைத் தன் மனக்கண்ணின் முன்னால் கொண்டுவரப் பிரயத்தனப்பட்டுக் கொண்டிருந்தான். எவ்வளவோ முயற்சி செய்தும் அது முடியாமல் போகவே, அவள் சிரிக்கும்போது அவளுடைய பல்வரிசைகள் எப்படியிருக்கின்றன என்பதை உருவகப்படுத்திப் பார்த்தான். பிறகு, இன்று அவள் வருவதற்கு இன்னும் எத்தனை நேரம் ஆகும் என்று எண்ணமிட்டவனாய், ஆகாயத்தில் சூரியன் எங்கே வந்திருக்கிறது என்று அண்ணாந்து நோக்கினான்.

முத்தையனுடைய உள்ளத்தில் நாளுக்குநாள் அமைதி குன்றி வந்தது. ஒரே இடத்தில் தங்கி ஒரு வேலையும் செய்யாமல் உட்கார்ந்திருப்பது அவனுடைய இயல்புக்கே விரோதமல்லவா? சாலையில் மாட்டுவண்டி போகும் சத்தம் கேட்கும்போதெல்லாம் அவனுக்குப் பாபரப்பு உண்டாகும். அந்த க்ஷணம் சாலைக்குப்போய் வண்டிக்காரனை இறக்கிவிட்டு, தான் மூக்கணையில் உட்கார்ந்து கொண்டு வண்டி ஓட்டவேண்டுமென்ற ஆசை பொங்கிக்கொண்டு வரும். இராஜன் வாய்க்காலில் வரும் புதுவெள்ளத்தில் குதித்துத் துளைந்து நீந்த வேண்டுமென்ற ஆவலினால் அவன் மனம் துடிதுடிக்கும். எங்கேயாவது மாடு 'அம்ஹா!' என்று கத்துவது

காதில் விழுந்தால், ஓடிப்போய் அதைப் பிடித்துக் குளத்தில் கொண்டுபோய்க் குளிப்பாட்ட வேண்டுமென்று தோன்றும். இன்னும் பூங்குளத்தின் தெருவீதிக்குப் போகவும், தன்னுடைய வீட்டைப் பார்க்கவும், ஆசை உண்டாகும். காலை நேரத்தில், கோயில் பிராகாரத்தில் உள்ள பவளமல்லி மரத்தின் அடியில் புஷ்பப் பாவாடை விரித்திருக்குமே அதைப் போய் இப்போதே பார்க்க வேண்டுமென்ற ஆர்வம் பொங்கிக்கொண்டு கிளம்பும்.

இவ்வளவு ஆவல்களையும் அடக்கிக்கொண்டு முத்தையன் பொறுமையுடன் இருப்பதை சாத்தியமாகச் செய்தவள் கல்யாணிதான். அவள் மட்டும் தினம் ஒரு தடவை வந்துகொண்டிரா விட்டால் அவனால் அங்கு இத்தனை நாள் இருந்திருக்கவே முடியாது. ‘ஆயிற்று, இன்னும் கொஞ்ச நேரத்திற்கெல்லாம் கல்யாணி வந்துவிடுவாள்’ என்ற நினைப்பில் அவனுக்குக் காலை நேரமெல்லாம் போய்விடும். அவளும் தானுமாய்க் கப்பல் பிரயாணம் செய்யப் போவதையும், மலாய் நாட்டில் ஆனந்தமாய் வாழ்க்கை நடத்தப்போவதையும் பற்றி மனோராஜ்யம் செய்வதில் மாலை நேரத்தின் பெரும் பகுதியைக் கழிப்பான்.

அன்று முத்தையன் மரக்கிளைகளின் இடைவெளி வழியாக ஆகாயத்தில் சூரியன் வந்திருக்கும் இடத்தைப் பார்த்துவிட்டு, ‘கல்யாணி வருவதற்கு இன்னும் இரண்டு நாழிகை பிடிக்கும்’ என்று எண்ணமிட்டான். அவள் வரும்போது தான் எங்கேயாவது ஒளிந்துகொண்டு அவள் என்ன செய்கிறாள் என்று வேடிக்கைப் பார்க்கலாமா என்பதாக ஒரு யோசனை அவன் மனத்தில் தோன்றிற்று. ‘அப்படி நாம் ஒளிந்துகொண்டால் அவள் பயத்துடன் அப்புறமும் இப்புறமும் கண்களைச் சுழற்றிப் பார்ப்பாள் அல்லவா? அவளுடைய புருவங்கள் நெறிந்து வளையுமல்லவா? அந்தத் தோற்றம் எவ்வளவு அழகாயிருக்கும்!’ என்று அவன் எண்ணமிட்டுக் கொண்டிருக்கும்போதே, சலசலவென்று செடிகள் அலையும் சப்தம் கேட்க திடுக்கிட்டுச் சப்தம் வந்த திசையை நோக்கினான். அவனுக்கு எதிரே தலை முதல் கால் வரை கோஷா அங்கி, தரித்த உருவம் ஒன்று வரவே, ஒரு கணநேரம் அவன் பதறிப்போனான். சட்டென்று கீழே பக்கத்தில் கிடந்த ரிவால்வரை எடுத்துக்கொண்டு துள்ளி எழுந்தான்.

“யார் அது?” என்று அதட்டிய குரலில் கேட்டு, கைத்துப்பாக்கியை நீட்டிப் பிடித்தான்.

கோஷா அங்கியின் உள்ளிருந்து கிண்கிணி சப்திப்பது போன்ற சிரிப்புச் சத்தம் கேட்டது. அடுத்த நிமிஷம் அங்கி எடுத்தெறியப்பட,

உள்ளிருந்து திவ்யசௌந்தரியம் பொருந்திய மோஹன ஸ்திரீ உருவம் ஒன்று வெளிப்பட்டது.

"நீதானா, கமலபதி! ஒரு நிமிஷத்தில் என்னை இப்படி மிரட்டிவிட்டாயே? நிஜமாகவே பயந்துபோனேன்!" என்றான் முத்தையன்.

ஆம், அந்தக் கோஷா ஸ்திரீ உண்மையில் பெண் உருவத்தில் இருந்த கமலபதிதான். கொள்ளிடக்கரை பிரதேசத்தில் முத்தையனைப் பிடிப்பதற்குப் பலமான போலீஸ் ஏற்பாடுகள் நடக்கின்றன என்பதை அறிந்து, இம்மாதிரி வேஷத்தில் வந்தால்தான் சந்தேகம் ஏற்படாமல் அவனைப் பார்க்க முடியுமென்று தீர்மானித்துத்தான் அவன் அப்படி பெண் வேஷம் தரித்துக் கோஷாவாக மாறி இங்கே வந்தது. அபிராமியிடம் அன்று "நான்தான் சதாரம்" என்று அவன் சொன்னபோது, இந்த யோசனை அவன் மனத்தில் உதயமாயிற்று.

ஐயோ! துரதிர்ஷ்டவசமாக அவனுக்குப் பெண்வேஷம் அவ்வளவு நன்றாகப் பலித்தல்லவா இருந்துவிட்டது? நாடகத்தில் அவனைப் பார்த்திருக்கும் நாமே ஒரு நிமிஷம் மயங்கிப்போய் விட்டோமென்றால், பேதை கல்யாணி என்ன கண்டாள்? அவனை ஓர் இளமங்கை என்றே அவள் கருதிவிட்டதில் வியப்பில்லை அல்லவா? ஆஹா! அதனுடைய பலன்தான் எவ்வளவு விபரீதமாகப் போய்விட்டது!

46

சாஸ்திரியின் வியப்பு!

நாடகம் பார்த்த அன்றிரவு ஸப் இன்ஸ்பெக்டர் ஸர் வோத்தம சாஸ்திரியின் மீது அவருடைய மனைவிக்கு வந்த கோபம் தணியவேயில்லை. திரும்பி ஊருக்குப் போகும் வழியெல்லாம், "நல்ல உத்தியோகம்; நல்ல வயிற்றுப் பிழைப்பு! ஒன்றுமறியாத பெண்பிள்ளைகளைச் சந்தியில் இழுத்துத்தானா உங்கள் உத்தியோகம் நடக்கவேண்டும்? நன்றாயிருக்கிறது, நீங்கள் திருடனைப் பிடிக்கிற அழகு!" என்று ஸ்ரீமதி மீனாட்சி அம்மாள் சாஸ்திரியாரை வெகுவாகச் சண்டைப் பிடித்ததோடு, சில தடவை கண்ணீர்கூடப் பெருக்கி விட்டாள், அபிராமியையும் தன்னையும் சாஸ்திரியார் அந்த மாதிரி உள்நோக்கம் ஒன்றை வைத்துக்கொண்டு நாடகத்துக்கு அழைத்துப்

போனதை நினைக்கநினைக்க அவளுக்கு ஆத்திரம் பற்றிக்கொண்டு வந்தது.

சாஸ்திரியாருடைய மனோநிலையோ இதற்கு நேர் விரோதமாய் இருந்தது. திருடனைப் பிடிக்காவிட்டாலும், அவன் இத்தனை நாளும் இருந்த இடத்தை சாமார்த்தியமாய்க் கண்டுபிடித்து விட்டாரல்லவா? அதனால் போலீஸ் இகாகாவில் அவர் மீதிருந்த சந்தேகமும் அடிபட்டுப் போயிற்று. இதனாலெல்லாம் அவருடைய மனத்தில் முன்னைவிட அதிக உற்சாகமிருந்தது. ஆனால் இதைத் தம் மனைவியிடம் காட்டிக்கொள்ளாமல், மன்னிப்புக் கேட்பதுபோல் பாவனை செய்து அவளை ஒருவாறு சமாதானம் பண்ணி, திருப்பரங்கோயிலில் கொண்டுபோய்ச் சேர்த்தார். பிறகு அவர், "இந்த முத்தையன் விஷயம் பைசலாகும் வரையில் நமக்கு வீட்டில் இனிமேல் அமைதி இராது. ஆகையால் அவனைப் பிடித்துவிட்டுத்தான் வீட்டுக்கு வருகிறது" என்று மனத்திற்குள் தீர்மானித்துக்கொண்டு வெளிக் கிளம்பினார்.

மேற்கே கல்லணை முதல், கிழக்கே சமுத்திரம் வரையில் ஆங்காங்கு எல்லை வகுத்துக்கொண்டு கொள்ளிடக்கரைப் பிரதேசத்தைப் போலீஸார் சல்லடை போட்டுச் சலித்துக் கொண்டிருந்தார்கள். ஸப்இன்ஸ்பெக்டர் ஸர்வொத்தம சாஸ்திரிக்கும் அவருடைய தலைமையில் இருந்த போலீஸ் படைக்கும் புரசூர் ஸ்டேஷன் முதல் பூங்குளம் வரையில் உள்ள பிரதேசம் விழுந்திருந்தது. கொள்ளிடப் படுகையில், காடு அதிகமுள்ள பிரதேசம் இதுதான். சேர்ந்தாற்போல் ஊர்கள் அதிகமுள்ள இடமும் இதுதான். முத்தையனுடைய சொந்த ஊர் பூங்குளம் ஆகையால், அந்த ஊருக்குச் சமீபமாக அவன் வந்திருக்கமாட்டான் என்று முதலில் கருதப்பட்டது. ஆனாலும் அப்படி அலட்சியம் செய்யக்கூடாதென்று சாஸ்திரியார் கருதி அந்த ஊருக்குப் பக்கத்திலும் நன்றாய்த் தேடிவிட வேண்டியதுதான் என்று தீர்மானித்திருந்தார். இப்படி அவர் தீர்மானம் செய்வதற்கு ஒரு காரணமும் இருந்தது.

சாஸ்திரியும் அவருடைய போலீஸ் படையும் 'காம்ப்' செய்திருந்தது புரசூரில். அங்கிருந்து அவர் போலீஸ் சேவகர்களை இரண்டு மூன்று பகுதியாய்ப் பிரித்துப் படுகையில் தேடிவர அனுப்பிவிட்டு, தாம் சைக்கிளில் லயன்கரைச் சாலையோடு போவது வழக்கம். ஒருநாள் அப்படி அவர் போய்க்கொண்டிருந்த போது, பூங்குளத்துக்கு அருகில் ஒரு வேளாளப் பெண் மத்தியானம் பன்னிரண்டு மணிக்குக் கொள்ளிடத்தில் குளித்துவிட்டு இடுப்பில்

குடத்துடன் தன்னந்தனியாக லயன்கரைச் சாலையைக் கடந்து ஊருக்குள் போய்க்கொண்டிருந்ததைப் பார்த்தார். "இந்தப் பெண்தான் எவ்வளவு அழகாயிருக்கிறாள்?" என்ற எண்ணம் அவரறியாமலே அவர் மனத்தில் தோன்றியது. பிறகு, "அபிராமிக்கும் இந்தப் பூங்குளந்தானே; ஒருவேளை இந்தப் பெண் அபிராமிக்கு ஏதாவது உறவாயிருந்தாலும் இருப்பாள்" என்று நினைத்தார். அப்புறம் இன்னொரு வியப்பு அவர் உள்ளத்தில் ஏற்பட்டது. "பக்கத்தில் இராஜன் வாய்க்காலில் தண்ணீர் அலைமோதிய வண்ணம் போய்க்கொண்டிருக்கும்போது, இந்தப் பெண் எதற்காக இந்த உச்சிவேளையில் கொள்ளிடத்துக்குப் போய்க் குளித்துவிட்டு வருகிறாள்?" என்று ஆச்சரியப்பட்டார்.

இப்படி அவர் எண்ணமிட்டுக்கொண்டே போனபோது, கொஞ்சதூரத்தில், நாம் முதல் அத்தியாயத்தில் சந்தித்த தர்மகர்த்தாப் பிள்ளை எதிர்ப்பட்டார். உழவு தலைக்குப் போய்விட்டு அவர் திரும்பி வந்துகொண்டிருந்தார். ஸப் இன்ஸ்பெக்டர் அவரிடம் பேச்சுக்கொடுத்து விசாரித்து, குளித்துவிட்டுப் போகிற பெண்ணின் பெயர் கல்யாணி என்றும், அவளை இப்போது பிரசித்திப்பெற்ற கொள்ளைக்காரனாக விளங்கும் முத்தையனுக்குக் கல்யாணம் செய்து கொடுப்பதாக ஒரு காலத்தில் பேச்சு இருந்ததென்றும் தெரிந்துகொண்டார். இப்போது கல்யாணி பெரிய சொத்துக்காரி என்பதையும் அறிந்தார். இதைக் கேட்டது முதல் அவர் மனத்தில் இன்னதென்று விவரம் தெரியாத ஒரு குழப்பம் குடிகொண்டது. நம்முடைய தேட்டத்துக்கும் இந்தப் பெண்ணுக்கும் ஏதோ சம்பந்தம் இருக்கிறது என்று அவருடைய உள்ளுணர்வு சொல்லிற்று. ஆனால் என்னமாய் அதைக் கண்டுபிடிப்பது? பகிரங்கமாய் விசாரித்துப் பலன் இல்லாமற்போனால் பைத்தியக்காரத்தனமாக முடியுமே?

அன்று சாஸ்திரி இரவு 11 மணிக்குத்தான் வந்து காம்பில் படுத்தாரானாலும் தூக்கம் என்னமோ வரவில்லை. பூங்குளம், கல்யாணி, முத்தையன், அபிராமி - இப்படியே அவருடைய எண்ணங்கள் சுழன்றுகொண்டிருந்தன. மறுநாள் எப்படியும் பூங்குளத்துக்குப் பக்கத்திலுள்ள காடுகளை நன்றாய்ச் சோதனை போடுவது என்று அவர் தீர்மானித்தார்.

மறுநாள் காலையில், அவர் போலீஸ்காரர்களைப் பிரித்துவிட்டு, அவர்கள் இங்கிங்கே போகவேண்டும், இன்னின்ன செய்ய வேண்டுமென்று சொல்லிக்கொண்டிருந்தபோது புரசூர் ரயில் ஸ்டேஷனில் சாதாரண உடுப்புடன் ('மப்டி'யில்) இருந்து, இறங்கி ஏறுபவர்களைக் கவனிக்கும்படி உத்தரவு பெற்றிருந்த போலீஸ்காரன்

அவரிடம் வந்து, அன்று காலை பாஸஞ்சரில் சாயபு ஒருவர் ஒரு கோஷா ஸ்திரீயுடன் வந்து இறங்கிப் பாச்சாபுரம் என்ற ஊருக்கு வண்டி பேசிக்கொண்டு சென்றதாகத் தெரிவித்தான். அதைக்கேட்ட ஸப் இன்ஸ்பெக்டர் பலமாகச் சிரித்தார். "ஓஹோ! அப்படியா? திருடன் மறுபடி மதராஸுக்குப் போய் அங்கே கோஷா வேஷம் போட்டுக்கொண்டு ஒரு சாயபுவையும் கூட அழைத்துக்கொண்டு நம்மிடம் அகப்பட்டுக் கொள்வதற்காகத் திரும்பி வந்திருக்கிறானோ?" என்றார்.

இப்போதெல்லாம் சாஸ்திரிக்கு மற்றவர்கள் கொண்டுவரும் துப்பு எதிலும் நம்பிக்கை ஏற்படுவதில்லை. முத்தையனைப் பற்றிய தகவல் வேறு யாராலும் கண்டுபிடிக்க முடியாதென்றும் தம் ஒருவரால்தான் அவனைக் கண்டுபிடிக்க முடியுமென்றும் ஓர் எண்ணம் அவர் மனத்தில் வேரூன்றி இருந்தது.

ஆகவே மேற்படி துப்பில் அவருக்கு அதிகச் சிரத்தை ஏற்படவில்லை. ஆனாலும் அதை அடியோடு அலட்சியம் செய்துவிடுவதாகவும் அவருக்கு உத்தேசமில்லை. மேற்கண்டவாறு அவர் கேலியாய்ப் பேசிக்கொண்டிருந்தபோதே, மனத்திற்குள். "பாச்சாபுரம், பூங்குளத்துக்குப் பக்கத்தில்தானே இருக்கிறது? அங்கே இந்த கோஷா ஸ்திரீ மர்மத்தையும் விசாரித்துவிட்டால் போகிறது!" என்று எண்ணிக்கொண்டார்.

46

குடம் உருண்டது!

பாச்சாபுரம் கடைத்தெருவில் உண்மையாகவே ஒரு மாட்டு வண்டி கிடக்கத்தான் செய்தது. அதை லயன் கரையிலிருந்தே பார்த்த சர்வோத்தம சாஸ்திரி தம் பின்னோடு வந்த உடுப்பணியாத போலீஸ்காரனை அனுப்பி அதில் யார் வந்தது என்று விசாரித்து வரச்சொன்னார். வண்டிக்காரன் கடைத் தெருவிலிருந்த மிட்டாய்க் கடையில் இட்லி சாப்பிட்டுக் கொண்டிருந்தான். அவனைக் கேட்டதற்கு, "ஆமாம்; ஒரு சாயபுவும் அவர் சம்சாரமுந்தான் வந்தார்கள். மத்தியானமாய் ஸ்டேஷனுக்குத் திரும்பிவிடுகிறோம் என்று என்னை இருக்கச் சொல்லியிருக்கிறார்கள்" என்றான். போலீஸ்காரன் ஊருக்குள் போய் இரண்டொரு முஸ்லீம்களை, "ஒரு சாயபுவும் ஒரு கோஷா ஸ்திரீயும் இங்கே வந்தார்களா?" என்று

விசாரித்தான். அவர்கள், "வந்தார்கள், வரவில்லை; நீ என்னத்திற்கு விசாரிக்கிறாய்?" என்று சண்டைக்கு வந்துவிட்டார்கள். போலீஸ்காரன் திரும்பி வந்து சாஸ்திரியிடம் சொன்னான். அவருடைய பழைய நம்பிக்கை உறுதிப்பட்டது. இருந்தபோதிலும், "நீ இங்கேயே இருந்து அந்த வண்டியில் ஒரு கண் வைத்திரு. பின்னால் வரும் போலீஸ்காரர்களை மேலே அனுப்பிவிடு. நான் முன்னால் போகிறேன்" என்று சொல்லிவிட்டுக் கிளம்பினார். அவரும் இந்த 'மப்டி' போலீஸ்காரனும் மட்டும் சைக்கிளில் வந்தார்கள். மற்றவர் பின்னால் நடந்து வந்தார்கள். இருபுறத்திலுமுள்ள காடுகளைத் துழாவிக்கொண்டு வந்தபடியால் அவர்கள் வருவதற்கு நேரமாயிற்று.

ஸர்வோத்தம சாஸ்திரியின் எண்ணமெல்லாம் பூங்குளத்திலேயே இருந்தது. பூங்குளத்திலும் கல்யாணியின் மீதே இருந்தது. இரகசியங்களையும் மர்மங்களையும் கண்டுபிடிப்பதிலேயே ஈடுபட்டிருப்பவர்களுக்கு வேட்டை நாயிடம் உள்ள முகரும் சக்தியைப்போல், ஒருவித சக்தி உண்டாகிவிடுகிறது. ரயிலில் பாருங்களேன், வண்டியிலே முப்பத்திரண்டு பேர் உட்கார்ந்திருக்கும் போது, டிக்கட் பரிசோதகர் ஓர் ஆசாமியிடம் குறிப்பாகப் போய் டிக்கட் கேட்கிறார்! அந்த ஆசாமியிடம் டிக்கட் இருப்பதில்லை!

இம்மாதிரிதான் ஸர்வோத்தம சாஸ்திரிக்கும் முத்தையனுடைய இரகசியம் இந்தக் கல்யாணியிடம் இருக்கிறது என்ற எண்ணம் தோன்றிவிட்டது. எனவே பரபரப்புடன் விரைந்து சைக்கிளை விட்டுக்கொண்டு சென்றார். அவர் பூங்குளத்தை நெருங்கியபோது, கல்யாணி கொள்ளிடப்படுகையிலிருந்து இடுப்பிலே குடத்துடன் குளிக்காமலும் தலைவிரிக்கோலமாயும் வருவதைக் கண்டார். 'ஐயோ! இந்தப் பெண்ணுக்குச் சித்தப்பிரமையா? அல்லது பேய் பிடித்திருக்கிறதா?' என்று அவர் திடுக்கிட்டுப் போனார். அப்போது அவளுடைய தோற்றம் அவ்வளவு பயங்கரமாயிருந்தது.

அவ்விடத்தில் லயன்கரைச் சாலையை ஒட்டி இராஜன் வாய்க்கால் ஓடிக்கொண்டிருந்தபடியால், கொள்ளிடத்தில் இருந்து வருகிறவர்கள் லயன்கரைச் சாலையைத் தாண்டியதும் கொஞ்சதூரம் கீழே இறங்கிப்போய், வாய்க்காலின் மீது போடப்பட்டிருக்கும் மூங்கில் பாலத்தின் வழியாக அக்கரை செல்லவேண்டும். அப்புறம் சாதாரண கால்நடைப் பாதை வழியாகச் சுமார் கால் மைல் தூரம் போனால்தான் பூங்குளத்தை அடையலாம்.

கல்யாணி இப்போது லயன்கரைச் சாலையைத் தாண்டிக் கொண்டிருந்தாள். அவளுடைய வாய் ஏதோ முணுமுணுத்துக்

கொண்டிருந்தது. அவள் என்ன சொல்கிறாள் என்பது சாஸ்திரியின் காதில் விழாவிட்டாலும், அவை ஏதோ காரமான வசைச்சொற்கள் என்று மட்டும், ஊகிக்க முடிந்தது. அவ்வளவு சமீபத்தில் வந்திருந்த சாஸ்திரியை அவள் கவனிக்கவில்லை. உண்மையில், அவளுக்கு எதிரில் உள்ளவைகூட அவள் கண்ணுக்குத் தெரியவில்லையென்று தோன்றிற்று. அப்படித் தட்டுத்தடுமாறி நடந்தாள். சாலையைத் தாண்டியதும், பள்ளத்தில் இறங்கவேண்டுமல்லவா? அந்த இடத்தில் பள்ளம் என்பதைக் கவனிக்காமலே அவள் காலை எடுத்து வைத்தாள். திடீரென்று கீழே விழுந்தாள். இடுப்பிலிருந்து குடம் தவறி விழுந்து, 'டண்ணார்' 'டண்ணார்' என்று சப்தித்துக்கொண்டே உருண்டு இராஜன் வாய்க்காலின் பிரவாகத்துக்கருகில் போய்த் தண்ணீரைத் தொட்டுக்கொண்டு நின்றது. குடம் உருண்ட வேகத்தில் அதற்குள்ளிருந்த பொட்டலம் வெளியே வந்து தண்ணீரில் விழுந்தது. விழும்போதே அந்தப் பொட்டலம் அவிழ்ந்தும் போயிற்று. மீன்கள் திரண்டு வந்து முத்தையனுடைய மத்தியானச் சாப்பாட்டை ருசிப் பார்த்துச் சாப்பிடத் தொடங்கின.

இவ்வளவும் நடந்தது அரை நிமிஷ நேரத்தில். கல்யாணி லயன்கரைச் சரிவில் நிமிர்ந்து உட்கார்ந்தபடி சுற்றுமுற்றும் பார்த்தாள். இதற்குள் சாஸ்திரி கீழே ஓடிச்சென்று குடமும் பிரவாகத்தில் போய்விடாமல் எடுத்தார். குடத்தை அவர் ஒரு கையால் எடுக்கும்போது இன்னொரு கையால் தண்ணீரில் கிடந்த சோற்றுப் பொட்டலத்தை நன்றாய்ப் பிரவாகத்தில் இழுத்துவிட்டார்.

குடத்தை எடுத்துக்கொண்டு வந்து கல்யாணியின் பக்கத்தில் வைத்த சாஸ்திரி, "என்ன, அம்மா, இது? ஏன் இப்படி விழுந்து விட்டாய்?" என்று கேட்டார். கல்யாணி பதில் சொல்லாமல் திருதிருவென்று அவரைப் பார்த்து விழித்தாள்.

"குடத்திலிருந்த சாப்பாடு ஆற்றோடே போய்விட்டதே? யாருக்காக அம்மா, சாப்பாடு கொண்டுவந்தாய்?" என்று கேட்டார் சாஸ்திரியார்.

அதைக்கேட்ட கல்யாணி ஒரு விநாடி அவரை உற்றுப் பார்த்துவிட்டு, "ஹ ஹ்ஹஹ்ஹ ஹா" என்று சிரித்தாள். அவ்வளவு பயங்கரமும் சோகமும் கலந்த சிரிப்பை அதற்குமுன் சாஸ்திரி கேட்டதே கிடையாது. அவருக்கு மயிர்க் கூச்செறிந்தது. "யாருக்காகவா? சாப்பாடு யாருக்காகவா?" என்று கல்யாணி முணுமுணுத்தது அவருடைய உடம்பைப் பதறச் செய்தது.

ஆனாலும் அவர் விடவில்லை. நெஞ்சை வயிரமாக்கிக் கொண்டு மேலும் சொன்னார்: "உன்னைப்போன்ற சிறு பெண்கள்

உச்சிவேளையில் இங்கெல்லாம் வரக்கூடாது, அம்மா! படுகைக் காட்டிலே திருடன் முத்தையன் ஒளிந்துகொண்டிருப்பது தெரியாதா உனக்கு? அவனுக்கு இந்தப் பக்கத்திலேதான் யாரோ காதலி ஒருத்தி இருக்காளாம். அவள்தான் அவனுக்குச் சாப்பாடு போடுகிறாளாம்! முதலிலே நீதான் அந்தக் கள்வனின் காதலியோ என்றுகூட நான் சந்தேகப்பட்டுவிட்டேன்..."

சாஸ்திரி இம்மாதிரி கூறியதைக் காட்டிலும் கல்யாணியின் நெஞ்சில் கூரிய ஈட்டியைச் செருகியிருக்கலாம்! ஆனால் ஈவிரக்கம் பார்த்தால் இந்தக் காலத்தில் சரிப்படுமா? உத்தியோகத்தில்தான் பிரமோஷன் கிடைக்குமா? அவர் உத்தேசித்த பலன் கைமேல் கிடைத்துவிட்டது. கல்யாணி எழுந்து நின்றாள், ஆவேசம் வந்தவள்போல் பேசினாள்: "நானா கள்வனின் காதலி? இல்லவே இல்லை! சத்தியமாய் இல்லை! அவனுடைய காதலி வேறொருத்தி இருக்கிறாள். அதோ அந்தக் காட்டுக்குள்ளேயே இருக்கிற பாழும் கோயிலுக்குப் போனால் தெரியும். காதலனும் காதலியும் அங்கே கட்டித்தழுவிக் கொண்டிருக்கிறார்கள்..."

இப்படிச் சொன்ன கல்யாணிக்கு உடனே, "ஐயோ! என்ன காரியம் செய்தோம்?" என்று தோன்றியிருக்க வேண்டும். உதடுகளைக் கடித்துக்கொண்டாள். ஒரு நிமிஷம் பொறுத்து "ஐயா! நீங்கள் யார்?" என்று கேட்டாள்.

சாஸ்திரியின் முகத்தில் ஒரு சிறு மாறுதலும் ஏற்படவில்லை. "ஏனம்மா? என்னைத் தெரியாதா? நான் இந்தக் கொள்ளிடக்கரை மேஸ்திரி. எனக்கென்னத்திற்கு இந்தத் தொல்லையெல்லாம்? உனக்கு உடம்பு சரியில்லை போலிருக்கிறது. மூங்கில் பாலத்தைத் தாண்டி ஜாக்கிரதையாகப் போய்ச் சேர். நானும் என் வழியே போகிறேன்" என்றார்.

கல்யாணி, "ஐயா! நிஜமாய்ச் சொல்லுங்கள், நீங்கள் போலீஸ்காரர் இல்லையே?" என்று கேட்டாள்.

"என்னைப் பார்த்தால் போலீஸ்காரன் மாதிரி இருக்கிறதா?" என்றார் சாஸ்திரி.

கல்யாணி குடத்தை எடுத்து இடுப்பில் வைத்துக்கொண்டு மூங்கில் பாலத்தைத் தாண்டி ஊரை நோக்கிச் சென்றாள். அவளுக்குத் தெரியும்படியாக சாஸ்திரியும் லயன்கரைச் சாலையோடு கொஞ்சதூரம் போனார்.

முத்தையன் இருக்குமிடம் இதுதான் என்று சாஸ்திரிக்கு நிச்சயமாய்த் தெரிந்துவிட்டது. ஆனால் கல்யாணியின் மர்மம். இன்னதென்று முழுவதும் விளங்கவில்லை. அதைப் பற்றிப் பிறகு பார்த்துக்கொள்ளலாம்; இப்போது அந்தப் பெண் இங்கே இருந்தால் காரியத்துக்கு ஏதாவது இடையூறு ஏற்படுமென்று எண்ணித்தான் அவளைப் போகச் செய்தார்.

அவள் இராஜன் வாய்க்காலைத் தாண்டி அக்கரையில் முடுக்குத் திரும்புவதும், இங்கே சாலையில் போலீஸ்காரர்கள் வந்து சேர்வதும் சரியாய் இருந்தது: சாஸ்திரி சட்டென்று ஒரு சீட்டு எழுதி, அந்தப் போலீஸ்காரர்களில் ஒருவனிடம் கொடுத்து, "ஓடு! என் சைக்கிளை எடுத்துப் போ! பாச்சாபுரத்தில் இருப்பவனிடம் கொடுத்து, உடனே போய் ராயவரம் போலீஸ் ஸ்டேஷனில் இந்தச் சீட்டைக் கொடுத்துவிட்டு வரச்சொல்லு. அவன் கோஷா ஸ்திரீயைத் தேடியது போதும். கோஷாவும் ஆயிற்று, நாசமாய்ப் போனதும் ஆயிற்று" என்றார். அவன் அப்படியே சைக்கிளில் விரைந்து சென்றான். பாக்கியிருந்த ஐந்து கான்ஸ்டபிள்களையும் பார்த்த சாஸ்திரி, "துப்பாக்கிகளில் மருந்து கெட்டித்துத் தயாராய் வைத்திருக்கிறீர்களா? வேட்டை நெருங்கிவிட்டது" என்றார்.

47

பூமி சிவந்தது

"முத்தையா! நல்ல இடம் பார்த்துக்கொண்டு வந்து உட்கார்ந்திருக்கிறாய்! நீ எவ்வளவோ சரியாக அடையாளம் சொல்லியிருந்தும் கண்டுபிடிப்பதற்குத் திண்டாடிப் போய்விட்டேன். எவ்வளவு அடர்த்தியான காடு! இதில் புகுந்து வருவதற்கு ரொம்பக் கஷ்டப்பட்டுப் போய்விட்டேன்..." என்றான் கமலபதி. பிறகு, "இதற்குப் பொருத்தமாக ஏதோ ஒரு பாட்டு இருக்கிறதே! அது என்ன..?" என்று சொல்லி ஒரு நிமிஷம் சிந்தனையில் ஆழ்ந்திருந்துவிட்டு, "ஆமாம் பாரதியின் பாட்டுத்தான்" என்று கூறிப் பாட ஆரம்பித்தான்:

திக்குத் தெரியாத காட்டில் – உன்னைத்
தேடித் தேடி இளைத்தேனே!   (திக்கு)
மிக்க நலமுடைய மரங்கள் – பல
விந்தை சுவையுடைய கனிகள் – எந்தப்

பக்கத்தையும் மறைக்கும் வரைகள் – அங்கு
பாடி நகர்ந்து வரும் நதிகள் – ஒரு (திக்கு)

“மலைகளைத் தவிர பாக்கி வர்ணனை எல்லாம் மிகவும் பொருத்தமாய் இருக்கிறதல்லவா!” என்றான் கமலபதி.

அப்போது முத்தையன் சொன்னான்: “அந்தப் பாட்டில் இதையெல்லாம்விட அதிகப் பொருத்தமாயிருக்கும் அடி வேறொன்றிருக்கிறதே!

‘பெண்ணே உனதழகைக் கண்டு – மனம்
பித்தம் கொள்ளுதென்று நகைத்தான் – அடி
கண்ணே என திருகண்மணியே உனைக்
கட்டித் தழுவ மனங் கொண்டேன்!’

இவ்வாறு பாடிவிட்டு முத்தையன் கமலபதியைச் சுற்றிச்சுற்றி வந்து நாடக மேடையில் திருடன் ஆடுவதைப்போல் ஆடத் தொடங்கினான்.

“உங்களுக்கு என்ன ‘கிராக்’ புடிச்சுப்போச்சா?” என்ற குரலைக் கேட்டு இரண்டுபேரும் திடுக்கிட்டுப் பார்த்தார்கள். முகமது ஷெரீப் சாயபுவின் கண்களில் தீப்பொறி பறந்துகொண்டிருந்தது. “அரே! உங்களுக்குப் பிழைச்சுப்போக இஷ்டமில்லையென்று தோணுகிறது. தூக்குமேடையிலே சாகத்தான் இஷ்டமா? இந்த லயன்கரைச் சாலையில் இன்றைக்குக் கிழக்கேயிருந்து மேற்கே நூறு தலைப்பாகையும், மேற்கேயிருந்து கிழக்கே நூறு சிகப்புத் தலைப்பாகையும் போயிருக்கு, இங்கே நீங்கள் பாட்டுப் படிச்சுக்கொண்டு கூத்தடிக்கிறீங்க!” என்றார் சாயபு.

கமலபதி அவரிடம் நெருங்கி வந்து, “பாயி! கோபம் வேண்டாம். நாங்கள் செய்தது தப்புதான். நீங்க போங்க. இதோ உங்கள் பின்னாலேயே நான் வந்துவிடுகிறேன்!” என்றான்.

“ஆமாம்! நான் போகத்தான் போகிறேன். நீங்கள்தான் சாகத் துணிஞ்சிருந்தால், நான் ஏன் மாட்டிக்க வேணும்! இதோ நான் போகிறேன். ஐந்து நிமிஷத்தில் நீ என் பின்னோடு வந்து சேர்ந்து கொண்டாலாச்சு! இல்லாட்டா இந்தப் பொம்பிளை எனக்கு வேண்டாம் என்று ‘தலாக்’ சொல்லிவிட்டுப் போய்விடுவேன்” என்றார் சாயபு, பிறகு முத்தையன் முதுகில் தட்டிக் கொடுத்து, “தேகோ! உஜார்!” என்று ஜாக்கிரதைப் படுத்திவிட்டு காட்டுக்குள் புகுந்து போகத் தொடங்கினார்.

கமலபதி, "முத்தையா! நானும் போகவேண்டியதுதான். எனக்கென்னமோ போக இஷ்டமேயில்லை. உன்னுடன் இந்தக் காட்டில் இப்படியே இருந்து காலங்கழித்து விடலாமென்று தோன்றுகிறது. ஆனால் முடியாத காரியத்தைப் பற்றி யோசித்து என்ன பிரயோஜனம்? நான் போகிறேன். நான் சொன்னதெல்லாம் ஞாபகம் இருக்கட்டும்" என்றான்.

"கமலி! ஒருவேளை நம்முடைய 'பிளா'னெல்லாம் தவறிப்போய் எனக்கு ஏதாவது நேர்ந்துவிட்டால், நீதான் அபிராமியைக் காப்பாற்றவேணும்" என்று தழுதழுத்த குரலில் சொன்னான் முத்தையன்.

"சரிதான், போ! நம்முடைய 'பிளான்' எதற்காகத் தவறிப் போகவேணும்? எல்லாம் சரியாய் நடக்கும், பார்! இன்னும் பத்து நாளில் நீ ஷெரிப் சாயபுவுடன் போய்க் காரைக்காலில் கப்பல் ஏறிவிடப் போகிறாய். நாங்கள் உன்னைச் சென்னை துறைமுகத்தில் சந்திக்கப்போகிறோம். அங்கே, அபிராமியைப் பார்க்கும்போது மட்டும், 'எங்கப்பா குதிருக்குள் இல்லை' என்று ஏதாவது அழுதுகிழுது வைக்காதே! சரி, நான் போய் வருகிறேன்" என்று கமலபதி கிளம்பினான். கிளம்பினவனை முத்தையன் கையைப் பிடித்துத் தன் பக்கத்தில் உட்காரவைத்துக் கட்டித் தழுவிக் கொண்டான். "நீ என்னமோ சொல்கிறாய்; ஆனால் எனக்கு மட்டும் நம்பிக்கை ஏற்படவில்லை. உன்னை நான் பார்ப்பது கடைசி தடவையோ என்னமோ, யார் கண்டது?" என்று முத்தையன் சொன்னபோது அவனுடைய கண்களில் நீர்த் துளித்தது.

அப்போது கமலபதி தன் முகத்தில் புன்னகை வருவித்துக் கொண்டு, "அதிருக்கட்டும், முத்தையா; இப்போது ஸ்ரீமதி கல்யாணி தேவியார் நம்மைப் பார்த்தால் என்ன நினைத்துக்கொள்வார்கள்?" என்றான். முத்தையன் கலகலவென்று நகைத்தான், "நினைத்துக் கொள்வது என்ன? ஆபத்துதான்! சரி, நேரமாய்விட்டது. போய் வா!" என்றான். "ஓகோ! கல்யாணி வரும் நேரமாய்விட்டது என்கிறாயா? நான் அவளைப் பார்த்துவிட்டுத்தான் போகிறேனே? ஒரு சக்களத்திச் சண்டைபோட்டுப் பார்க்கலாம்" என்றான் கமலபதி.

"ஐயோ! வேண்டாம்! நீ போய் வா" என்றான் முத்தையன். கமலபதி கோஷா அங்கியைக் கையில் சுருட்டி எடுத்துக்கொண்டு, திரும்பித்திரும்பிப் பார்த்துச் சிரித்துக்கொண்டே சென்று காட்டுக்குள் மறைந்தான்.

கமலபதி போய் சுமார் அரைமணி இருக்கும். முத்தையன் வழக்கம்போல் மரத்தின் வேரில் தலையை வைத்துப் படுத்துக்கொண்டிருந்தான். "இன்றைக்கு ஏன் கல்யாணி இன்னும் வரவில்லை?" என்று எண்ணமிட்டுக் கொண்டிருந்தான். நிஜமாகவே கமலபதி சொன்னதுபோல் நேர்ந்திருந்தால் - அதாவது கமலபதி தன்னுடன் பேசிக்கொண்டிருக்கும்போது கல்யாணி வந்திருந்தால் என்ன நடந்திருக்கும் என்று எண்ணியபோது அவன் முகத்தில் புன்னகை உண்டாயிற்று. 'தன்மேல் அவளுக்குச் சந்தேகம் உண்டாகியிருக்குமா? கோபித்துக்கொள்வாளா அல்லது அழுவாளா? சாதாரண விஷயங்களிலேயே அவளுக்கு ஆத்திரம் வந்துவிட்டால் ரகளைதானே? இந்த சமாசாரத்தில் கேட்கவேண்டுமா? அப்புறம் நிஜம் வெளியாகும்போது என்ன செய்வாள்? கோபம் எல்லாம் பறந்துபோய்ச் சிரிப்பாள் அல்லவா? நல்ல வேடிக்கை!' என்று தனக்குத்தானே சொல்லிக்கொண்டான் முத்தையன்.

'ஆ! அது என்ன, அந்தப் புதர்களுக்கிடையில் சிகப்பாய்த் தெரிகிறது?' - முத்தையனுடைய நெஞ்சு கோயில் நகராவைப்போல் அப்போது அடித்துக்கொண்டது. 'இதோ இந்த மரத்தின் மறைவில்? அதோ, அதோ, அதோ அவ்வளவும் சிகப்புத் தலைப்பாக்கள்? இது நிஜமா, சித்தப்பிரமையா அல்லது கனவா? முத்தையன் கண்ணைக் கசக்கிவிட்டுப் பார்த்தான். கனவில்லை, பிரமையுமில்லை, - நிஜந்தான். போலீஸ்காரர்கள் தன்னை நாலாபுறமும் சூழ்ந்து கொண்டிருப்பதை முத்தையன் உணர்ந்தான்.

இது சந்தேகமறத் தெரிந்தவுடனே முத்தையனுடைய உள்ளமும் தெளிந்துவிட்டது. அந்த உள்ளத்தில் இப்போது அணுவளவும் குழப்பம் இல்லை. சென்ற இரண்டு மூன்று வருஷ காலமாய் எதிர்பார்த்த விஷயந்தானே? முத்தையனுடைய உடம்பு ஒருதடவை சிலிர்த்தது. அன்றைய தினம் இரண்டாவது தடவையாக அவன் கையில் ரிவால்வருடன் துள்ளிக் குதித்து எழுந்தான். ஆனால் இந்தத்தடவை ரிவால்வரைக் கீழே போடவில்லை. அதிலிருந்து வேட்டுக்கள் கிளம்பி, அந்த வனப் பிரதேசமெல்லாம் எதிரோலி செய்தன.

அதே சமயத்தில் போலீஸ்காரர்களும் சுட்டார்கள். திருடனுடைய முழங்காலுக்குக் கீழே சுடும்படித்தான் அவர்களுக்கு உத்தரவு. அதன்படியே அவர்கள் சுட்டார்கள். முதலில் பல குண்டுகள் அவன்மேல் படாமலே சிதறி விழுந்தன. கடைசியாக ஒரு குண்டு முத்தையனுடைய காலில் பட்டது. அதனால் அவன் கீழே விழுந்த சமயத்தில் இன்னும் நாலு குண்டுகள் அவன்மீது

பாய்ந்தன. ஒன்று தோளின்மேல், ஒன்று விலாவில், ஒன்று தொடையில் - இப்படி. முத்தையனுடைய தேகத்தில் இரத்தம் பீறிட்டு அடித்தது. அவன் விழுந்த இடத்தில் பூமி நெடுந்தூரம் இரத்தத்தினால் சிவந்தது!

அடுத்த கணத்தில் பத்துப் பன்னிரண்டு போலீஸ்காரர்கள் சேர்ந்தாற்போல் ஓடிவந்து முத்தையனைப் பிடித்துக் கட்டினார்கள்.

48

நெஞ்சு பிளந்தது!

இராஜன் வாய்க்காலின் மூங்கில் பாலத்தைத் தாண்டிச் சென்ற கல்யாணி தயங்கித்தயங்கி நடந்தாள். ஏனோ அவளுக்கு வீட்டுக்குத் திரும்பிச்செல்ல மனம் விரவில்லை. அவளுடைய கால்கள் பூங்குளம் கிராமத்தை நோக்கிச் சென்றனவாயினும் அவளுடைய இதயம் அந்தப் பாழடைந்த கோயிலிலிருந்து வரவே மாட்டேனென்று பிடிவாதம் பிடித்தது.

அந்த நாவல் மரத்தடியில், தான் கண்ட காட்சியை நினைக்க நினைக்க அவளுடைய இரத்தம் கொதிப்படைந்தது. அவளுடைய நெஞ்சு பிளந்து இரண்டாகி விடுவது போன்ற ஒரு வேதனை உணர்ச்சி அவளைச் சித்திரவதை செய்தது. அப்படிப் பிளந்து விடாமலிருக்கும் பொருட்டு நெஞ்சை ஒரு கையினால் அமுக்கிப் பிடித்துக்கொண்டு நடந்தாள். பல வருஷங்களுக்கு முன்பு ஒருநாள் அதே நாவல் மரத்தடியில் நடந்த ஒரு சம்பவம் அவள் நினைவுக்கு வந்தது. முத்தையன் அப்போது ஹைஸ்கூலில் படித்துக் கொண்டிருந்தான். அவன் ஊருக்கு வந்துவிட்ட செய்தி தெரிந்து கல்யாணி குதூகலமடைந்திருந்தாள். வழக்கம்போல் அவனை எதிர்பார்த்து அவள் அப்பாழடைந்த கோயிலுக்குப் போனாள். முன்னாலேயே அவன் அங்கு வந்து இவளுக்காகக் காத்துக் கொண்டிருந்தான். இன்றைய தினம் அவன் உட்கார்ந்திருந்த இடத்திலேயே அன்றும் உட்கார்ந்திருந்தான். கல்யாணி அருகில் சென்றதும், இன்று அந்தத் தேவடியாளைக் கட்டித் தழுவிக் கொண்டானே, பாவி, அதே மாதிரி இவளைக் கட்டித்தழுவிக் கொண்டான்!

அன்று நடந்த பேச்சு முழுவதும் அப்படியே கல்யாணிக்கு நினைவு வந்தது. அந்தப் பாழடைந்த கோயிலுக்குள் ஸ்வாமி

ஒன்றும் இல்லையல்லவா? இவர்கள் பெரியவர்களான பிறகு, அந்தக் கோயிலைப் புதுப்பித்துக் கட்டி அதற்குள்ளே ஸ்வாமி பிரதிஷ்டை செய்யவேண்டுமென்று இரண்டுபேரும் சேர்ந்து முடிவு செய்தார்கள். ஆனால் கோயிலுக்குள் என்ன ஸ்வாமி வைப்பது? முத்தையன் ஒவ்வொரு சுவாமியாகச் சொல்லிக்கொண்டு வந்தான். "கிருஷ்ண விக்கிரகம் வைப்போம்" என்றான். "கூடவே கூடாது" என்றாள் கல்யாணி. "கிருஷ்ணன்மேல் உனக்கு என்ன கோபம்? போனால் போகட்டும், சுப்ரமண்ய சுவாமி வைப்போமா?" என்றான் முத்தையன். "அதுவும் வேண்டாம்!" என்றாள் கல்யாணி. இப்படி ஒவ்வொரு சுவாமியாகத் தள்ளிக்கொண்டு வந்து கடைசியில், முத்தையன், "எல்லா சுவாமியும் ஆகிவிட்டது. இராமர் ஒருவர்தான் பாக்கி. அவரையும் வேண்டாமென்று நீ சொல்லிவிட்டால், நாம் இரண்டுபேருமே சுவாமியும் அம்மனுமாய் உட்கார்ந்துவிட வேண்டியதுதான்" என்றான். "இராமரை நான் வேண்டாமென்று சொல்லவில்லை; இராமரையே வைக்கலாம்" என்றாள் கல்யாணி. மற்ற சுவாமியையெல்லாம் வேண்டாமென்று சொல்லி, இராமரை வைக்க மட்டும் சம்மதித்ததற்கு என்ன காரணம் என்று முத்தையன் விசாரித்தான். கல்யாணி முதலில் இதற்குச் சரியான பதில் சொல்லவில்லை. கடைசியாக, வற்புறுத்திக் கேட்டதின் பேரில், "இராமருக்குத்தான் ஒரே பெண்டாட்டி, ஆகையால்தான் அவரை எனக்குப் பிடிக்கிறது. மற்ற சுவாமிகளுக்கு எல்லாம் இரண்டு பேரும், அதற்கு மேலுங்கூட இருக்கிறார்கள். அவர்களை எனக்குப் பிடிக்கவில்லை" என்றாள் கல்யாணி. உடனே முத்தையன் கல்யாணியைத் தூக்கித் தன் மடியில் உட்கார வைத்துக்கொண்டு, "என் கண்ணே! நான் இராமரைப் போலிருப்பேன், உன்னைத் தவிர வேறு ஸ்திரீயை நிமிர்ந்துகூடப் பார்க்கமாட்டேன்" என்றான்.

அன்று அப்படி வாக்குறுதி செய்த முத்தையன் இன்றைக்கு எப்படியாகி விட்டான்! அடப்பாவி! ரயில்வே ஸ்டேஷனில் உன்னைப் பற்றி ஜனங்கள் பேசிக்கொண்டதெல்லாம் நிஜந்தானா? ஐயோ! மோசமல்லவா போய்விட்டேன்? நான் இருக்கிறேனே, உன்னைத் தவிர உலகில் வேறு நினைவே இல்லாமல் – அப்படியே நீயும் இருப்பாயென்றல்லவா எண்ணிவிட்டேன்? உனக்காகவா நான் இந்தச் சொத்து, சுதந்திரம், வீடு, வாசல் எல்லாவற்றையும் விட்டுவிட்டுக் கப்பலேறி வரத் தயாராயிருந்தேன்? ஐயோ! என்ன அசடாய்ப் போனேன்? - ஆகா! இது என்ன உலகம்? சூதும் வாதும் பொய்யும் புனைசுருட்டும் நிறைந்த உலகம் – இதையெல்லாம் நினைக்கும்போது, இறந்துபோனாரே, அவர் எப்பேர்ப்பட்ட

உத்தமர்? அவர் புண்ணிய புருஷரான படியால் இந்தப் பாவியுடன் எத்தனை நாள் வாழ்வது என்று போய்விட்டார் போலிருக்கிறது..!

இப்படி எண்ணமிட்டுக்கொண்டே போன கல்யாணிக்குக் காலிலே ஒரு கல் தடுக்கிவிட்டது. கட்டை விரலில் இரத்தம் வந்தது. தலை கிறுகிறுவென்று சுற்றுவது போலிருந்தது. பாதை ஓரத்தில் சற்று உட்கார்ந்தாள். அவள் உட்கார்ந்த இடத்தில் ஒரு தும்பைச்செடி பூத்துக் குலுங்கிக்கொண்டிருந்தது. கல்யாணி ஒரு தும்பைப் பூவைப் பறித்தாள். "என்னுடைய அன்பு இந்தத் தும்பைப் பூவைப்போல் அவ்வளவு பரிசுத்தமாயிருந்தது. அதை இப்படிக் கசக்கி எறிந்துவிட்டானே, பாவி!" என்று எண்ணிய வண்ணம் அந்தப் பூவைக் கசக்கினாள்.

திடீரென்று, அவளுடைய உள்ளத்தின் எந்த மூலையிலிருந்தோ ஒரு எண்ணம் உதயமாயிற்று. "ஒரு வேளை நாம் பார்த்தது பொய்யோ? வெறும் பிரமையாய் இருக்குமோ?" என்ற சந்தேகம் ஏற்பட்டு வினாடிக்கு வினாடி அதிகமாயிற்று. "அந்த ஸ்திரீ யார்? அவள் எப்படி அங்கே வந்திருப்பாள்? – என்ன தப்பு பண்ணி விட்டோம்? மளமளவென்று அருகில் போய் உண்மையைக் கண்டுபிடிக்காமல் தூர இருந்தபடியே வந்துவிட்டோமே?" என்று எண்ணிக் கல்யாணி தவித்தாள். "மோகினிப் பிசாசு என்கிறார்களே அது நிஜந்தானா, என்னவோ? பிசாசு அப்படி உருவம் எடுத்து வந்தாலும் வந்திருக்கலாமல்லவா? அதை நான்தானாக்கும் என்றே முத்தையன் எண்ணி மோசம் போயிருக்கலாமல்லவா? இல்லாவிட்டால், அப்படித் தளுக்கும் குலுக்குமான ஒரு பெண் பிள்ளை அந்தக் காட்டில் எப்படி வந்தாள்? எங்கிருந்து வந்தாள்..?" இம்மாதிரி விபரீதமான சந்தேகங்கள் எல்லாம் கல்யாணிக்குத் தோன்றின. அப்படியிருந்தால், முத்தையனைப் பற்றி, தான் எண்ணியதெல்லாம் அநியாயமல்லவா? அநியாயத்தோடேயா? ஐயோ! அந்தப் பிராமணன்! அவன் யாரோ என்னமோ தெரியவில்லையே? பார்த்தால் போலீஸ்காரன் மாதிரி இருந்ததே? அவனிடம் முத்தையன் இருக்குமிடம் சொல்லிவிட்டோமே? என்ன நேருமோ என்னமோ? ஸ்வாமி பகவானே!

உடனே திரும்பி முத்தையன் இருக்குமிடம் போகவேண்டும் என்ற அடங்காத தாபம் அப்போது கல்யாணிக்கு உண்டாயிற்று, அவன் தனக்குத் துரோகம் செய்திருந்தாலும் சரி, செய்யாவிட்டாலும் சரி, அவனை அந்த இடத்தில் இனிமேல் இருக்கவேண்டாம் என்று எச்சரிப்பது தன்னுடைய கடமை என்று கல்யாணி கருதினாள். எனவே, திரும்பிக் கொள்ளிடக்கரையை நோக்கி நடக்கத்

தொடங்கினாள். அவள் ஐந்தாறு அடிதான் நடந்திருப்பாள் . 'டுமீல்' 'டுமீல்', என்று துப்பாக்கி வேட்டுச் சத்தம் கேட்டது. ஒன்றன்பின் ஒன்றாகச் சுமார் மூன்று நிமிஷ நேரம் வெடிகள் தீர்ந்த வண்ணமிருந்தன. அந்தச் சத்தம் திக்குத் திகாந்தங்களில் எல்லாம் பரவி எதிரொலி செய்து முழங்கிற்று.

வெடி தீர்ந்து கொண்டிருந்தவரையில், கல்யாணி ஸ்தம்பித்துப் போய் நின்றாள். சத்தம் நின்றதும் அவளுடைய வாழ்க்கையிலேயே என்றும் அறியாத பதைபதைப்புடன் லயன்கரைச் சாலையை நோக்கி நடந்தாள்.

துப்பாக்கிச் சத்தத்தைக் கேட்டு, அங்கங்கே வயல்களில் வேலை செய்துகொண்டிருந்த குடியானவர்களும் குடியானவ ஸ்திரீகளும் வேலையை அப்படி அப்படியே போட்டுவிட்டு ஓடிவந்தார்கள். ஆகவே, கல்யாணி மூங்கில் பாலத்தை அடைந்தபோது, லயன்கரைச் சாலையில் ஏகக்கூட்டம் கூடியிருந்தது. எல்லாரும் அவரவர்களுக்குத் தோன்றியபடி பேசிக் கொண்டிருந்தார்கள். அவர்கள் பார்த்துக்கொண்டிருந்தார்கள். அவர்கள் பார்த்துக்கொண்டிருக்கும்போதே, கிழக்கே நூறு கஜ தூரத்தில் படுகைக் காட்டிலிருந்து பத்துப் பன்னிரண்டு போலீஸ்காரர்கள் சாலையில் ஏறுவது தெரிந்தது. ஜனங்கள் அந்தப் பக்கம் ஓடினார்கள். ஆனால் போலீஸ்காரர்கள் இரண்டுபேர் கையில் பிடித்த துப்பாக்கியுடன் நடுச்சாலையில் நின்று அவர்களைச் சுட்டுவிடுவதாகப் பயமுறுத்தவே ஜனங்கள் தயங்கி நின்றுவிட்டனர். பெரும்பாலான போலீஸ்காரர்கள் விரைந்து கிழக்கு நோக்கிச் சென்றார்கள். கும்பலாகச் சென்ற அவர்களுக்கு மத்தியில் நாலு சேவகர்கள் காயம்பட்ட மனிதன் ஒருவனைத் தூக்கிக்கொண்டு போவது தெரிந்தது.

கல்யாணி இதையெல்லாம் பார்த்தாள். "செத்துப்போய் விட்டான்" என்று சிலரும்; "இல்லை, சாகவில்லை காயம் மட்டும் பலம்" என்று சிலரும் பேசியதெல்லாம் அவள் காதில் அரைகுறையாய் விழுந்தது. குடியானவ ஸ்திரீகள் சிலர் வந்து கல்யாணியைச் சூழ்ந்துகொண்டனர். "ஆச்சி! இந்தக் கொள்ளிடக் கரையிலே நீங்கள் பாட்டுக்குத் தினம் போய்க்கொண்டிருந்தீர்களே! இங்கேயே இத்தனை நாளும் திருடன் இருந்திருக்கிறானே, ஆச்சி! ஏதோ எங்க பெரியவங்க பண்ணிய புண்ணியந்தான் உங்களுக்கு ஒன்றும் நேரவில்லை" என்றார்கள்.

கல்யாணி அவர்களுக்குப் பதில் ஒன்றும் சொல்லாமலும் குனிந்த தலை நிமிராமலும் வீட்டை நோக்கி நடகலானாள்.

அவளுடைய முகத்தை மட்டும் அந்தச் சமயம் மற்றவர்கள் பார்த்திருந்தால், ஐயோ! எவ்வளவு கலவரம் அடைந்திருப்பார்கள்!

49

பட்டணப் பிரவேசம்

அன்று ராயவரம் டவுனில் அல்லோல கல்லோலமாயிருந்தது. அந்தப் பட்டணத்தின் சரித்திரத்திலேயே அம்மாதிரியான காட்சிகளைக் கண்டதில்லையென்று எல்லாரும் ஒருமுகமாகச் சொன்னார்கள். இரண்டு மாதத்திற்கு முன்புதான் அந்த ஊருக்கு மாற்றலாகி வந்திருந்த சப்ஜட்ஜ் சத்தியநாதபிள்ளைகூட, "இந்த ராயவரம் இம்மாதிரிக் காட்சிகளை என்றைக்கும் பார்த்ததில்லை" என்று சத்தியம் செய்யத் தயாராயிருந்தார்.

அந்தப் பட்டணத்தில் வசித்த சகல ஆண்களும் பெண்களும் குழந்தைகளும் அன்று காலை முதல், தெரு வீதிகளிலேயே நின்றார்கள். எங்கே பார்த்தாலும் ஒரேவிதமான பேச்சுதான். "முத்தையன் பிடிபட்டுவிட்டானாம்! அவனை இங்கே கொண்டு வருகிறார்களாம்! ஆச்சு; சுங்கான் கேட் கிட்டத்தட்ட வந்தாச்சு! உடம்பிலே 32 குண்டு பாய்ந்திருக்காம்! அறுபது போலீஸ்காரர்கள் சூழ்ந்து பிடித்தார்களாம்! அவ்வளவு பேரையும் திமிறிக்கொண்டு போகப் பார்த்தானாம்! வீரன் என்றால், அவனல்லவா வீரன்..!"

இப்படிப் பலவிதமாய்ப் பேசியவர்கள் எல்லாரும் ஒரேயடியாக முத்தையனிடம் அனுதாபம் காட்டியதுதான் மிகவும் ஆச்சரியமான விஷயம். அவனிடம் இருந்த கோபம் பயம் எல்லாம் போயே போய்விட்டது. அவனுடைய துணிச்சலையும், தீரத்தையும் பற்றிய வியப்பும், அவனுக்கு நேர்ந்த கதியைப் பற்றி இரக்கமுந்தான் மிஞ்சி நின்றன. உலகத்தில் ஒரு மனிதனுக்கு நேரக்கூடிய அதிர்ஷ்டங்களில் கஷ்டம் வருவதைப்போன்ற அதிர்ஷ்டம் வேறொன்றுமில்லை! அப்போதல்லவா அவனைச் சூழ்ந்திருப்பவர்களின் தயாள சுபாவம் நன்கு பிரகாசிக்கின்றது? அப்போதல்லவா அவன் மற்றவர்களின் அன்புக்கும் அனுதாபத்துக்கும் பாத்திரமாகிறான்? அப்போதேயன்றோ அவனுடைய குறைகளையெல்லாம் ஜனங்கள் மறந்து, அவனுடைய குணங்களை மட்டும் நினைத்துப் பாராட்டுகிறார்கள்? இதைவிட ஒருவனுக்கு வரக்கூடிய அதிர்ஷ்டம் வேறென்ன இருக்கிறது!

நேரம் ஆக ஆக, வீதிகளில் நின்ற ஜனங்களின் பரபரப்பு அதிகமாயிற்று, அவர்கள் பொறுமையிழந்தார்கள். இளம் பிள்ளைகள் வீதிகளில் குட்டிக்கரணம் அடித்தார்கள். கைக்குழந்தைகளுடன் வந்து நின்ற பெண்மணிகள் அகாரணமாய்ப் பிள்ளைகளை அடித்தார்கள். வேலையைப் போட்டுவிட்டு வந்த ஆண் பிள்ளைகளுக்குக் கோபம் கோபமாய் வந்தது. அந்தக் கோபமெல்லாம் போலீஸ்காரர்கள் மேல் சென்றது.

அன்று, ராயவரத்தில் இருந்த ஒவ்வொரு போலீஸ்காரனும் சிறிது மார்பைப் பார்த்துக்கொண்டுதான் நடந்தான். சென்ற இரண்டு வருஷமாய் மூன்று தாலூகாக்களுக்குப் பீதியளித்து வந்த பெயர் பெற்றத் திருடனைப் பிடித்துவிட்டோமென்ற பெருமையை ஒவ்வொரு போலீஸ்காரனும் நன்கு ருசி பார்த்து அனுபவித்தான். அன்று அவ்வூரில் போலீஸ்காரர்கள் நடந்த நடையே ஒரு ஜோராகத்தான் இருந்தது.

இது மற்ற ஜனங்களுக்குப் பொறுக்கவில்லை. ஒரு சவுடால் பேர்வழி ஒரு போலீஸ்காரனிடம் அணுகி, “ஸார்! பீடி பற்ற வைக்க வேணும், ஒரு நெருப்புக்குச்சி இருந்தால் தருகிறீர்களா?” என்று கேட்டான். போலீஸ்காரன் அவனை முறைத்துப் பார்த்தான். கூட்டத்திலிருந்த ஒருவன், “அடே! போலீஸ் புலி முறைக்கிறதடா!” என்றான். “புலியைப் பார் புலியை! ஒரு திருடனைப் பிடிக்க நாற்பது புலியா, பூனையா? நன்றாய்ப் பாரடா” என்றான் மற்றொரு ஹாஸ்யப்பிரியன். “சிகப்புத் தலைப்பாகைத் தட்டி எறியுங்கடா!” என்றான் வேறொருவன். “அவன் தலையிலே இரண்டு மலைப் பிஞ்சை வீசுங்கடா” என்று இன்னொரு குரல் கேட்டது. இதே சமயத்தில் இரண்டு மலைப்பிஞ்சுகள் எங்கிருந்தோ வந்து விழுந்தன.

இந்தச் செய்தி போலீஸ் ஸ்டேஷனுக்கு எட்டவும், அங்கிருந்து போலீஸ் படைகள் அணியணியாகக் கிளம்பிப் பட்டணத்தின் முக்கிய வீதிகளில் ‘மார்ச்’ பண்ணலாயின. போலீஸ் படை வரும்போது ஜனங்கள் பக்கத்துச் சந்துகளிலே புகுந்து கொள்வார்கள். போலீஸ் படைபோனதும் உடனே பழையபடி தெரு வீதிகளில் வந்து கூட்டம் போடுவார்கள்.

இப்படி ரகளைப்பட்டுக் கொண்டிருக்கும்போது, முத்தையனுடைய ஊர்கோலமும் வந்துவிட்டது. பூங்குளத்திலிருந்து அவனைத் தூக்கிக்கொண்டு வந்தவர்கள் ராயவரத்தை நெருங்கியபோது, இங்கிருந்து ரிஸர்வ் போலீஸ்படை போய் அவர்களுடன் சேர்ந்துகொண்டது. ஆகவே நாற்பது ஐம்பது

போலீஸ்காரர்கள் புடைசூழ முத்தையன் – இன்னும் ஸ்மரணையற்றிருந்த முத்தையன் ராயவரத்தில் பிரவேசித்தான். இந்த ஊர்கோலம், ஸப் ஜெயிலை நெருங்க நெருங்க ஜனக்கூட்டமும் அதிகமாகி வந்தது. இதற்குள்ளே சுற்றுப்புறத்துக் கிராமங்களில் இருந்தும் ஜனங்கள் வந்து சேர்ந்துவிடவே, கூட்டம். இருபதினாயிரம் முப்பதினாயிரம் என்று ஆகிவிட்டது. எல்லாரும் முத்தையனைப் பார்க்கவேண்டுமென்று ஆசைப்பட்ட காரணத்தினால், ஜனக்கூட்டம் போலீஸாரை மேலே போக முடியாமல் நெருக்கிற்று, போலீஸார் அவர்களை அதட்டி உருட்டி விலக்க வேண்டியிருந்தது. இந்தச் சமயத்தில் மறுபடியும் எங்கிருந்தோ ஏழெட்டுக் கற்கள் வந்துவிழுந்தன. இதனால் போலீஸ்காரர்கள் ஆகாயத்தை நோக்கித் துப்பாக்கிப் பிரயோகம் செய்ய வேண்டியது அவசியமாயிற்று.

அவ்வளவுதான்! துப்பாக்கிச் சத்தம் கேட்டதோ இல்லையோ, ஜனங்கள் நாலாபுறமும் சிதறி ஓடத் தொடங்கினார்கள். குழந்தைகள் வீறிட்டன. ஸ்திரீகள் அலறினார்கள். ஆனால் பத்தே நிமிஷத்தில் அவ்வளவு கூட்டமும் இருந்த இடம் தெரியாமல் போய்விட்டது.

துப்பாக்கிச் சத்தம் கேட்டபோது, முத்தையனுக்கு சிறிது உணர்வு வந்தது. அவன் உடனே, பக்கத்திலே கிடப்பதாக அவன் எண்ணிய ரிவால்வரை எடுக்கக் கையை நீட்டினான். ஆனால் கையை நீட்ட முடியவில்லை என்பதைக் கண்டான். கைகால் ஒன்றையும் அசைக்க முடியாதபடி ஏதோ பாரத்தை வைத்து அமுக்கினாற்போல் இருந்தது. கண்ணைச் சிறிது திறந்து பார்த்தான். தன்னுடைய கைகளையும் கால்களையும் கட்டியிருப்பதாகத் தெரிந்தது. “இது என்ன ஆச்சரியம்?” என்று அவன் எண்ணமிடுவதற்குள்ளே மறுபடியும் ஸ்மரணையிழந்தான்.

50

நள்ளிரவு

ராயவரம் தாலூகா கச்சேரியை அடுத்துள்ள ஸப் ஜெயிலுக்கு இரவு நேரத்தில் சாதாரணமாய் இரண்டு போலீஸ்காரர்கள்தான் பாரா கொடுப்பது வழக்கம். அவர்களேதான் தாலூகா கச்சேரி டிரஷ்ஷரிக்கும் காவலர்கள். ஆனால் இன்றிரவு முப்பது போலீஸ்காரர்கள் காவல் புரிந்தார்கள்.

கச்சேரியை அடுத்து கீழ்ப்புறத்தில் ஒரு பெரிய முற்றம் இருந்தது. அந்த முற்றத்தின் தெற்குப் பக்கமும் கீழ்ப்புறமும் 'ட' மாதிரி அமைந்த தாழ்வாரம் இருந்தது. தாழ்வாரத்தையொட்டி, தெற்கே மூன்று அறைகளும், கிழக்கே மூன்று அறைகளும் இருந்தன. சர்க்கார் கட்டிடங்களுக்கு என்று ஏற்பட்ட ஒருவிதமான வாசனை கமகமவென்று அங்கே வந்துகொண்டிருந்தது. அதில் தார் வாசனையும், 'பினைல்' வாசனையும் அதிகம் இருந்தனவாயினும், மற்றும் எத்தனையோ தினுசுதினுசான வாசனைகளும் கலந்து வந்து கொண்டுதானிருந்தன.

சப் ஜெயிலில் கீழ்ப்புறத்து அறைகளில் ஒன்றில் முத்தையன் அடைக்கப்பட்டிருந்தான். அவனை அங்கே கொண்டுவந்து சேர்த்ததும், சர்க்கார் ஆஸ்பத்திரியின் பெரிய டாக்டர் தமது கம்பவுண்டருடன் வந்து, அவனுடைய காரியங்களையெல்லாம் நன்றாய்க் கட்டிவிட்டுப் போனார். முத்தையன் எப்படியாவது பிழைக்கவேண்டும். அவன்மேல் கேஸ் நடத்தித் தண்டனைக்கு உள்ளாக்க வேண்டுமென்ற ஆவல் போலீஸ் மேலதிகாரிகளுக்கு ரொம்பவும் தீவிரமாக இருந்தது. ஆனால் டாக்டர் அவர்களுக்கு இவ்விஷயத்தில் அதிக நம்பிக்கைக் கொடுக்கவில்லை. "நான் செய்ய வேண்டியதைச் செய்கிறேன், பிழைத்தால் போலீஸாரின் அதிர்ஷ்டந்தான்" என்று சொல்லிவிட்டார்.

டாக்டர் திரும்பிப் போகுந்தறுவாயில், ஸர்வோத்தம சாஸ்திரி அவரை ஒரு கேள்வி கேட்டார். "இனிமேல் ஒரு தடவையாவது பிரக்ஞை வருமா, வரவே வராதா?" என்று. "ஓ! பிரக்ஞை வரும். இன்று நடுநிசி சுமாருக்கே பிரக்ஞை வந்தாலும் வரும். ஆனால் அவனிடம் யாரும் அதிகம் பேச்சுக் கொடுக்கக்கூடாது" என்றார் டாக்டர்.

சப் ஜெயிலில் தென்புறத்துத் தாழ்வாரத்தையொட்டி இருந்த அறைகளில் ஒன்றில் குறவன் சொக்கன் அடைக்கப்பட்டிருந்தான். அவனுடன் பேசிக்கொண்டிருந்தார் ஸர்வோத்தம சாஸ்திரி.

அன்றிரவு சாஸ்திரி தூங்கவேயில்லை. இந்தக் கேஸில் ஆரம்ப முதல் சிரத்தைக் கொண்டவராதலாலும், கடைசியில் முத்தையனைப் பிடித்தவரும் அவரே ஆதலாலும், கைதிக்குப் பக்கத்திலேயே இருக்கவும், அவனுக்கு ஸ்மரனை வரும்போது அவசியமான விசாரணைச் செய்யவும் சாஸ்திரிக்கு அதிகாரம் கொடுக்கப்பட்டிருந்தது. முத்தையனுக்கு ஸ்மரணை வருவதற்குள்ளே, குறவன் சொக்கனிடம் சில விஷயங்களைக் கேட்கவேணுமென்று அவர் விரும்பினார்.

குறவன் சொக்கன் முன்னமேயே பிடிபட்டு விட்டானாயினும், அவனை எவ்வளவோ பாடுபடுத்தியும், முத்தையனைப் பற்றி ஒரு வார்த்தைகூடச் சொல்லமாட்டேனென்று ஒரே பிடிவாதமாயிருந்தான். இதனால் அவன் பேரில் சாஸ்திரிக்கு ஒருவித மதிப்புகூட ஏற்பட்டிருந்தது. இப்போது முத்தையன் பிடிபட்டு விட்டபடியால் சொக்கன் தனக்குத் தெரிந்ததைச் சொல்வானென்று நினைத்து அவனை விசாரிக்கத் தொடங்கினார். அவர் நினைத்தது சரியாய் இருந்தது. முத்தையன் படுகாயமடைந்துவிட்டான் என்றும், அவன் பிழைப்பது துர்லபம் என்றும் அறிந்தபோது சொக்கன் கண்ணீர்விட்டுச் சிறு பிள்ளையைப்போல் அழுதுவிட்டான். அப்புறம், சாஸ்திரி கேட்ட கேள்விகளுக்குத் தனக்குத் தெரிந்த வரையில் பதில் சொன்னான். முதன்முதலில், திருப்பரங்கோயில் போலீஸ் லாக்-அப்பில் முத்தையன் அடைபட்ட அன்றிரவு நடந்ததெல்லாம் சொக்கனுக்குத் தவிர வேறு யாருக்கும் தெரியாதல்லவா? முத்தையனைத் தன்னுடன் தப்பித்துவரச் சொன்னபோது முதலில் அவன் மறுத்ததையும், பிறகு காவல்புரிந்த போலீஸ் சேவகனிடம் அபிராமியைப் போய்ப் பார்த்துவிட்டு வர அனுமதி கேட்டதையும், அதற்கு அந்தச் சேவகன் கூறிய துர்மொழியையும், அதன்பிறகே தன்னுடைய யோசனைக்கு முத்தையன் இணங்கியதையும் சொக்கன் சொன்னபோது, சாஸ்திரிக்கே கண்ணில் ஜலம் வந்துவிட்டது. "ஐயோ! எப்படிப்பட்ட நல்லபிள்ளை! நெடுகிலும் பிறருடைய குற்றங்களினாலும் தவறுகளினாலும் அல்லவா இவன் இப்படிப்பட்ட துர்க்கதிக்காளாக நேர்ந்தது? உலகத்துக்கு இந்த உண்மையெல்லாம் எங்கே தெரியப்போகிறது தெரிந்தால்தான் என்ன பிரயோஜனம்? உயிரற்ற இரக்கமற்ற சட்டம் இவனை மன்னிக்குமா?" என்று எண்ணி எண்ணிப் பெருமூச்சுவிட்டார்.

நள்ளிரவு. வழக்கம்போல் பாராச் சேவகன் டங், டங் என்று 12-மணி அடித்தான். மணி அடித்து முடிந்ததும் மறுபடியும் நிசப்தம் குடிகொண்டது.

முத்தையன், தான் எங்கேயோ அதல பாதாளத்திலிருந்து மேலே மேலேமேலே வந்துகொண்டிருப்பதாக எண்ணினான். 'ஓகோ! தூங்கியல்லவா போய்விட்டோம்?' என்று ஒரு கணம் நினைத்தான். 'இது என்ன மணிச்சத்தம் கேட்கிறது? கோயிலில் உச்சிவேளை பூசை நடக்கிறதாக்கும்? ஆனால் ஏன் கல்யாணி இன்னும் வரவில்லை..?'

முத்தையனுடைய கண்கள் திறந்துகொண்டன. சுற்றுமுற்றும் பார்த்து விழித்தன. 'ஓ! இது கொள்ளிடக்கரையில்லை; பாழடைந்த கோயிலுமில்லை.' முதல்நாள் மத்தியானம் நடந்ததெல்லாம் ஒவ்வொன்றாய் ஞாபகம் வந்தது. சரி, சரி, இது ஜெயில்! ஆஸ்பத்திரிகளில் அவன் பார்த்திருப்பது போன்ற கட்டிலொன்றில் அவன் கிடந்தான். கால் கட்டு கைகட்டை எல்லாம் அவிழ்த்தாகி விட்டது. ஆனாலும் கால் கைகளை அசைக்க முடியவில்லை. அவ்வளவு பலஹீனமாயிருந்தது. கொஞ்சங்கொஞ்சமாக உடம்பெல்லாம் வலி தெரிய ஆரம்பித்தது.

சிறிது நேரத்திற்கெல்லாம் டக், டக் என்று யாரோ நடந்துவரும் சத்தம் கேட்டது. வேறு யாருமில்லை. ஸப் இன்ஸ்பெக்டர் சாஸ்திரிதான். கதவைத் திறந்துகொண்டு உள்ளே வந்தார். முத்தையன் எழுந்திருக்க முயன்றான்; முடியவில்லை. அம்முயற்சியினால் உடம்பில் ஏற்பட்ட வலி முகத்தில் பிரதிபலித்தது.

சாஸ்திரி அவன் அருகில் சென்று கருணை ததும்பிய குரலில், "முத்தையா! இனி தப்பிக்கலாம் என்ற ஆசையையெல்லாம் விட்டுவிடு. உன் காலம் நெருங்கிவிட்டது. யாருக்காவது ஏதாவது சமாசாரம் தெரிவிக்கவேண்டுமென்றால் சொல்லு. அல்லது யாரையாவது பார்க்க வேண்டுமென்றாலும் சொல்லு; முடியுமானால் அவர்களை வரவழைக்கிறேன்" என்றார்.

முத்தையன் சற்றுநேரம் யோசனையில் ஆழ்ந்திருந்தான். அந்த மனுஷர் சொன்னது வாஸ்தவந்தான். தன்னுடைய அந்திம காலம் நெருங்கிவிட்டது. அதனால்தான் அவ்வளவு பலஹீனமாயிருக்கிறது போலும்!

"கல்யாணியைப் பார்க்க வேணும்" என்று முத்தையன் முணுமுணுத்தான்.

"யாரை?" என்று சாஸ்திரி வியப்புடன் கேட்டார்.

"பூங்குளம் கல்யாணியை; திருச்சிற்றம்பலம் பிள்ளையின் மகளை" என்றான்.

சாஸ்திரி சற்றுத் தயங்கி, "அபிராமியைப் பார்க்க விரும்புவாயென்று நினைத்தேன்" என்றார்.

முத்தையனுடைய முகத்திலும் கண்ணிலும் ஆர்வம் ததும்பிற்று.

"என்ன? அபிராமியென்றா சொன்னீர்கள்?"

"ஆமாம்!"

"அபிராமியை உங்களுக்குத் தெரியுமா? எப்படித் தெரியும்?"

"திருப்பரங்கோயிலில் என்னுடைய வீட்டிலேதான் அவள் சிலநாள் தங்கியிருந்தாள். என்னடைய சம்சாரந்தான் அவளைப் பட்டணத்தில் பள்ளிக்கூடத்தில் கொண்டுபோய்ச் சேர்த்தது."

முத்தையன் கண்களில்தான் என்ன பிரகாசம்! என்ன மகிழ்ச்சி!

"ஐயா! இன்று என்னைப் பிடித்தது நீங்கள்தானே?" என்றான்.

"ஆமாம் அப்பா! என்ன செய்யலாம்? சட்டம் என்று ஒன்று இருக்கிறதல்லவா?"

"நான் என்றைக்காவது பிடிபட்டால், உங்கள் கையில் பிடிபடவேண்டுமென்றுதான் எண்ணிக்கொண்டிருந்தேன். அந்தக் கீர்த்தி உங்களுக்குத்தான் வரவேண்டுமென்று ஆசைப்பட்டேன். பகவான் என்னுடைய மனோரதத்தை நிறைவேற்றினார். உங்களுக்கு நான் வேறு என்ன கைம்மாறு செய்ய முடியும்?" என்றான் முத்தையன்.

சாஸ்திரியின் கண்களில் அன்று மறுபடியும் ஒரு தடவை கண்ணீர்த் துளிர்த்தது.

"தம்பி! நீ அதிகம் பேசக்கூடாது. அபிராமிக்கு வேண்டுமானால் தந்தியடிக்கிறேன். அவள் வரும் வரையில் நீ உயிரோடிருந்தால் அதிர்ஷ்டந்தான்" என்றார்.

"சரி அப்படியே செய்யுங்கள். ஆனால் நான் கல்யாணியைப் பார்க்கவேண்டுமென்றுதான் சொன்னேன். ஐயோ! எனக்கு ஸ்மரணை இருக்கும்போது அவளை நான் பார்ப்பேனா?" என்றான் முத்தையன்.

"ஆகட்டும், அவளையும் தருவிக்கிறேன். நீ அமைதியாயிரு" என்று சொல்லிவிட்டுச் சாஸ்திரி வெளியே சென்றார். பாராக்காரன் கதவைப் பூட்டினான்.

முத்தையன் மறுபடியும் கண்களை மூடிக்கொண்டான். தலையைச் சுற்றுவது போலிருந்தது. மயக்கமாய் வந்தது. அந்த அரை மயக்கத்தில் அவன் காதில் பின்வரும் பேச்சு விழுந்தது.

"சங்கதி என்னவென்று தெரியாதோ! உனக்கு? பூங்குளத்திலே இவனுக்கு ஆசைநாயகி ஒருத்தி இருந்தாளாம். அவள்தான் இவனைக் காட்டிக் கொடுத்துட்டாளாம். சாஸ்தியார் அதை மறைச்சு,

தானே திருடனைக் கண்டுபிடிச்சுட்டதுபோல் ஆர்ப்பாட்டம் பண்ணுகிறார். அந்தப் பெண் மட்டும் துரோகம் பண்ணாவிட்டால், இவனையாவது, பிடிக்கிறதாவது?"

"உலகத்திலேயே பொம்பிளையால் கெடறவங்கதானே அதிகம்! தெரியாமலா பெரியவங்க, இந்திரன் கெட்டதும் பெண்ணாலே, சந்திரன் கெட்டதும் பெண்ணாலே! என்று பாடியிருக்காங்க."

பாராச் சேவகர்கள் பேசிக்கொண்ட இந்த வார்த்தைகள் முத்தையன் காதில் விழுந்தபோது, அவனுடைய நெஞ்சு படபடவென்று அடித்துக்கொண்டது. அடுத்த கணம் அவன் மறுபடியும் பிரக்ஞை இழந்தான்.

51

காலைப்பிறை

முத்தையன் பிடிபட்ட அன்றிரவைச் சிவராத்திரியாகக் கழித்தவர்கள் பலர் இருந்தனர். அவர்களில் கல்யாணி ஒருத்தி என்று சொல்லவும் வேண்டுமோ?

பொய் மயமான இந்த உலகத்தில், எந்த ஒன்றை அழிவில்லாத உண்மை என்று கல்யாணி எண்ணியிருந்தாளோ, அதுவே இன்று பொய்யாகிப் போய்விட்டதை அவள் கண்டாள். துன்பமயமான இந்த வாழ்க்கையை எந்த ஒரு இன்பத்தைக் கருதி அவளால் சகித்துக் கொண்டிருக்க முடிந்ததோ, அந்த இன்பம் வெறும் மாயக்கனவு என்பதை அவள் அறிந்தாள். முத்தையனுடைய காதல் பொய்யாய்ப் போய்விட்டது! அவனுடன், தான் இன்பவாழ்க்கை நடத்துவதைப் பற்றிக் கட்டியிருந்த ஆகாயக்கோட்டை எல்லாம் சிதறி விழுந்தன. ஆஹா! இத்தனை காலமும் கானல் நீரையல்லவா தேடியலைந்து கொண்டிருந்தோம்? என்ன பேதமை!

அன்று சாயங்காலம் அவளுடைய காதில் விழுந்த ஊரார் பேச்செல்லாம் ஒவ்வொன்றாய் ஞாபகம் வந்தது. திருடன் பிடிபட்டதின் காரணத்தைப் பற்றி இரண்டு மூன்றுவிதமான வதந்திகள் பரவியிருந்தன. 'இந்தப் பக்கத்தில் யாரோ ஒரு பெண் பிள்ளை அவனுக்குச் சிநேகமாம். அவள்தான் பரிசுத் தொகைக்கு ஆசைப்பட்டு அவனைக் காட்டிக் கொடுத்துவிட்டாளாம்' என்று ஒரு

வதந்தி. 'அதெல்லாம் இல்லை; போலீஸாரே ஒரு அழகான தாஸியைப் பிடித்து அனுப்பி முத்தையன் அவளுடைய மோகத்தில் ஆழ்ந்திருக்கும்போது பிடித்துவிட்டார்களாம்!' என்று இன்னொரு வதந்தி. 'படுகைக்காட்டில் ஆடு மேய்த்துக்கொண்டிருந்த இடைப் பையன் ஒருவன் காட்டு வழியாக ஒரு பெண் பிள்ளை - ரொம்ப அழகான பெண் பிள்ளை போனதைப் பார்த்ததாகச் சொன்னதின் பேரில்...' இம்மாதிரி வதந்திகள் எல்லாம் கிளம்பியிருந்தன.

கல்யாணி அன்று மத்தியானம் கொள்ளிடத்துக்குப் போய்க் குளிக்காமல் திரும்பிவந்த சமாசாரம் ஊரில் எல்லோருக்கும் தெரியுமாதலால், அவளிடம் திருடன் பிடிபட்ட விருத்தாந்தத்தைப் பற்றிப் பேசுவதற்காகவே பலர் வந்தார்கள். முத்தையனுக்குக் கல்யாணியைக் கொடுப்பதாக முன்னொரு பேச்சு இருந்தபடியால் அவளுடன் இதைப்பற்றி வம்பு வளர்ப்பதில் அவர்களுக்கு ஒரு சுவாரஸ்யம். ஆனால் கல்யாணியோ தான் ஒரு வார்த்தைக்கூடச் சொல்லாமல், அவர்கள் சொல்வதையெல்லாம் மட்டும் ஆவலுடன் கேட்டுக்கொண்டிருந்தாள்.

இரவு தூக்கமில்லாமல் புரண்டுகொண்டிருந்தபோது மேற்சொன்னதெல்லாம் கல்யாணிக்கு நினைவு வந்தது. வதந்திகளுக்கும் உண்மைகளுக்கும் எவ்வளவு நெருங்கிய சம்பந்தம் என்பதை எண்ணி அவள் திகில் அடைந்தாள். கோர்ட்டு விசாரணையின்போது ஒருவேளை தன்னுடைய இரகசியம் வெளியாகிவிடுமோ? முத்தையனைக் காட்டிக் கொடுத்தது இவள்தான் என்று தெரிந்துவிடுமோ? அந்தப் பிராமணன் பரிசு தனக்கே வேண்டுமென்று ஆசைப்பட்டு ஒருவேளை வெளியிடாமல் இருக்கலாம். ஒருவேளை அவன் சொல்லிவிட்டாரானால்! அது முத்தையனுக்கு தெரிந்துபோய்விடுமே!

'அவனுக்குத் தெரிந்தால் என்ன?' என்று கல்யாணி எண்ணமிட்டாள். உண்மையில் அவனுக்குத்தான் முக்கியமாகத் தெரியவேணும். அந்தப் பாவி தனக்குச் செய்த துரோகத்துக்கு, தான் ஏன் அப்படிப் பழிவாங்கக்கூடாது? ஆமாம், விசாரணை நடக்கும்போது கோர்ட்டுக்கே போய், 'நான்தான் முத்தையன் இருக்குமிடம் சொன்னேன்; எனக்குக் கொடுங்கள் பரிசை!' என்று கேட்கலாம். முத்தையன் கைதிக் கூண்டில் நிற்கும்போது அம்மாதிரி போய்க் கேட்கவேண்டும். அப்போது அவன் முகம் எப்படியிருக்கும்?

ஆனால் அவன் அதுவரை உயிரோடிருப்பானா? இப்போதுதான் அவன் உயிரோடு இருக்கிறானோ, என்னமோ? ஐயோ! என்னதான் அவன் துரோகம் செய்தாலும், நானா அவனுக்கு எமனாக

முடியவேண்டும்? என் வாக்கினாலேயா அவனுக்கு இந்தக் கதி நேரவேண்டும்? ஸ்வாமி! முத்தையன் பிழைப்பானா? ஆம்; அவன் சாகக்கூடாது. அவனை விசாரணை செய்து எட்டு வருஷம் அல்லது பத்து வருஷம் ஜெயிலில் போடவேண்டும். நாம் ஜெயிலுக்குள்ளே போய் அவனைப் பார்த்து, 'முத்தையா! நீ எனக்குத் துரோகம் பண்ணினாய். அதற்கு நான் பழிக்குப்பழி வாங்கினேன்; ஆனாலும் இந்தப் பாவியின் மனத்திலிருந்து உன்னுடைய ஞாபகம் போக மாட்டேனென்கிறது!' என்று சொல்லவேண்டும்...

இப்படி எண்ணிய கல்யாணி தனக்குத்தானே சிரித்தாள். அவளுடைய சிரிப்பின் ஒலி அவளுக்கே பயங்கரத்தை அளித்தது. சீச்சீ! என்ன அசட்டு எண்ணங்கள்! முத்தையன் பல வருஷம் ஜெயிலிலே இருப்பது; அத்தனை காலமும் தான் உயிரோடிருந்து அவனைப்போய் பார்ப்பது இதெல்லாம் நடக்கக் கூடியதா? இனிமேல் நமக்கும் அவனுக்கும் என்ன சம்பந்தம்? - இந்த உயிர் வாழ்க்கைதான் இனிமேல் என்னத்திற்கு? முத்தையனுடைய காதல் பொய்யாய்ப் போனபிறகு உயிர் வாழவும் வேண்டுமா? உயிர் வாழத்தான் முடியுமா? இனி இரவு நேரங்களில் தூக்கம் வரப் போவதில்லை. தூக்கம் வராமல் முத்தையனைப் பற்றியே நினைத்துக்கொண்டிருந்து பைத்தியம் பிடித்தாலும் பிடித்துவிடும். இப்போதே மனது இப்படியிருக்கிறதே! போகப்போக எப்படியாகுமோ, என்னமோ? பைத்தியம் பிடித்துப்போய் ஊரார் எல்லாம் சிரிக்கும்படி உயிர் வாழ வேண்டுமா - இந்த எண்ணம் தோன்றியதும் கல்யாணி அளவிலாத பயங்கரமடைந்தாள். அடுத்த நிமிஷத்தில் அவள் ஓர் உறுதிகொண்டாள். இன்று இராத்திரி எப்படியாவது தன் உயிரை மாய்த்துக்கொள்ள வேண்டியது. வேறு விமோஷனம் கிடையாது.

'டிங், டிங், டிங்' என்று கடிகாரத்தில் மூன்றுமணி அடித்தது. கல்யாணி சத்தம் செய்யாமல் எழுந்திருந்தாள். அத்தை, காடாந்த நித்திரையில் ஆழ்ந்திருக்கிறாள் என்பதைக் கவனித்துவிட்டு வாசற்கதவை மெதுவாகத் திறந்துகொண்டு வெளியே கிளம்பினாள். நடுவீதியில் நாய் ஒன்று படுத்துக்கிடந்தது. அது குரைத்து ஊர்க்காரர்களை எழுப்பிவிடப் போகிறதே என்று கல்யாணி ஒரு கணம் திகில் அடைந்தாள். ஆனால், அது குரைக்கவில்லை. அவள் வீதியோடு கொஞ்சதூரம் போன பிறகு அந்த நாய் ஆகாயத்தை நோக்கிக்கொண்டு மிகவும் தீனமான குரலில் அழுதது. நாய் அழுதால் எமன் வருவதற்கு அறிகுறி என்று கல்யாணி கேள்விப் பட்டிருந்தபடியால், அவள் உடம்பு சிலிர்த்தது.

கிருஷ்ணபட்சத்துக் காலைப் பிறையின் ஒளி மங்கலாகப் பிரகாசித்துக்கொண்டிருந்தது. கல்யாணி ஒரு கையினால் நெஞ்சை அமுக்கிப் பிடித்துக்கொண்டு கொள்ளிடக்கரையை நோக்கி நடந்தாள். ஆற்றிலே விழுந்து இறந்துபோய் விடுவது என்னும் எண்ணத்துடனேயே தான் அவள் அந்த நேரத்தில் வீட்டைவிட்டுக் கிளம்பியது. ஆனால், கிட்டத்தட்ட இராஜன் வாய்க்காலின் அருகில் வந்தபோது அவளுக்கு ஒரு சந்தேகம் தோன்றிற்று. ஐயோ! தனக்கு நீந்தத் தெரியுமே? தண்ணீரில் விழுந்தால், நீந்திக் கரையேறத்தானே தோன்றும்? உயிர்ப் போகுமா? கழுத்திலே கல்லைக் கட்டிக்கொண்டு விழுகிறது என்று சாதாரணமாய்ச் சொல்வார்கள். நிஜமாகவே அப்படிச் செய்ய முடியுமா? கொள்ளிடக்கரையில் கல்லுக்குப் போவதெங்கே? அல்லது கயிற்றுக்குத்தான் எங்கே போவது? புடவைத் தலைப்பில் கல்லைக் கட்டிக்கொண்டு விழுந்தால், தலைப்பிலிருந்து கல் நழுவிவிட்டால் என்ன செய்வது? ஐயோ! உயிரை விடுவதென்பது சொல்வதற்குச் சுலபமாயிருக்கிறதே தவிர, மிகவும் கஷ்டமானக் காரியமாக அல்லவா தோன்றுகிறது?

கல்யாணி இராஜன் வாய்க்காலின் பாலத்தை அடைந்தபோது அதைக் கடந்து மேலே செல்லவில்லை. அங்கேயே சற்றுநேரம் நின்று சிந்தனையில் ஆழ்ந்திருந்தாள். பிறகு வாய்க்கால் ஓரமாய்ச் சென்று தண்ணீர்க் கரையில் ஓரிடத்தில் உட்கார்ந்தாள். சிலுசிலுவென்று காற்றடித்தது. கிராமத்தில் ஜாமக்கோழி கூவிற்று. காக்கையொன்று அரைத்தூக்கமாய்க் கரைந்தது.

கல்யாணி, 'இன்று நான் இறக்கவேண்டுமென்று விதி இருந்தால், எப்படியும் எமன் வந்து என்னைக் கொண்டுபோவான் அல்லவா, பார்க்கலாம்' என்று எண்ணமிட்டாள். பிறகு, 'எமனே வா! என்னைக் கொண்டுபோ!' என்று வாய்விட்டுக் கூறினாள்.

அப்படி அவள் சொல்லி வாய் மூடினாளோ இல்லையோ எங்கேயோ வெகுதூரத்தில் டக்டக், டக்டக் – என்ற சத்தம் கேட்டது.

கல்யாணியின் ரோமம் சிலிர்த்தது. உடம்பெல்லாம் நடுங்கிற்று. ஒருவேளை தன்னுடைய பிரார்த்தனையைக் கேட்டு எமன்தான் வருகிறானோ?

டக் டக், டக் டக் – இந்த ஒலி நிமிஷத்துக்கு நிமிஷம் பெரியதாகிக்கொண்டு வந்தது. சற்று நேரத்துக்கெல்லாம் அது வெகு சமீபத்தில் வந்துவிட்டது.

கல்யாணி கண்களை இறுக மூடிக்கொண்டாள்.

இரண்டு நிமிஷத்துக்கெல்லாம் அந்த டக்டக் சத்தம் கல்யாணிக்கு எதிரில் வாய்க்காலின் அக்கரையில் வந்து நின்றது. எமன்தான், சந்தேகமில்லை! சப்தம் நின்று ஒரு நிமிஷம் ஆயிற்று. இரண்டு நிமிஷம் ஆயிற்று, மூன்று நிமிஷம் ஆயிற்று; கல்யாணிக்கோ இந்த மூன்று நிமிஷமும் மூன்று யுகமாக இருந்தது. அவளுடைய படபடப்பும் அதிகமாகிக் கொண்டு வந்தது. மறுபடியும் ஒரு தடவை, "எமனே வா! சீக்கிரம் வந்து என்னைக் கொண்டுபோ!" என்று கூவினாள்.

அடுத்த கணம் கல்யாணி தன்னுடைய ஞாபகத்தை இழந்தாள். தண்ணீரில் 'குபுக்' என்று ஒரு சத்தம் கேட்டது.

52

பொழுது புலர்ந்தது

முத்தையன் கல்யாணியைப் பார்க்கவேண்டும் என்ற விருப்பத்தைத் தெரிவித்ததும், சர்வோத்தம சாஸ்திரி தாமே நேரில் போய்க் கல்யாணியை அழைத்து வருவது என்று தீர்மானித்துக்கொண்டார். வேறு யாராவது போனால் அவள் வருவதற்கு மறுத்துவிடலாம் என்றும் நினைத்தார். அதோடுகூட, முத்தையன் இருக்குமிடத்தை கல்யாணி தெரிவித்ததற்குக் காரணமான மர்மம் ஏதோ இருக்க வேண்டுமென்பது அவருடைய மனத்தில் உறுத்திக்கொண்டே இருந்தது. இவ்வளவு கண்டுபிடித்த பிறகு அதைக் கண்டுபிடிக்காமற் போனால் என்ன பிரயோஜனம்?

அவர் ஏற்கெனவே கேள்விப்பட்டிருந்த விஷயங்களையும் வைத்துக்கொண்டு, கல்யாணிக்கும் முத்தையனுக்கும் இருந்து வந்த சம்பந்தத்தை ஒருவாறு அவர் ஊகித்து அறிந்துகொண்டார். அவர்கள் காதலர்கள் என்பதிலும் சென்ற சில தினங்களாகக் காப்பாற்றியிருக்க வேண்டுமென்பதிலும் சந்தேகமில்லை. ஆனால் அன்றையதினம் அவளுடைய மனக் கலக்கத்திற்குக் காரணம் என்ன? முத்தையனுடைய 'உண்மைக் காதலி'யைப் பற்றி ஏதோ சொன்னாளே, அது என்ன? அப்படியெல்லாம் இருக்குமா? முத்தையன் அத்தகைய மனிதனாய்த் தோன்றவில்லையே? அவனைப் போலீஸார் சூழ்ந்தபோது அங்கே வேறு ஸ்திரீயும் இருக்கவில்லையே? என்ன காரணத்தினால் அவளுக்கு அப்படிப்பட்ட விபரீதமான சந்தேகம் இருக்கக்கூடும்!

கல்யாணியைப் பார்த்துப் பேசினால்தான் இந்த மர்மம் வெளியாவதற்கு வழி உண்டு என்று எண்ணிய சாஸ்திரி ராயவரத்திலிருந்து இரவு மூன்று மணிக்கே குதிரை ஏறிப் பூங்குளத்துக்குப் பிரயாணமானார். திருடனைப் பிடிக்கிற வரையில், குதிரையில் போனால் அவனுக்கு முன்னெச்சரிக்கை கொடுத்தது போலாகுமென்று அவர் சைக்கிளில் போய்க்கொண்டிருந்தார். இப்போது அந்தப் பயமில்லையாதலாலும், இரவு நேரமாதலாலும் குதிரை ஏறிக் கிளம்பினார்.

அவர் பூங்குளம் மூங்கில் பாலத்துக்குக் கிட்டத்தட்ட வந்தபோது சுமார் நாலரை மணி இருக்கும். கிழக்குத் திசையில் அப்போதுதான் சிறிது வெண்ணிறம் கண்டது.

நன்றாய் விடிந்த பிறகு ஊருக்குள் போகவேண்டுமென்று எண்ணிய சாஸ்திரி, குதிரையின் லகானைப் பிடித்து இழுத்து நிறுத்தினார். வாய்க்காலின் அந்தப்புறம் அவர் தற்செயலாகப் பார்த்தபோது, ஒரு பெண் உருவம் தலைமயிரை அவிழ்த்துப் போட்டுக்கொண்டு உட்கார்ந்திருப்பது போலத் தெரிந்தது. அந்த வேளையில் அத்தகைய காட்சியைக் கண்டபோது, மகா தைரியசாலியான சாஸ்திரிகூடச் சிறிது கலவரம் அடைந்தார். கொஞ்ச நேரத்துக்கெல்லாம் 'எமனே! வா! சீக்கிரம் வந்து என்னைக் கொண்டுபோ!' என்ற குரலைக் கேட்டதும், அவருடைய பயங்கரம் அதிகமாகத்தான் ஆயிற்று. ஆனால் அடுத்த நிமிஷம் அந்த உருவம் தண்ணீரில் தலைகுப்புற விழ அதனால் உண்டான 'குபுக்' என்ற சத்தத்தைக் கேட்டதும் சாஸ்திரியின் கலவரம் எல்லாம் பறந்துபோயிற்று. உடனே குதிரையிலிருந்து குதித்து, மூங்கில் பாலத்தை இரண்டே எட்டில் தாண்டி, இக்கரைக்கு வந்து வாய்க்காலின் கரையோரமாய் ஓடினார். தண்ணீரில் மேலே மிதந்த தலைமயிரின் மூலமாய்க் கல்யாணி போகுமிடத்தைக் கண்டுபிடித்து, கரையிலிருந்தபடியே அவளைத் தூக்கிக் கரை சேர்த்தார்.

கீழ்த்திசையிலே தோன்றிய வெளிர் நிறம் சிறிது சிறிதாகப் பவுன் நிறத்துக்கு மாறிக் கடைசியில் பத்தரை மாற்றுப் பசும்பொன்னின் நிறத்துக்கு வருகிறது. நட்சத்திரங்கள் நன்றாய் ஒளிமங்கி மறையத் தொடங்குகின்றன. ஆகாயத்தின் கருநிறம் நல்ல நீலநிறமாக மாறி வருகின்றது. நாலாபுறத்திலும் பட்சிகளின் கோலாகலமான சங்கீதக் கச்சேரி நடக்கின்றது.

இத்தகைய நேரத்தில்தான் கல்யாணி கண் விழித்தாள். முதலில் அவள் கண்களுக்குத் தெரிந்தது சாஸ்திரியின் முகம். இதென்ன,

இந்தப் பிராமணன் இங்கு எங்கே வந்தான்? தன்னுடைய உடம்பெல்லாம் ஜில்லென்றிருப்பதைக் கல்யாணி உணர்ந்தாள்; ஈரப்புடவை; ஈரத்தலை, ஓஹோ! தண்ணீரிலிருந்து தன்னை இந்தப் பிராமணன் கரையிலே இழுத்துப்போட்டிருக்கிறான். தான் அதிகாலையில் எழுந்து உயிரைவிடுவதற்காக அங்கு வந்தது எல்லாம் ஞாபகம் வந்தது. அக்கரையில் குதிரை ஒன்று சேணம் போட்டு நிற்பதையும் பார்த்தாள். குதிரையின் மேல் இந்தப் பிராமணன் வந்ததைத்தான் எமன் வருவதாக, தான் எண்ணியிருக்க வேண்டும்.

கல்யாணி எழுந்திருந்து உட்கார்ந்தாள். சாஸ்திரியைப் பார்த்து, "ஐயா! உங்களை என் உயிரைக் கொண்டுபோக வந்த எமன் என்று நினைத்தேன். நீங்களோ என் உயிரைக் காப்பாற்றியிருக்கிறீர்கள்" என்றாள்.

அதைக்கேட்டதும் சாஸ்திரியின் முகத்தில் புன்னகை தோன்றியது. ஆனால், கல்யாணியின் அடுத்த வார்த்தையில் அந்தப் புன்னகை எரிந்து போயிற்று.

"...ஆனால் ஏன் என்னைக் காப்பாற்றினீர்கள்? ஐயோ! நான் இறந்து போயிருந்தால் எவ்வளவு நன்றாய் இருந்திருக்கும்?" என்றாள்.

"உனக்கு என்ன துக்கமோ, எதற்காக நீ சாக நினைத்தாயோ, எனக்குத் தெரியாது அம்மா! ஆனால் உன்னை அழைத்து வருவதாக முத்தையனிடம் வாக்கு அளித்துவிட்டு வந்தேன். நான் வந்ததும் நீ ஆற்றில் விழுந்ததும் சரியாயிருந்தது."

"என்ன? முத்தையனா? முத்தையன் என்னை அழைத்துவரச் சொன்னானா? நிஜந்தானா, நிஜமாக முத்தையன் என்னை அழைத்துவரச் சொன்னானா?" என்றாள் கல்யாணி.

"திருச்சிற்றம்பலம் பிள்ளை மகள் கல்யாணி என்பது நீதானே?"

"நான்தான் அந்தப் பாவி"

"முத்தையன் உன்னைத்தான் பார்க்கவேண்டுமென்று சொன்னான். வந்தால் அழைத்துப் போகிறேன்."

"வந்தாலா! முத்தையன் அழைத்து நான் வராமலும் இருப்பேனா? இதோ இப்படியே வருகிறேன், அழைத்துப்போங்கள்"

"அது சரியல்ல. அம்மா! நீ வீட்டுக்குப் போய்ப் புடவை மாற்றிக்கொள். வாய்க்காலில் குளித்துவிட்டு வந்ததாக வீட்டில்

சொல்லு. நான் பிறகு வந்து, முத்தையன் கேஸில் சாட்சிக்காக நீ வரவேணுமென்று சொல்கிறேன். அப்புறம் நீ வரலாம்."

"ஐயா! சத்தியமாகச் சொல்லுங்கள்; நீங்கள் யார்?" என்றாள் கல்யாணி.

"கோபித்துக்கொள்ளாதே, கல்யாணி! நான் போலீஸ் இன்ஸ்பெக்டர். நேற்று உன்னை ஏமாற்றித்தான் விட்டேன். அதற்குப் பரிகாரம் தேட இப்போது வந்திருக்கிறேன். என்னை நம்பி வா!" என்றார் சாஸ்திரி.

கல்யாணி அவருடைய முகத்தை ஏறிட்டுப் பார்த்தாள். என்ன நடந்தாலும் சரி, அவருடன் போவது என்று உறுதிகொண்டாள்.

53

கல்யாணியின் கல்யாணம்

நிர்மலமான வானத்தில் பூரணச் சந்திரன் பவனி வந்து கொண்டிருந்தது. கீழே அலைகளின்றி அமைதியாயிருந்த நீலக்கடலைக் கிழித்துக்கொண்டு நீராவிக் கப்பல் அதிவேகமாய்ச் சென்றது. அந்தக், கப்பலின் மேல்தளத்தில் ஓர் ஓரமாகக் கம்பியின் மீது சாய்ந்துகொண்டு முத்தையனும் கல்யாணியும் நின்றார்கள். முத்தையன், கல்யாணியின் முகத்தைக் கண்கொட்டாமல் பார்த்துக் கொண்டிருந்தான். ''மதி வதனம்' என்று சொல்கிறார்களே, அது எவ்வளவு அறிவீனம்? இரண்டும் வட்ட வடிவமாயிருக்கின்றன என்பதைத் தவிர சந்திரனுக்கும் இந்த முகத்துக்கும் வேறு என்ன பொருத்தமிருக்கிறது? அந்தச் சந்திர வட்டத்தில் கருவிழிகள் இரண்டு உண்டா? அவை நம்மைக் கொன்றுவிடுவது போல் பார்ப்பதுண்டா? ஒரு கணநேரத்துப் புன்னகையினால் பித்தம் தலைக்கேறச் செய்யும் சக்திதான் சந்திரனிடம் இருக்கிறதா?' என்று அவன் எண்ணமிட்டுக் கொண்டிருந்தான். திடீரென்று அவனுடைய மனத்தில் மிகவும் விசித்திரமான ஓர் எண்ணம் உண்டாயிற்று. 'கல்யாணியின் கண்களிலிருந்து இப்போது கண்ணீர்ப் பெருகினால் எப்படியிருக்கும்? நிலவின் ஒளி அந்தக் கண்ணீர்த் துளிகளின் மீது படும்போது அவை முத்து உதிர்வதுபோல் உதிருமல்லவா?' என்று நினைத்தான். அப்படி நினைத்ததுதான் தாமதம் - ஐயோ! இதென்ன அந்தக் கருவிழிகளிலிருந்து உண்மையிலேயே கண்ணீர்ப் பெருகி வழிகின்றதே!

முத்தையன் பதறிப்போய், "கல்யாணி! கல்யாணி, என்ன இது? கண்ணீர் ஏன்..?" என்று சொல்லி, கண்களைத் துடைப்பதற்காக அருகில் நெருங்கினாள்.

ஆனால் கல்யாணி, சடக்கென்று ஒரு அடி பின்வாங்கினாள். "ஏன் என்று எனக்கே தெரியவில்லை. ஆனந்தக் கண்ணீர் என்று சொல்கிறார்களே, அதுதானோ என்னமோ? அளவில்லாத ஆனந்தத்திலேதான் மூழ்கியிருக்கிறேன். ஆனால் ஆனால்..." என்று மேலே சொல்வதற்குத் தயங்கினாள்.

"ஆனால் என்ன? அவ்வளவு சொத்து சுதந்திரங்களையும் விட்டு இந்தத் திருடனை நம்பி வந்தோமே என்று தோன்றுகிறதா..?"

"அதெல்லாம் இல்லையென்று உனக்கே தெரியும், முத்தையா! சொத்தும் சுதந்திரமும் இங்கே யாருக்கு வேணும்? நீ திருடன் என்றால் இந்த உலகத்தில் யோக்யர்கள் யாருமே இல்லை. ஆனால், ஆனால்... நான் கேள்விப்பட்ட ஒரு விஷயந்தான், என் மனத்தில் உறுத்திக்கொண்டிருக்கிறது. உனக்கு இன்னொரு ஸ்திரீயிடம் நேசம் உண்டு என்று சொன்னார்கள். நான் அதை நம்பவில்லை. ஆனாலும் உன் வாயிலிருந்தே தெரிந்துகொண்டால் என் மனம் நிம்மதி அடையும்."

முத்தையன் சிரித்துக்கொண்டே சொன்னான். "ஆமாம்; கல்யாணி! அது வாஸ்தவந்தான். எனக்கு ஒரு ஆசை நாயகி இருக்கிறாள். அவள் பெயர்..."

முத்தையன் அந்த வாக்கியத்தை முடிக்கவில்லை. அவன் அதை "அவள் பெயர்... சதாரம்" என்று சொல்லி முடிப்பதற்குள்ளே, எதிரே நின்ற கல்யாணி மாயமாக மறைந்தாள். கீழே கொந்தளித்த கடலில் 'குபுக்' என்ற ஒரு சிறு ஒலி கேட்டது. "ஐயோ! இது என்ன விபரீதம்?" என்று முத்தையன் ஒரு கணம் திகைத்து நின்றான். அடுத்த கணத்தில் அவனும் கடலில் குதித்து மூழ்கினான்.

தண்ணீரில் மூழ்கிய முத்தையனுக்கு நினைவு மட்டும் தெளிவாக இருந்தது. கைகளை நாலாபுறமும் துளாவவிட்டுக் கல்யாணியைத் தேடினான். கடைசியில், அவனுக்கு மூச்சுமுட்டிப் போகும் என்றிருந்த சமயத்தில் கல்யாணி கைகளில் தட்டுப்பட்டாள். உடனே அவளைத் தழுவிச் சேர்த்துக்கொண்டு முத்தையன் மேலே கிளம்பினான். மேலே வருகிறான் வருகிறான் வருகிறான். ஆனால் இன்னும் தண்ணீர் மட்டத்துக்கு வந்து சேர்ந்தபாடில்லை. மூச்சோ திணறுகிறது. கடைசியாகத் தன்னுடைய முழு பலத்தையும் பிரயோகித்துக் காலை உதைத்து மேலே எழும்பினான். அப்பா

மேலே வந்தாயிற்று. ஒரு நெடிய மூச்சுவிட்டுக் கண்களையும் திறந்தான்.

அச்சமயம், முத்தையனுக்கு உண்மையாகவே பிரக்ஞை வந்தது. அவனுடைய கண்கள் திறந்தன. என்ன ஆச்சரியம் இது நிஜந்தானா? மறுபடியும் கண்களை மூடித்திறந்தான். ஆம் கல்யாணிதான். இத்தனை நேரமும் கனவில் பார்த்த கல்யாணியேதான்! இப்போது நிஜமாகவே அவனுடைய அருகில் உட்கார்ந்து கொண்டிருக்கிறாள். அவளுடைய மென்மையான சரீரந்தான் அவன்மேல் பட்டுக்கொண்டிருக்கிறது. அவளுடைய கண்களிலிருந்துதான் கண்ணீர்ப் பெருகிக்கொண்டிருக்கிறது.

முத்தையன் அவளுடைய கண்ணீரைத் துடைப்பதற்காகத் தன் கையைத் தூக்க முயற்சி செய்தான்; அவ்வாறு தூக்க முடியாமல் பெருமூச்சுவிட்டான்.

இதைப் பார்த்த கல்யாணியின் கண்களிலிருந்து கண்ணீர் இன்னும் ஆறாய்ப் பெருகிற்று. ஸப்இன்ஸ்பெக்டரிடம் தான் கொடுத்திருந்த வாக்குறுதியையும் மறந்து விம்மத் தொடங்கினாள்.

"வேண்டாம், கல்யாணி! அழாதே!" என்று முத்தையன் ஈனஸ்வரத்தில் கூறினான். "மீண்டும், அடுத்த ஜென்மத்தில் நாம் இம்மாதிரி தவறு செய்யமாட்டோம்; முதலிலேயே கல்யாணம் செய்துகொண்டு விடுவோம்" என்று சொல்லிப் புன்னகை புரிந்தான்.

இதைக்கேட்ட கல்யாணிக்குத் துக்கம் போய் ஆத்திரம் பொங்கிக்கொண்டு வந்தது. அவளுடைய கண்கள் ஒரு நொடியில் வரண்டு போயின.

"இந்தப் பாவி அடுத்த ஜன்மத்திலே வேறு வந்து உன்னைத் தொந்தரவு செய்யவேண்டுமா? வேண்டவே வேண்டாம்! அடுத்த ஜென்மத்திலாவது உனக்கு இஷ்டமானவளைக் கல்யாணம் செய்துகொண்டு சுகமாயிரு" என்றாள்.

முத்தையன் சிரித்தான். தன்னுடைய உடல்நோவை எல்லாம் மறந்து குதூகலத்துடன் சிரித்தான்.

"கல்யாணி! கோபம் வரும்போது உன் முகம் இவ்வளவு அழகாயிருக்கும்படி பிரம்மதேவன் படைத்துவிட்டான். அதனால்தான் போலிருக்கிறது, அந்த நாளிலிருந்து உனக்குக் கோபமூட்டிப் பார்ப்பதிலேயே எனக்குச் சந்தோஷம்" என்றான்.

கல்யாணியின் முகத்தில் இப்போது எள்ளும் கொள்ளும் வெடித்தது. "முத்தையா! பொய் புனைசுருட்டெல்லாம் இன்னமும்

எதற்காக? என் முகத்தில் அழகு வேறு இருக்கிறதா? நீ அன்று கட்டித்தழுவிக்கொண்டு இருந்தாயே, அவளை விடவா நான் அழகு? ஒருவேளை அதுகூட எனக்குக் கோபம் மூட்டுவதற்குத்தான் செய்தாயோ என்னமோ?" என்றாள்.

"ஆமாம், கல்யாணி! உனக்குக் கோபமூட்டுவதற்குத்தான்! இல்லாவிட்டால், நீ போலீஸ் இன்ஸ்பெக்டரிடம் போய் என்னைக் காட்டிக்கொடுப்பாயா?"

கல்யாணியின் கோபம் மாறி, மறுபடி துக்கம் வந்தது. "ஐயோ! முத்தையா! அது பொய்; நான் காட்டிக் கொடுக்கவில்லை. உன்னை இன்னொரு பெண் பிள்ளையுடன் பார்த்ததில் என் சித்தம் கலங்கிப் போயிருந்தேன். அப்போது அந்தப் பிராமணன் வந்து என்னவோ கேட்க, நான் என்னமோ உளறிவிட்டேன். நீ என்னதான் துரோகம் பண்ணினாலும், ஐயோ! உன்னை வேணுமென்று நான் காட்டிக் கொடுப்பேனா? நானல்லவா இந்தப் பாழும் உயிரை விட்டிருப்பேன்?" என்றாள்.

"எனக்குத் தெரியும், கல்யாணி! எனக்குத் தெரியும். நீயா என்னைக் காட்டிக்கொடுத்தாய்? விதியின் வினைக்கு நீ என்ன செய்வாய்?" என்றான் முத்தையன்.

"விதிதான் அப்படிப் பெண்ணுருவம் கொண்டு வந்தது போலிருக்கிறது! முத்தையா! நீ என்னிடம் பிரியம் கொள்ளாததில்கூட எனக்குத் துக்கம் இல்லை. என்னிடம் அன்பாயிரு என்று ஒருவரைக் கட்டாயப்படுத்த முடியுமா? ஆனால் என்னை எதற்காக நீ ஏமாற்றினாய்? நம்பவைத்து ஏன் துரோகம் பண்ணினாய்? அதனால் அல்லவா என் சித்தம் அப்படிக் கலங்கிப் போய்விட்டது."

"கல்யாணி, நான் உன்னை ஏமாற்றவில்லை. விதிதான் உன்னை ஏமாற்றியது. நீ பார்த்தது பெண் பிள்ளையல்ல, கல்யாணி! அவன் என் சிநேகிதன் கமலபதி. நாடகத்தில் என்னுடன் 'சதாரம்' வேஷத்தில் நடித்தவன். நாம் கப்பல் ஏறுவதற்கு ஏற்பாடு செய்திருப்பதைத் தெரிவிப்பதற்காகவே வந்தான். போலீஸ் தொந்தரவுக்குப் பயந்து பெண் வேஷத்தில் வந்தான்" என்றான் முத்தையன்.

இதைக் கேட்டதும் கல்யாணியின் உள்ளத்தில் ஏற்பட்ட மாறுதலை எவ்வாறு விவரிக்க முடியும்? அவளுடைய நெஞ்சை அமுக்கிக் கொண்டிருந்த ஒரு பெரிய பாறாங்கல் திடீரென்று விலகியது போலிருந்தது. மலை உச்சியிலிருந்து சறுக்கி விழுந்து கொண்டேயிருந்தவள் சட்டென்று திடமான பூமியில் உறுதியாக

நிற்பதுபோல் தோன்றியது. முத்தையனுடைய அன்பு பொய்யன்று; அவன் தன்னை ஏமாற்றவில்லை; தனக்குத் துரோகம் செய்யவில்லை; வேறு எது எப்படிப் போனால் என்ன?

இப்படி ஒரு நிமிஷம்; அடுத்த நிமிஷத்தில் தான் செய்த பயங்கரமான தவறு அவளுக்கு நினைவு வந்தது.

"ஐயோ! பாவி! என்ன செய்துவிட்டேன்? உன்னை அநியாயமாகச் சந்தேகித்து இப்படி விபரீதம் விளைத்துவிட்டேனே? 'பெண்புத்தி' என்று உலகத்தால் இகழ்வது உண்மையாயிற்றே?" என்று கல்யாணி கதறினாள். வறண்டிருந்த அவள் கண்களிலிருந்து மறுபடியும் கண்ணீர் கலகலவென்று பொழிந்தது.

முத்தையனுடைய ஜீவன் நிமிஷத்திற்கு நிமிஷம் மங்கிக்கொண்டிருந்தது. கல்யாணியின் முகத்தை அடங்காத ஆர்வத்துடன் பார்த்துக்கொண்டு அவன் மிகவும் மெலிந்த குரலில் சொன்னான்.

"எனக்கு அதனால் வருத்தமில்லை; சந்தோஷந்தான்! என்னிடம் உனக்குள்ள அளவற்ற அன்புதானே அப்படிச் செய்யத் தூண்டிற்று? கல்யாணி! சிங்கப்பூருக்குப் போவது, அங்கே சௌக்கியமாயிருப்பது எல்லாம் நடக்காத காரியம் என்று என் மனத்தின் அந்தரங்கத்தில் ஒரு எண்ணம் இருந்துகொண்டே இருந்தது. அது நிஜமாயிற்று. இந்த உலகத்தில் யார்யார் எனக்கு ரொம்பவும் பிரியமானவர்களோ அவர்களாலேயே என் வாழ்வு முடிந்தது. முதலில் அபிராமி, அப்புறம் கமலபதி, பிறகு நீ! உங்கள் மூவருடைய அன்புதான் நான் பிடிபடுவதற்குக் காரணமாயிற்று. இது எனக்குக் கெடுதலாய் இருக்குமா? ஒருநாளும் இல்லை. இதுதான் எனக்குத் தகுந்த முடிவு..."

முத்தையனுடைய குரல் இன்னும் மெலிவடைந்தது. அவனுடைய கண் விழிகள் மேலே சென்று மறைந்தன. ஆனால் இதழ்களில் புன்னகை மட்டும் மாறவில்லை.

"கல்யாணி! எங்கே இருக்கிறாய்? அருகில் வா! ஒரு முக்கிய சமாசாரம் சொல்கிறேன்" என்றான். கல்யாணி, இடையில் சற்று விலகியிருந்தவள், மறுபடியும் நெருங்கி வந்து, முத்தையனுடைய முகத்துக்கு அருகில் தன் முகத்தை வைத்துக்கொண்டு, "இதோ இருக்கிறேன் முத்தையா" என்றாள்.

"இதோ பார்! அபிராமிக்கு ஒரு ஏற்பாடு செய்துவிட்டேன். கமலபதி அவளைக் கல்யாணம் செய்துகொள்ளப் போகிறான்.

இனிமேல் நம்முடைய கல்யாணத்துக்கு யாதொரு தடையும் கிடையாது. உனக்குச் சம்மதந்தானே?" என்று முத்தையன் முணுமுணுத்தான்.

"சம்மதம், சம்மதம்" என்றாள் கல்யாணி. "அப்படியானால், மேளத்தைப் பலமாக வாசிக்கச் சொல்லு. இதோ இப்போதே தாலி கட்டிவிடுகிறேன்," என்று சொல்லி, முத்தையன் இரத்தமிழந்து பலஹீனமடைந்திருந்த தன் இரண்டு கைகளையும் எடுத்துக் கல்யாணியின் கழுத்தைக் கட்டிக்கொண்டான்.

அப்போது கோயிலில் உச்சிகால பூஜை நடந்துகொண்டிருந்தது.

பெரிய மேளம் ஜாம் ஜாம் என்று முழங்கிற்று.

ஆலாட்சிமணி 'ஓம் ஓம்' என்று இசைத்தது.

54

கடவுளின் காதலி

இத்தனைக் காலமாக நாம் நெருங்கிப் பழகிய சிநேகிதர்களிடமிருந்து நாம் விடைபெற வேண்டிய வேளை வந்துவிட்டது.

முத்தையன் இவ்வுலகத்திடம் விடைபெற்றுக் கொண்டு சென்றான். ஆனால் அவனுடைய ஞாபகம் அநேகருடைய உள்ளத்தில் நிலைபெற்று அவர்களுடைய வாழ்க்கையே மாறி அமைவதற்குக் காரணமாயிற்று.

அத்தகையவர்களில் முதன்மையாக ஸ்ரீமான் ஸர்வோத்தம சாஸ்திரியைக் குறிப்பிட வேண்டும். சாதாரணமாய்ப் போலீஸ் உத்தியோகஸ்தர்களிடம் நான் எதிர்பார்க்கும் குணங்கள் அவரிடத்தில் இல்லையென்பதை முதலிலேயே கண்டோம். அவர் அப்படி ஒரு அசாதாரண போலீஸ் அதிகாரியாயிருந்த படியினால்தான் இந்தச் சரித்திரம் இவ்வளவு தூரம் நீண்டு வந்தது.

முத்தையனுடைய முடிவு சாஸ்திரியைப் பெரிதும் சிந்தனையில் ஆழ்த்தி, அவரை உலக வாழ்க்கையின் மகா இரகசியங்களைப் பற்றி விசாரணையில் இறங்குமாறு தூண்டிற்று.

'அறத்திற்கே அன்பு சார்பென்ப அறியார்
மறத்திற்கும் அஃதே துணை'

என்னும் தமிழ்மறைக் கூற்றின் உண்மைப் பொருளை அவர் அப்போதுதான் நன்கு உணர்ந்தார். இந்தக் குறளுக்குச் சாதாரணமாய், 'நற்கருமங்களுக்கே அன்பு ஆதாரமென்று தெரியாதவர்கள் சொல்வார்கள்; தீச்செயல்களை விலக்குவதற்கும் அன்பே ஆதாரமானது' என்று வலிந்து பொருள் கூறுவது வழக்கம். ஆனால் தமிழ்நாட்டில் தற்போது வாழ்ந்திருக்கும் பெரியார்களில் ஒருவர், மேற்படி பொருளின் பொருத்தமின்மையை எடுத்துக்காட்டி, 'தீய செயல்களுக்குங்கூட அன்பே தூண்டுகோல்' என்று பொருள் கூறியதை சாஸ்திரியார் கேட்டிருந்தார். இது எவ்வளவு உண்மை என்பது முத்தையனுடைய வாழ்விலிருந்து அவருக்குத் தெளிவாக விளங்கிற்று.

அபிராமியிடம் வைத்திருந்த அன்பினால் அல்லவா முத்தையன் கள்வனாக நேர்ந்தது. மற்றும் பல தீச்செயல்கள் அவன் செய்யும்படி நேர்ந்ததற்கு அந்த அன்பே அல்லவா காரணமாயிற்று?

மற்றும், வாழ்வுக்கு அன்பு காரணமாயிருப்பதுபோல், மரணத்திற்கும் காரணமாகிறது என்பதையும் சாஸ்திரியார் கண்டுணர்ந்தார். முத்தையனிடம் அபிராமியும், கமலபதியும், கல்யாணியும் கொண்டிருந்த அன்பேயன்றோ அவனுக்கு எமனாக முடிந்தது? அந்த மரணத்தைத் தீயது என்று சொல்லமுடியுமா? அத்தகைய தூய அன்பின் காரணமாகத் தீமை விளைவது சாத்தியமா?

இவர்களுடைய துன்பத்துக்கெல்லாம் ஆதி காரணமான கார்வார் சங்குப்பிள்ளை இன்னும் உயிர் வாழ்ந்து தன்னுடைய பாவகிருத்தியங்களை நடத்திக்கொண்டு தானிருக்கிறான். ஆனால் கொடிய சந்தர்ப்பங்களின் காரணமாகக் கள்வனாக நேர்ந்த முத்தையனோ துப்பாக்கிக் குண்டுக்கு இரையாகி மரணமடைந்தான். இந்த முரண்பாட்டைப் பார்க்கும்போது, வாழ்வு நல்லது, மரணம் தீயது என்று சொல்வதற்குத்தான் இடமிருக்கிறதா?

உலகத்திலே எல்லாக் காரியங்களும் ஏதோ ஒரு நியதிப்படி காரணகாரியத் தொடர்புடன்தான் நடந்து வருகின்றன. நன்மையின் பலன் இன்பம், தீமையின் விளைவு துன்பம் என்பதிலும் சந்தேகமில்லை. ஆனால் நன்மை எது, தீமை எது, சுகம் எது, துக்கம் எது என்றெல்லாம் நிர்ணயிப்பது மட்டும் எளியதன்று. 'நன்மை தீமை, சுக துக்கம் முதலிய துவந்த உணர்ச்சிகளைக் கடந்தவன்தான் ஞானி; அவன்தான் சித்தபுருஷன்' என்று பெரியோர் சொல்வதின் இரகசியமும் ஒருவாறு சாஸ்திரிக்குப் புலனாகத் தொடங்கிற்று.

இவ்வாறெல்லாம் ஆத்ம சிந்தனையிலும், தத்துவ விசாரணையிலும் இறங்கிவிட்ட சாஸ்திரிக்குப் போலீஸ் இலாகா உத்தியோகம் பிடிக்காமல் போனதில் வியப்பில்லையன்றோ? உரிய காலத்திற்கு முன்பே அவர் பென்ஷன் பெற்றுக்கொண்டு விலகி, பாரமார்த்திக சாதனங்களிலும், பொது நன்மைக்குரிய காரியங்களிலும் ஈடுபடலானார். 'போலீஸ் சாமியார்' என்றும், 'போலிச்சாமியார்' என்றுங்கூட அவரை அநேகர் பரிகசித்தார்களாயினும் அவர் அவற்றைச் சிறிதும் பொருட்படுத்தவில்லை. புகழ்ச்சியையும் இகழ்ச்சியையும் ஒன்றாகக் கருதும் மனோநிலையை அவர் அடைந்துவிட்டார். அவருடைய நற்காரியங்களுக்கெல்லாம் அவருடைய தர்ம பத்தினி பெரிதும் உதவி புரிந்து வந்தாள் என்று சொல்லவும் வேண்டுமா?

முத்தையன் இறந்த பிறகு சாஸ்திரியின் முயற்சியினால் குறவன் சொக்கன் விடுதலை செய்யப்பட்டான். ஆனால் அந்தப் பாவி மகன் சும்மா இருக்கவில்லை. கொள்ளிடக்கரைக் காட்டுக்குப் போய்ப் பல தினங்கள் அலைந்து திரிந்து கடைசியில் முத்தையன் மரப்பொந்தில் ஒளித்து வைத்திருந்த சில நகைகளைத் தேடிப் பிடித்தான். அவற்றை அவன் டவுனில் கொண்டுபோய் விற்க முயன்றபோது போலீசார் பிடித்துக்கொண்டார்கள். வேறு ஒரு திருட்டுக் கேஸில் அவனைச் சம்பந்தப்படுத்தி, மூன்று வருஷம் கடுங்காவல் விதித்துச் சிறைக்கு அனுப்பிவிட்டார்கள். ஆனால், இதன் பொருட்டு நாம் சொக்கனிடம் அனுதாபம் காட்டவேண்டிய அவசியமில்லை. அவன் பிறவியிலேயே வேதாந்தியாய்ப் பிறந்தவனல்லவா? அவனுக்கு வெளியிலிருப்பதும் ஒன்றுதான்; சிறையிலிருப்பதும் ஒன்றுதான். சுகமும் ஒன்றுதான். துக்கமும் ஒன்றுதான். இருவினைகளையுங் கடந்த யோகி என்று உண்மையில் அவனை அல்லவா சொல்லவேண்டும்?

உரிய காலத்தில், கமலபதியும் அபிராமியும் கல்யாணம் செய்து கொண்டார்கள். முத்தையனுடைய மரணத்தினால் கமலபதிக்கும் அபிராமிக்கும் ஏற்பட்ட அளவிலாத துக்கமே அவர்களை ஒன்று பிணைப்பதற்கு முக்கியச் சாதனமாயிருந்தது. முத்தையனை நினைத்து அவர்கள் விட்ட கண்ணீர் அவர்களுடைய காதல் பயிரைத் தளிர்க்கச் செய்யும் வான் மழையாயிற்று. இப்படி அவர்களுடைய நேசத்தைப் பெருக்கி வளர்த்த பிரிவுத் துக்கம் நாளடைவில் மறைய, அவர்களுடைய காதல், இன்பம் மட்டுமே மிஞ்சி நின்றது. சில சமயம் அவர்கள், 'ஐயோ! முத்தையனைப் பிரிந்தபிறகு நாம் இவ்வளவு சந்தோஷமாயிருக்கிறோமே?' என்று எண்ணி

வெட்கமுறுவார்கள். பின்னர், 'நாம் இப்படி சந்தோஷமாய் இருப்பதுதான் முத்தையனுக்கும் மகிழ்ச்சி தருவதாகும்' என்று எண்ணி ஒருவர் ஆறுதல் பெறுவார்கள்.

கல்யாணி உயிர் வாழ்ந்திருந்தாள்!

முத்தையனுடைய மரணத்திற்குப் பிறகு அவளும் உயிர் துறப்பாள் என்று எதிர்பார்க்கக் கூடும். ஆனால் உண்மையில் அவ்வாறு நேரவில்லை.

முத்தையன் பிடிபட்ட அன்றே உயிர் துறக்க முயன்ற கல்யாணி, அவனுடைய மரணத்திற்குப் பிறகு அம்மாதிரி முயற்சி செய்யாதது ஆச்சரியம் அல்லவா?

ஆச்சரியந்தான் ஆனால் அதற்கு ஒரு முக்கியக் காரணம் இருக்கத்தான் செய்தது.

முதல் நாள் கல்யாணி உயிர் துறக்க முயன்றபோது அவள், 'இவ்வுலகத்தில் உண்மையானது ஒன்றுமேயில்லை; எல்லாமே பொய்' என்ற மனோபாவத்தில் இருந்தாள். மறுநாள் முத்தையனைப் பார்த்த பிறகு, அந்த எண்ணம் அவளுக்கு மாறிவிட்டது. 'உலகில் உறுதியானது, உண்மையானது, அழிவில்லாதது ஒன்று உண்டு; அது அன்பு' என்ற உறுதிப்பாடு அவளுக்கு ஏற்பட்டது.

யமுனா தீரத்தில் வேணுகானம் செய்து மாடு மேய்த்துத் திரிந்த கண்ணன் திடீரென்று ஒருநாள் மதுரைக்கு ராஜரீகம் நடத்தச் சென்ற பிறகு, பிருந்தாவனத்தில் அவனுடைய தோழர் தோழிகள் எல்லாம் துயரக்கடலில் ஆழ்ந்துவிடுகிறார்கள். ஆனால் ராதை மட்டும் அவ்வாறு துயரப்படவில்லை. அவள் தன் சிநேகிதியிடம் சொல்கிறாள்.

"தோழி! ஏன் துயரப்பட வேண்டும்? இந்த உலகத்தில் சாசுவதமானது எதுதான் உண்டு? சகலமும் அநித்யமல்லவா! மனுஷர்கள் அநித்யம்; வாழ்வு அநித்யம்; சுக துக்கங்கள் எல்லாம் அநித்யம்; இது தெரிந்திருக்கும்போது கிருஷ்ணன் போய்விட்டானே என்று நாம் ஏன் வருத்தப்பட வேண்டும்?"

"சகியே! இந்த உலகில் நித்யமானது ஒன்றே ஒன்று இருக்கிறது. அதுதான் பிரேமை."

"பிரேமைக்கு உரியவன்கூட அநித்யந்தான்; அவன் போய்விடுவான். ஆனால் பிரேமை மட்டும் ஒருநாளும் அழியாது. அது நித்யமானது."

“தோழி! நமது ஹரி பெரிய திருடன் அல்லவா? ஆனால் அவன்கூடத் திருட முடியாத ஒன்று இருக்கிறது. அதுதான் நமது இதயத்திலுள்ள காதல். அவனால்கூட அதைத் திருடிக்கொண்டு போக முடிவில்லையல்லவா?”

“பின் எதற்காக நாம் துக்கப்பட வேண்டும்?”

ராதையின் மேற்சொன்ன மனோநிலையைத்தான் கல்யாணி அடைந்திருந்தாள். முத்தையனுடைய மரணம் அவளுக்குத் துக்கம் விளைவிக்கவில்லை என்று நாம் சொல்லமாட்டோம். ஐயோ! கல்யாணிக்கா துக்கமில்லை? துக்கமில்லாமலா அப்படிச் சித்திரப் பதுமைபோல் நிற்கிறாள்? துக்கமில்லாமலா அப்படிக் கண்ணீர்ப் பெருக்குகிறாள்? ஆனால் அது சாதாரண துக்கமல்ல; அதிசயமான துக்கம் என்று மட்டும் சொல்லத்தான் வேண்டும்.

சாதாரண துக்கமாயிருந்தால் அதை மறக்க முயல்வது அல்லவா நியாயம்? அதுதானே மனித இயற்கை? ஆனால் கல்யாணி அந்தத் துக்கத்தை மறக்க விரும்பவில்லை. அந்த மகத்தான துக்கத்தில் அவள் ஏதோ ஒரு மகத்தான இன்பத்தையும் கண்டிருக்க வேண்டும்.

உண்மையில், கல்யாணி இரண்டாம் முறை உயிர் துறக்க முயலாததின் காரணமே இதுதான்; உயிர் துறந்தால், முத்தையனுடைய ஞாபகம் போய்விடுமோ, என்னமோ? அன்றிரவு தண்ணீரில் விழுந்தவுடனே எல்லா ஞாபகமும் போய்விட்டதே! சாவிலும் அப்படித்தானே போய்விடும்? - முத்தையனையும் அவனுடைய காதலையும் மறந்துவிடச் செய்யும் மரணம் வேண்டாம்!

கல்யாணியின் சுயநலமற்ற, பரிசுத்தமான காதல் அவளை ஒரு தெய்வப் பிறவியாக மாற்றியது. வாழ்க்கையில் அவளுடைய செயல்கள் எல்லாம் அதற்கு உகந்தவையாகவே அமைந்தன. பூங்குளத்திலும் தாமரை ஓடையிலும் அவளுக்கிருந்த திரண்ட சொத்துக்கள் அனைத்தையும் ஏழைகளின் துயர் தீர்ப்பதற்காகவே அவள் பயன்படுத்தி வந்தாள்.

கள்வனின் காதலி, நாளடைவில் கடவுளின் காதலி ஆனாள்.

₹550

சத்திய சோதனை

- மகாத்மா காந்தி -

- தமிழில்: கல்கி ரா.கிருஷ்ணமூர்த்தி -

சத்தியம் என்பது ஒரு பெரிய விருட்சம். அதற்கு நீர் ஊற்றி வளர்க்க, வளர்க்க அதிகப் பழங்களைத் தருகிறது. சத்தியமென்னும் சுரங்கத்தில் எவ்வளவு ஆழமாகத் தோண்டிச் சோதனைப் போடுகிறோமோ அவ்வளவுக்கு அதில் புதைந்துகிடக்கும் அரிய இரத்தினங்களைக் கண்டுபிடிப்போம்.

●

வேண்டுமென்றோ, தன்னையறியாமலோ உண்மையை மறைத்தும். திரித்தும், மிகைப்படுத்தியும் கூறும் குணம் மனிதனுக்கு இயற்கையாக ஏற்பட்டுள்ள ஒரு பெருங்குறையாகும். அதினின்றும் தப்புவதற்கு மௌனப் பயிற்சி இன்றியமையாத சாதனம். வார்த்தைகளை எண்ணிப் பேசுவோன் யோசனையற்ற மொழிகளைக் கூறான்.

●

+91 8220063246 | penbirdpublications@gmail.com | www.penbird.in

Design For What You Want!

- Book Cover Design
- Banner design
- Poster Design
- Logo Design
- Business Card
- Brochure
- Social Media Post
- Letter Head

'Create Your Own World With us

@penbirddesigns
penbirddesigns@gmail.com

Contact For More Details
+ 91 8220063246